நிலவைச் சுட்டும் விரல்

நிலவைச் சுட்டும் விரல்

யுவன் சந்திரசேகர் (பி. 1961)

யுவன் சந்திரசேகர் (எம்.யுவன்) பிறந்தது மதுரை மாவட்டம் சோழவந்தானுக்கு அருகிலுள்ள கரட்டுப்பட்டி என்ற சிறு கிராமத்தில். வசிப்பது சென்னையில். பாரத ஸ்டேட் வங்கியில் பணிபுரிந்து விருப்ப ஓய்வு பெற்றிருக்கிறார்.

மின்னஞ்சல்: *writeryuvan@gmail.com*

ஆசிரியரின் பிற நூல்கள்

- ஒளிவிலகல் (2002) சிறுகதைகள்
- பயணக்கதை (2011) நாவல்
- ஏமாறும் கலை (2012) சிறுகதைகள்
- நகுலன்: தேர்ந்தெடுத்த கவிதைகள் (2012)
- நினைவுதிர் காலம் (2013) நாவல்
- தீராப் பகல் (2016) கவிதைகள்
- ஊர்சுற்றி (2016) நாவல்
- ஒற்றறிதல் (2017) சிறுகதைகள்
- வேதாளம் சொன்ன கதை (2019) நாவல்
- தலைப்பில்லாதவை (2021) குறுங்கதை
- ஆத்மாநாம்: தேர்ந்தெடுத்த கவிதைகள் (2022)
- இதுவும்தான், அதுவும்தான் (2023) கவிதைகள்

மொழிபெயர்ப்பு

- எனது இந்தியா (2005) நினைவோடை
- குதிரை வேட்டை (2013) நாவல்
- பொம்மை அறை (2015) நாவல்
- கூட்டுவிழிகள் கொண்ட மனிதன் (2019) நாவல்

யுவன் சந்திரசேகர்

நிலவைச் சுட்டும் விரல்

காலச்சுவடு பதிப்பகம்

● அன்பார்ந்த வாசகருக்கு,

வணக்கம்.

காலச்சுவடு நூலை வாங்கியமைக்கு நன்றி.

நூலின் உள்ளடக்கம், உருவாக்கம், அட்டைப்படம் இன்ன பிற அம்சங்கள் பற்றிய உங்கள் கருத்துகளையும் ஆலோசனைகளையும் காலச்சுவடு வரவேற்கிறது. தகவல், எழுத்து, வாக்கியப் பிழைகள் தென்பட்டால் கட்டாயம் தெரிவித்து உதவுங்கள். நூல் தயாரிப்பில் கடும் குறைபாடு இருப்பின் மாற்றுப் பிரதி உங்களுக்குக் கிடைக்கக் காலச்சுவடு ஏற்பாடு செய்யும்.

மின்னஞ்சல்: **publisher@kalachuvadu.com**

காலச்சுவடு நாகர்கோவில் அலுவலகத்திற்குக் கடிதம் அனுப்பலாம்.

தங்கள்
எஸ்.ஆர். சுந்தரம் (கண்ணன்)
பதிப்பாளர் — நிர்வாக இயக்குநர்

நிலவைச் சுட்டும் விரல் ✽ கட்டுரைகள் ✽ ஆசிரியர்: யுவன் சந்திரசேகர் ✽ © ஆர். சந்திரசேகரன் ✽ முதல் பதிப்பு: நவம்பர் 2023 ✽ வெளியீடு: காலச்சுவடு பப்ளிகேஷன்ஸ் (பி) லிட்., 669, கே.பி. சாலை, நாகர்கோவில் 629001

காலச்சுவடு பதிப்பக வெளியீடு: 1237

nilavaic cuTTum viral ✽ Essays ✽ Author: Yuvan Chandrasekar ✽ © R. Chandrasekaran ✽ Language: Tamil ✽ First Edition: November 2023 ✽ Size: Demy 1 x 8 ✽ Paper: 18.6 kg maplitho ✽ Pages: 216

Published by Kalachuvadu Publications Pvt. Ltd., 669 K.P. Road, Nagercoil 629001, India ✽ Phone: 91-4652-278525 ✽ e-mail: publications@kalachuvadu.com ✽ Printed at Adyar Students xerox Pvt. Ltd., No. 275 Habibullah Road, Triplicane high Road, Opp Triplicane Post Office, Triplicane, Chennai 600005

ISBN: 978-81-19034-79-6

11/2023/S.No. 1237, kcp 4781, 18.6 (1) rss

அன்பு முன்னோடி
ஆர். சிவகுமாருக்கு

பொருளடக்கம்

1. பேருந்துப் பயணத்தில்... — 11
2. வண்ணத்துப் பூச்சிக்குக் குழப்பமில்லை — 16
3. கவிதையின் தாது — 21
4. தனித்தனி அச்சுகளும் வார்ப்புகளும் — 26
5. கவிதையின் கவிதை — 31
6. எப்பவாவது — 36
7. எல்லாச் சொற்களும் சமமானவையா... — 40
8. மூன்றான காலம்போல்... — 44
9. முடிவிலி — 50
10. நவீன கவிதையின் இலக்கணம் — 55
11. தனியர்களின் பாடல்கள் — 60
12. துடுக்கு எனும் கருவி — 65
13. திகைக்க வைக்கும் சொற்கூட்டம் — 70
14. கவிதை என்னும் அனுபவம் — 74
15. தனிமை போற்றுதும் — 80
16. நினைவு மரம் — 85
17. படிமம் பற்றி — 89
18. ஆற்றாமை — 94
19. நீளும் கரங்கள் — 98
20. இன்னமும் கண்டிராத காட்சி — 103

21.	வரலாறு என்னும் வளைகோடு	107
22.	அரசியல் கவிதை	111
23.	போர்ச்சூழல் கவிதைகள்	116
24.	சுதந்திரத்தின் மென்னகை	122
25.	கவிஞனின் சுதந்திரம்	126
26.	உலகாயதம்	130
27.	கவிதையின் உரையாடல்	136
28.	இரட்டுற மொழிதல்	141
29.	பிரிவாற்றாமை	145
30.	குறுங்கவிதை என்னும் சாகசம்	150
31.	வெற்றுக் கவிதை (அ) திறந்த கவிதை	156
32.	பிரபஞ்சமும் மாற்றுப் பிரபஞ்சமும்	161
33.	வெவ்வேறு களங்கள்	166
34.	இரு தலை உயிரி	171
35.	உரைநடைக் கவிதை	175
36.	குழந்தைமை என்னும் கவிதை	181
37.	மரணத்தைப் பேசுதல்	186
38.	அறிவியல் கவிதை	191
39.	கவிதையின் இருண்மை	196
40.	புரியாத்தன்மையின் தலைமகன்	201
	பின்னுரை: தோராயத்தின் பதிவுகள்	207

1

பேருந்துப் பயணத்தில்...

சில ஆண்டுகளுக்குமுன், ஒரு வெளியூர்ப் பயணம். பிற்பகல் வேளையின் வெறுமையும், ஓடும் பேருந்தினுள் பாய்ந்த காற்றின் வேகமும் இப்போதுபோல நினைவிருக்கின்றன. பயணிகளில் அநேகர் தூங்குவதைப் பொருட்படுத்தாது, குறுந்தகடு உரத்து அலறிக்கொண்டிருந்தது. பெரும்பாலும் கவனத்தை ஈர்க்காத, வெற்றோசையாக மீந்து துன்புறுத்திய மெட்டுகள். வாத்தியங்கள் வலுத்த ஒலியுடன் ஒத்தாசை செய்தன. 'தோற்செவி உள்ள தேசங்களில் இதையெல்லாம் பொறுத்துக்கொள்ள மாட்டார்கள் – தமிழனுக்கு இரும்புக் காது' என்கிற பாரதியின் வரிகள் எனக்குள் ஓடின. கிட்டத்தட்ட அத்தனை பாடல்களிலுமே அசட்டுச் சொற்கோவைகள். இரும்புக் காது மட்டும் போதாது – கல்நெஞ்சமும் வேண்டும்...

எவ்வளவு நேரம்தான் போராட முடியும்? ஏதோ ஒரு தருணத்தில் அனிச்சையாகப் பாட்டு களைக் கவனிக்க ஆரம்பித்திருப்பேன்போல. போகிறபோக்கில் காதில் பட்டுத் தங்கிய ஒரு வரி பெரும் மண்சரிவைக் கிளர்த்திவிட்டது:

நீ நனைந்தால் எனக்குக் காய்ச்சல் வரும்...

காதலின் சாராம்சமான ஒருமை நிலையை அழுத்திச் சொல்ல முன்வந்த வரி, பகடிபோல ஒலித்தது. மேற்படி விவரிப்பின் பௌதிக சாத்தியமின்மையை எண்ணி நகைச்சுவைக் குமிழ் வெடித்தது எனக்குள். தேவராகம், ராஜகாலை, நெருப்புராத்திரி, திருஷ்டிப் பூசணிக்கே திருஷ்டி

படும் என்றெல்லாம் செயற்கை அதீதம் பீறிட்டடித்த எண்ணற்ற திரைப்பாடல் வரிகளும் சொற்றொடர்களும் மானசீகத்தில் பொழியத் தொடங்கின. அடக்க முடியாமல் சிரிப்புப் பொங்கியது. அடிப்பிரவாகமாக, மேற்கோள் வரியின் தாய்வரிகள் போன்று, வேறு சில வரிகள் நினைவில் ஊறின.

நான் பேச நினைப்பதெல்லாம் நீ பேச வேண்டும்...
உன் கண்ணில் நீர் வழிந்தால் – என் நெஞ்சில் உதிரம் கொட்டுதடீ...

என்று ஞாபகம் தொடர்ந்து ஓடியது. முதல் வரி எண்ணவோட்டத்தில் துளிர்த்துவிட்ட ஒருங்கிணைவை வெளிப்படுத்துவதாகவும், மற்றது, எண்ணவோட்டத்தின் உணர்ச்சி ததும்பும் தொடர்விளைவாகவும் பொருள் தந்தன. இரண்டாவது வரி, நடைமுறை சாத்தியமில்லாத, உரத்த விவரிப்புதான் – ஆனாலும் ஆதங்கத்தின் உச்சத்தை உணர்த்தும் உருவகமாக நின்று தொழில்புரிவது.

இவற்றைத் தொடர்ந்து, கவிதையில் நிலவ வேண்டிய ஆத்மார்த்தம் குறித்து ஏதேதோ யோசனைகள் ஓடத் தொடங்கின.

ஆத்மார்த்தம் வறண்ட வெற்று வரிகள் நீர்ப்பரப்பின்மீது வீழ்ந்த காகிதம் அளவுக்குக்கூட சலனம் ஏற்படுத்தாமல் போவது குறித்தும், உணர்ச்சியின் மெய்யான ஈரம் சுமந்த வரிகள் பல பத்து ஆண்டுகளுக்குப் பின்னும் உலராமல் இருப்பது குறித்தும் ஆச்சரியம் மேலிட்டது.

பின்னொட்டாக, மூன்று பாடல்களையும் எழுதியவர்கள் காலத்திலும் தரிசனத்திலும் வேறுபட்டவர்களாக இருந்தாலும், கண்ணுக்குப் புலப்படாத முக்கோணத்தின் மூன்று முனைகளாக அமர்ந்து உரையாடிக்கொண்டிருப்பதாக பிரமை தட்டியது.

எதிர்க்குரல் ஏதும் கேட்காத அந்தரங்க வெளியில், தனக்குத்தானே பேசிக்கொள்ளும் விதமாகவே நவீன கவிதை தன்னை வனைந்து காட்டியிருக்கிறது. ஆனால், அது அவ்வளவு தூரம் தனக்குள் மட்டுமே அமிழ்ந்திருப்பது என்று கொள்வதற்கில்லை – தனக்குள் தானே உருவாக்கிக்கொண்ட எதிர்நிலையுடன் ஓயாத உரையாடலில் ஈடுபட்டிருப்பது.

சில நேரம் வாய்விட்டுச் சொல்லவும் செய்கிறது!

புனையப்பட்ட ஆகிருதிதான் என்றாலும், கவிஞன் புனைந்துகொள்ளும் எதிர்ச் சுயம் ஒருபோதும் தனிநபர்

மட்டுமாக இருப்பதில்லை. பலவேளைகளில் சமூகத்தின் கூட்டுக் குரலாகவும், சிலவேளைகளில் கவிஞனுக்குள்ளேயே எழும் மாற்றுக் குரலாக, எதிர்க் குரலாகவும் திகழ்கிறது. அதனுடனான தனது உரையாடலைப் பதிவு செய்கிறவனாகவே கவிஞனைக் காண முடியும். இந்த உரையாடல் வேறுவேறு விதங்களில் தொடரக்கூடியது.

நான் கடும் பாறை பல தாண்டி
வேராக வந்தேன் – கண்ணா
உன் முகம் காணவே...

மெட்டின் பலத்தை உதிர்த்துவிட்டால் மீந்து நிற்கும் வரிகள் கிட்டத்தட்டக் கவிதை போலவே தோற்றம் கொள்வதைப் பார்க்க முடியும். ஆனால், இந்த வரிகளுக்கும் தாய் வரிகள் உண்டு.

நெட்டிருப்புப் பாரைக்கு நெக்குவிடாப் பாறை
பசுமரத்து வேருக்கு நெக்குவிடும்.

என்ற அவ்வையின் வரிகள்.

தமிழ்ப் பெண்மன விவேகத்தின் உச்சமாக விளங்குகிறவள் அவ்வை*. ஆண் – பெண் உறவில் பொதுமனம் தன்னியல்பாக உருவாக்கும் ஏற்றத் தாழ்வுகளுக்கு எதிரான போர்க்குரலாக ஒலிப்பவை அவளது பாடல்கள். தன் சமகாலப் பொதுமனத்துக்கு எதிராக இயங்கக்கூடியது கவிமனம் என்று தொடர்ந்து நிறுவும் சான்றுகள்.

அவ்வையின் சிறப்பான இன்னொரு அம்சம், ஆண் – பெண் உறவு பற்றிய விவாதத்தில், அநேக சந்தர்ப்பங்களில் அவள் ஆணுடைய கட்சியில் நின்றே வாதிடுகிறாள் என்பது ! தொடர்ந்து, அவ்வையின் ஒரு செய்யுள் நினைவு வந்தது. தனிப்பாடல் திரட்டின் பழம் பதிப்பு ஒன்றில் வாசித்த பாடல்.

அற்ற தலை போக அறாத தலை நான்கினையும்
பற்றித் திருகிப் பறியேனோ – வற்றும்
மரமனையானுக் கிந்த மானை வகுத்திட்ட
பிரமனை யான் காணப் பெறின்.

தனிப்பாடற்றிரட்டு, எம். வீரவேற்பிள்ளை–1940, பக் 103

---

* இந்த நூலில் 'அவ்வை' என்று குறிப்பிடப்படும் கவிப் பெருமாட்டி, தனிப்பாடல் திரட்டில் இடம்பெறும் அவ்வை மட்டுமே. சங்க காலத்திலோ, இடைக்காலத்திலோ இருந்ததாகச் சொல்லப்படும் பிற அவ்வைகள் அல்லர். 'அவ்வை' என்ற சொல் மூதாட்டி அல்லது தவப்பெண் என்றே பொருள்படும் என்கிறது விக்கிபீடியா. எழுத வந்த பெண்கள் அனைவருமே 'அவ்வை' என்று குறிப்பிடப்பட்டனர் என்ற குறிப்பையும் எங்கோ வாசித்த நினைவு.

படைப்புக் கடவுளான பிரம்மனுக்கு நான்கு தலைகள். நான்குமே சாந்தமானவை. நான்கு வேதங்கள், நான்கு திசைகள், நான்கு ஆசிரமங்கள் என்று நான்காக அமைந்த அனைத்தையுமே சுட்டுவதாகக் கதைகள் நிலவுகின்றன.

ஆனால், பூர்விகத்தில் ஐந்து தலைகள் இருந்ததாகவும், ஈசுவரனுடைய சினத்துக்கு ஆளானதால் ஒரு தலையை அவர் திருகி எறிந்துவிட்டதாகவும் தொன்மம் உண்டு. பஞ்ச பூதங்கள், பஞ்சலோகம், ஐம்புலன்கள் என்று ஐந்தைந்தாக இருக்கும் அனைத்துக்குமான குறியீடாக இருக்கும் பாக்கியத்தை பிரம்மன் இழந்துவிட்டார், பாவம்!

ஆனால், பாலின அடிப்படையில் என்றென்றைக்கும் இரண்டாகப் பிளந்து கிடக்கும் மானுடப் பிரபஞ்சத்தை விமர்சிப்பதாக, இணைந்த பின்னும் இணைய முடியாத அகழியைச் சுட்டுவதாக அவ்வையின் பாடலைப் பார்க்க முடிகிறது. மூன்றாம் பாலினத்தை அவ்வை கணக்கிலெடுக்கவில்லையே என்பது இந்தக் காலகட்டத்தின் தார்மிகம் சார்ந்து எழும் கேள்வி.

மற்ற இரண்டு பாலினங்களுடைய ஆதார அமைப்பின் விகிதாசாரத்தில் ஏற்பட்ட உயிரியல் பிறழ்வு மட்டுமே காரணம் என்கிறது அறிவியல். தவிர, உடலியல் மாறுபாடாக விளைவுகொள்ளும் உளவியல் காரணங்களையும் சொல்கிறது. ஆனால், அநேக நாடுகளில் ஒருபால் மணவினை சரளமடையத் தொடங்கிவிட்ட காலகட்டத்திலும்கூட, இரு மனங்கள் இணையும் உறவுநிலையில் ஏற்றத்தாழ்வு இருக்காதா என்ன!

மேற்சொன்ன பதிப்பின் தாள்கள் மட்கி உதிர ஆரம்பித்திருந்தன. அந்தச் சமயத்தில், பழைய புத்தகக் கடை ஒன்றில் பொக்கிஷம்போலக் கிடைத்தது இன்னொரு பிரதி; இன்னொரு பதிப்பும்கூட. காளமேகத்தையும் அவ்வையையும் எத்தனை முறை படித்தாலும் அலுப்பதேயில்லை எனக்கு.

இரண்டாவதாகக் கிடைத்த, ஆனால் முதலாவதாக வெளிவந்த புத்தகத்தில், மேலே குறிப்பிட்ட அதே பாடல் சொல்லளவில் இரண்டாக, பொருள் அளவில் ஒன்றேயான மாற்றத்துடன் பிரசுரமாகியிருந்தது. ஈற்றடிகள் இரண்டும் இவ்வாறு இருந்தன:

மரமனையாட்கிந்த மகனை வகுத்திட்ட
பிரமனை யான் காணப் பெறின்.

தனிப்பாடற்றிரட்டு, கா. சுப்பிரமணிய பிள்ளை–1939, பக் 8

அதிர்ச்சியாய் இருந்தது.

மறுபக்கம், ஒரு பால்விகுதியும், ஒரேயொரு சொல்லும் மாறுவதன்மூலம் செய்யுளின் அடிப்படைப் பொருளும் அதன் உத்தேசமும்கூட மாறிவிடுவது பேராச்சரியமாக எனக்குள் தைத்தது. அசலான மூல பாடம் எது, அவ்வையின் பாட்டுக்கு அசலைத் தேடிக் கண்டுபிடிப்பது எப்படி, வெவ்வேறு சுவடிகளில் பிரதிசெய்த கற்றுச்சொல்லிகளில் தவறிழைத்த கறுப்பு ஆடு எது என்று வியப்பு பெருகியவண்ணம் இருந்தது.

இரண்டாவதாகக் கிடைத்த மூத்த பதிப்பை முதலில் வாசிக்க வாய்த்திருந்தால், என்னுடைய விசுவாசம் எந்தப் பாடத்திடம் நிலைத்திருக்கும் என்ற கேள்வியும் ஊறியது.

இப்போது, கவனத்தை வேறொரு பக்கம் திருப்பியாக வேண்டும். அவ்வையின் பிற செய்யுள்களில் மணவாழ்க்கை பற்றியும், அதில் ஆண்-பெண் பங்கேற்பின் ஒத்திசைவு, முரண்நிலைகள் பற்றியும் என்னவெல்லாம் பதிவாகியிருக்கிறது என்பதை உன்னிப்பாகப் பார்க்க வேண்டும்.

மேற்சொன்ன மாறுபாடு பிழை திருத்தும்போது நேர்ந்த கவனக்குறைவின் விளைவா, தொகுப்பாசிரியரின் பார்வைக்கோணம் காரணமா என்று பார்க்க வேண்டும். அதெல்லாம் ஆய்வாளர்கள் கண்டறிந்து சொல்ல வேண்டியவை; என்போன்ற எளிய கவிதை வாசகனுக்கு மேற்படி வேறுபாடு வேறொரு பலனைத் தந்தது.

ஆம், ஒரேயொரு செய்யுளின் பாடபேதங்களால் விளையும் குளறுபடியை முன்னிட்டு, மொழியின் ரகசியம் ஒன்று திறந்து விட்ட மாதிரி உணர்ந்தேன்; கவிதைக்குள் இடம்பெறும் ஒவ்வொரு சொல்லும் தன்னளவில் எத்தனை வலிமையானது என்பதையும்தான். 'வற்றும் மரம் அனைய' என்ற சொற்றொடர் கவிதைக்குள் நிலவும் ரத்தினச் சுருக்கத்தை கவனிக்கத் தூண்டியது.

இப்படியாக, தொடுந்தோறும் திறக்கும் கவிதைகளையும், அவை திறக்க நேர்ந்த சந்தர்ப்பங்களையும், அவற்றை நான் அணுகிய விதத்தையும் தொடர்ந்து அடுக்கினாலென்ன என்ற எண்ணம் உதித்தது...

2

வண்ணத்துப் பூச்சிக்குக் குழப்பமில்லை

சுவாங் சூ என்று ஒரு தாஓ முனி. சீனத் துறவி. 'சுவாங் ட்ஸு' என்றும் குறிப்பிடுகிறார்கள். ஆனால், நான் முதன்முதலாகப் பார்த்த பெயருடனேயே எனக்கு நெருக்கம். அவ்வாறு உணரவைத்தது, கவிதைக்கு இணையான ஒரு குறுங்கதை. ஞானி என்பதால் 'தற்குறிப்பு' என்றும்; அளவை முன்னிட்டு, அதை ஒரு 'துணுக்கு' என்றும்கூடச் சொல்லலாம்.

சுவாங் சூ கி.மு. முதலாம் நூற்றாண்டு வாக்கில் வாழ்ந்தவர். தாஓ மரபின் ஆரம்பகர்த்தாக்களில் ஒருவராகக் கருதப்படுபவர். 'தாஓயிஸம் என்பது இயற்கையின் பாதையைத் தேடி அறிவது – அதன் பகுதியாக மனிதன் தன்னை உணர வலியுறுத்துவது; யதார்த்தத்தின் விளிம்புவரையும், அதற்கு அப்பாலும் இட்டுச்செல்ல முனைவது' என்றெல்லாம் வாசித்த நினைவு.

நீண்ட ஆயுள் கொண்டிருந்தவர்; அதிக காலம் வாழ்ந்தவர், அதிலும் ஞானி என்பதால், வாழ்நாள் முழுவதும் ஏதாவது சொல்லிக்கொண்டும் நிகழ்த்திக்கொண்டும்தானே இருந்திருப்பார்!

இன்றளவும் அவர் மிகப் பரவலாய் அறியப் படுவது, மேற்சொன்ன குறுங்கதையை முன்னிட்டே. வேறு வேறு விதமாக உச்சரிக்கப்படும் அவருடைய பெயரைப் போன்று, தொகை நூல்களில் வெவ்வேறு விதமாக விவரிக்கப்படும் குறுங்கதை. ஆனால்,

எந்த வடிவத்திலும், ஒருமுறை படித்துவிட்டால், பின்பு ஒருபோதும் மறக்க முடியாத சங்கதி அது! **‘சுவாங் ட்ஸூவின் புத்தகம்’** என்ற தலைப்பில் வெளிவந்திருக்கும் ஆங்கில நூலில் இடம்பெற்றிருக்கும் வடிவத்தில் இங்கே தருகிறேன்:

> முன்னொரு சமயம், சுவாங் சூவாகிய நான், வண்ணத்துப் பூச்சியாக இருப்பதாகக் கனவு கண்டேன். ஆனந்தமாய்ப் பறந்து திரிந்தேன். நான் சுவாங் சூ என்ற போதமேயில்லை. சட்டென்று விழித்தபோது, மீண்டும் சுவாங் சூ ஆகியிருந் தேன். ஆனால், என்னால் சொல்ல முடியவில்லை – வண்ணத்துப்பூச்சியாய் மாறிவிட்டதாகக் கனவு கண்ட சுவாங் சூவா, தன்னைச் சுவாங் சூ என்று கனவு காணும் வண்ணத்துப் பூச்சியா, இப்போது நான் யார்?

பல வருடங்களுக்கு முன்னால் படித்த கதை, பசுமையை இழக்காது நினைவில் தங்கியிருப்பதற்குச் சில காரணங்கள் கண்டுபிடித்து வைத்திருக்கிறேன்.

1. கனவுக்கும் நனவுக்கும் இடைப்பட்ட வெளி, நிரந்தர மாகவே புகைமூட்டமானது என்று நிலைநிறுத்துவது.

2. இந்திய ஞான மரபின் மையக் கருத்துகளில் ஒன்றான அத்வைதத்தை, அறிவின் பளுவை முற்றாகக் கழற்றிவிட்டு, அழகாகவும் நேரடியாகவும் முன்னிறுத்தும் கதை.

3. பார்வை மட்டும் கவித்துவம் செறிந்தது அல்ல, சொல்லி யிருக்கும் விதத்திலும் கவிதை இருக்கிறது.இவ்வளவு ரத்தினச் சுருக்கமாக, கவிதையின் அழகியலோடு சொல்லப்பட்டிராத பட்சத்தில், வெறும் தர்க்கத் துணுக்காக மீந்திருக்கக் கூடும்.

4. ஒன்றுக்கொன்று நிகராக நிறுத்தப்படும் இரண்டு உயிரிகளுக்குள்தான் எத்தனை வித்தியாசம். மென்மை,நுண்மை, பறத்தல், பிரக்ஞைநிலை என்று சகலத்திலும் வெவ்வேறான இரண்டுக்குள் நிகழும் ‘கூடுவிட்டுக் கூடு பாய்தல்’ எந்த அளவு கனவாகவும் நனவாகவும் நிறுவப்படுகிறது!

5. இத்தனை கனமான சமாசாரத்தை, இந்த அளவு குறைவான சொற்களில், இவ்வளவு துலக்கமாய்ச் சொல்லி யிருப்பதன் பின்புலமாகச் செயல்பட்டிருக்கும் கவிமனம் எத்தகையது!

கவனத்தின் மூன்று நிலைகள் விழிப்பு நிலை, உறக்க நிலை, கனவு நிலை ஆகியவை. மூன்றாவது நிலைக்கு ஒரு சிறப்புத்

தன்மை உண்டு. அதில் மட்டுமே பிற இரண்டு நிலைகளின் அழுத்தமான சாயல்கள் நிலவுகின்றன – விழித்திருக்கும்போது அனுபவமாகும் நடைமுறை உலகம் தத்ரூபமாக மலர்வது ஒருபுறம்; உறங்கும்போது உடல் கொள்ளும் செயலின்மையும், நிகழ்வின்மீது கட்டுப்பாடின்மையும் மறுபுறம் என.

அதன் காரணமாகவே, நான் எழுதுவதை நீங்கள் வாசிக்கும் இக்கணத்தில், நீங்கள் ஒரு கனவுக்குள் இல்லை என்பதற்கு நிரூபணம் உண்டா என்ற கேள்வியும் எழுகிறது!

தத்துவமும் சரி, உளவியலும் சரி, கவிதை உள்ளிட்ட புனைவுலகமும் சரி, கனவின் தாழ்வாரத்தை தமது இலக்குகளை அடைவதற்கான கருவியாகத் தொடர்ந்து பயன்படுத்தி வந்திருக்கின்றன. தத்துவ அடிப்படையைக் கொண்டிராத கலை, தான் உருவான காலகட்டத்தில் மட்டும் சிறு சலசலப்பு ஏற்படுத்திவிட்டு மறைவதற்கான வாய்ப்பே அதிகம். மாறாக, தத்துவ விசாரத்தை உள்ளடக்கிய கலை, அடுத்தடுத்த காலகட்ட ஆழ்மனங்களுடன் உரையாடும் வல்லமை கொண்டது. குறிப்பாக, கவிதை.

நோபல் பரிசு பெற்ற ஸ்பானிஷ் கவிஞரான **ஆக்டேவியோ பாஸ்** (1914–1998), மேற்சொன்ன தாஓ குறுங்கதையை ஒட்டி எழுதிய கவிதை ஒன்று படிக்கக் கிடைத்தது. சிறிய கவிதைதான். அதன் மேலோட்டமான தமிழ் வடிவம்:

உதாரணம்

கார்களுக்கிடையே ஒரு
வண்ணத்துப்பூச்சி பறந்துபோனது.
மரியா ஜோஸின் கூற்று இது:
நியூயார்க்குக்குப் பயணம் வந்திருக்கிற
சுவாங் சூ வாகத்தான் இருக்க வேண்டும்.
ஆனால் வண்ணத்துப்பூச்சிக்கு
தான் வண்ணத்துப்பூச்சி என்று தெரியாது.
தான் சுவாங் சூ ஆனதாகக்
கனவு காண்கிறதா
சுவாங் சூ
தன்னை வண்ணத்துப்பூச்சியாகக் கனவு காண்கிறாரா
என்றோகூடத் தெரியாது.
வண்ணத்துப்பூச்சிக்குக் குழப்பமேயில்லை
அது பறந்து போனது.

மீண்டும் தேடி முழுக்கவிதையையும் படித்தபோது வேறொரு விஷயமும் தென்பட்டது. ஞாபகத்தில் தேங்கும் கவிதை வரிகள், மூலக்கவிதையைவிடவும் கச்சிதமானவை, நேரடியானவை, சில சந்தர்ப்பங்களில் அழகானவை! அநேகக் கவிதைகளுக்கும், பெரும்பாலான வாசகர்களுக்கும் பொருந்தக்கூடிய சூத்திரம் இது என்றே தோன்றுகிறது. என் நினைவில் தங்கிய வரிகள் இவ்வாறு இருந்தன:

சூ வுக்குத்தான் குழப்பம்
வண்ணத்துப்பூச்சி
அதுபாட்டுக்குப்
பறந்துகொண்டிருக்கிறது.

சிந்திக்கும் இயந்திரமாக ஆகிவிட்ட மனிதப்பிராணிமீதான விமர்சனமும், சிந்தனையளவில்கூட பூச்சிகளின் சுதந்திரம் மனிதரிடம் இல்லாது போனதற்கு விசனமும் ஒருங்கே கொண்டது பாஸின் கவிதை என்றே நினைத்திருந்தேன்.

ஆனால், இந்தமுறை வாசித்தபோது புலப்பட்டது – ஒன்றுபோலவே தெரியும் இரண்டு படைப்புகள், அல்லது பார்வைகளுக்கு இடையே உள்ள வித்தியாசம்.

சூவின் பார்வை, மனிதன் x வண்ணத்துப்பூச்சி என்ற இரட்டை நிலையைத் தகர்க்க முயல்கிறது. உயர்திணை, அஃறிணை வேறுபாடுகள் வெறும் பார்வை/அனுபவ மயக்கமேயன்றி, மெய்ம்மையின் கூறுகள் அல்ல என்று நிறுவ முயல்கிறது. 'தான்' என்பது வெறும் நிலைமயக்கமன்றி வேறில்லை; உள்ளுறையும் வியக்தி வேறுபாடுகளை அறியாதது என்று காட்ட உத்தேசிக்கிறது.

பாஸின் பார்வையோ, மேற்சொன்ன இரட்டைநிலையை உறுதிசெய்கிறது. சூ, வண்ணத்துப்பூச்சி என்று இரண்டு தனித்துவமான, முழுமையான அமைப்புகள் உண்டு; இரண்டுக்கும் சிந்தனை வேறுபாடும், உணர்வுரீதியான பேதமும்கூட உண்டு என்கிறது. முதலாவது அத்வைதம் பேசுகிறது என்றால், இரண்டாவது த்வைதத்தின் சார்பாக வாதிக்கிறது.

தொகுப்பதற்காக மீண்டும் ஒருமுறை வாசித்தபோது தோன்றியது: சூவுக்கும் எனக்கும் மொழி என்ற பொது அம்சம் இருக்கிறது – தமது குழப்பத்தை சீனத்தின் சித்திர மொழியில் அவர் எழுதிவைக்க, பல்லாண்டு காலம் கழித்து ஆங்கிலம் வழி ஆக்டேவியோ பாஸும், ஏன், நானும்கூட வாசித்துவிட முடிகிறது; ஆனால், வண்ணத்துப்பூச்சியின் குழப்பம் அல்லது அனுபவம் என்ன என்பதை எப்படித் தெரிந்துகொள்வது!

ஒரு வாசகனாக, கால தேச அம்சங்களில் பெரும் இடைவெளி கொண்டிருக்கும், எதிரெதிரான இரண்டு பார்வைகள் எனக்குத் தரும் கிளர்ச்சியும், அவற்றின் கவித்துவ மேன்மையும் ஒன்றுக் கொன்று நிகரானவை!

ஆமாம், வாசக அனுபவத்தின் பரப்பில் பேதம் எதுவுமே கொள்ளாத எதிர்முனைகள் அவை.

3

கவிதையின் தாது

எதிர்முனைகள் எப்போதுமே எதிரெதிராய் இருக்க வேண்டுமென்பதில்லை. கண்ணாடிமுன் பொருளும் பிம்பமும்போல, ஒரே தளத்தில் அவை இருக்கும் சந்தர்ப்பங்கள் அநேகம். 'எதிரெதிர் நிலைப்பாடுகள் கொண்டிருந்தாலும், ஏற்பும் மறுப்புமாய் நின்று வாதித்தாலும், ஆத்திகமும் நாத்திகமும் எந்நேரமும் கடவுள் சிந்தனையில் அமிழ்ந்திருப்பவைதாம்' என்று சொன்னார் ஒரு நண்பர். கேலியாகச் சொன்னார் என்றாலும், 'முனைப்பு' என்ற பொருளில், பொருட்படுத்த வேண்டிய தர்க்கம்தான் அது என்றே பட்டது.

முந்தைய கட்டுரையின் கடைசி வாசகம் இது: 'வாசக அனுபவத்தின் பரப்பில் பேதம் எதுவுமே கொள்ளாத எதிர்முனைகள் அவை.' அதே தன்மை கொண்ட மற்றொரு ஜோடிக் கவிதைகள் பற்றிப் பேசலாம். எழுதப்பட்ட காலத்திலும், மொழியிலும், புவியியல் குறிப்பிலும், கவிதைக்குள் பேசப்படும் சூழலிலும்கூட, ஒன்றுக்கொன்று சம்பந்தமேயற்ற தொலைவு கொண்டவை.

முதலாவது, ஜப்பானியக் கவிதை. நான் எழுத வந்த ஆரம்ப நாட்களில் மொழிபெயர்த்தது. பிரசுரமான பிரதியும், கையெழுத்துப் பிரதியும், எனக்கு வாசிக்கக் கிடைத்த ஆங்கில மூலப் பிரதியும்கூடக் கைவசம் இல்லை. தலைப்பில்லாத கவிதை.

என் மகனுக்கு வயது
இருபதுகூட ஆகவில்லை. ஊர் ஊராகத்

திரிந்து சூதாடுகிறான். அவன்
சூதாடாத பிராந்தியமே கிடையாது.
என் குழந்தையல்லவா
தட்டிச் சொல்ல மனம் இல்லை.
எல்லாம் வல்ல கடற்கடவுளே,
அவனுடைய ஆட்டங்களில்
அவன் தோற்காதிருக்கட்டும்.

Penguin Book of Japanese Verse (பத்தியாக வெளியான கட்டுரையை விரிவாக்க முனைந்தபோது, ஆங்கில வடிவம் ஒன்று இணையத்தில் கிடைத்தது – யதேச்சையாக.)

இப்போது கிடைத்த வடிவத்தை என் ஞாபகத்துடன் ஒப்பிட்டுப் பார்க்க, வரிகளிலும் சொற்களிலும் ஏகப்பட்ட வேறுபாடு. ஆனாலும், கவிதையின் அடியோட்டம் மாறவில்லை. தவிர, நவீன கவிதைக்கு சந்தமோ தாளமோ கிடையாதாகையால், சாரம் மட்டும் என்வயமான வரிவடிவத்தில் மனத்தில் பதிவது சகஜம்தான். நவீன கவிதைப் பரிச்சயம் உள்ள பலருக்கும் இப்படித்தான் நடக்கும் என்றே தோன்றுகிறது!

என் நினைவில், அந்த இளம் சூதாடி கப்பலேறி, கடற்கொள்ளையர்களுடன் திரிந்ததாகக் கவிதை விவரிக்கும். இப்போதைய வடிவத்தில் அப்படியொரு குறிப்பே இல்லை! ஆனாலும், பெற்ற மனம் கடற்கடவுளிடம் பிரார்த்திக்கிறது என்பது, என் நினைவு சரிதான் என்று உறுதிசெய்கிறது! இருந்த போதும், அண்மையில் கிடைத்த வடிவத்தையே இங்கே கொடுத்திருக்கிறேன்.

பெரும்பாலான ஜப்பானியப் பழங்கவிதைகளுக்கு ஒன்றுக்கு மேற்பட்ட மொழிபெயர்ப்புகள் கிடைக்கின்றன. சித்திரமொழியை எழுத்துமொழிக்குப் பெயர்க்கும்போது, அவரவர் அனுமானத்தின்படி வெவ்வேறு பொருள் அமைகிறது. இந்தக் கவிதை, 'ரியோஜின் ஹிஷோ' என்ற, பாடல் தொகைநூலில் உள்ளது என்கிறது குறிப்பு. பனிரண்டாம் நூற்றாண்டைச் சேர்ந்த, சக்கரவர்த்தி **கோ–ஷிராகாவா** எழுதிய இருபது நூல்களில் ஒன்றில் இடம்பெற்ற பாடல் இது. தொகுப்பின் பெரும்பாலான பாடல்கள் **இமயோ** என்ற பா வடிவத்தவை – பலவும், அரசவை நர்த்தகிகள், பாடகிகள் மற்றும் தாசியரால் வழங்கப்பட்டவை என்கிறது. பாடல்கள் ஆங்கிலத்திலும் மரபான சந்த அமைப்பில் இல்லாததாலும், கவிதையின் உயரத்தை எட்டும் பாடல் என்று தோன்றியதாலும், தமிழ் நவீன கவிதை போன்றே உருவமைத்திருக்கிறேன்.

உருவத்திலும் மொழிபெயர்ப்புகளிலும் தென்படும் வேறுபாடு கிடக்கட்டும். முதன்முறை வாசித்தபோதே, கவிதைசொல்லி,

உடனடியாக எனக்குப் பரிச்சயமானவராகிவிட்டார்! முதல் வாசிப்பில், பிள்ளைப் பிராயத்தில் நான் பறிகொடுத்த எனது தகப்பனாராகவே இருந்தார். மனம் முழுக்கத் துயரமாக நிரம்பினார்.

எனக்கே ஓர் ஆண்குழந்தை பிறந்து, நடைமுறை வாழ்வின் பல்வேறு முனைகளில் நான் செய்தவற்றின் நகல்களை நிகழ்த்திக் காட்டுபவனாக வளர்ந்து, முற்றிய வாலிபனாய் என்முன் நிற்கும் நாட்களுக்கு வந்துசேர்ந்த பாட்டையில், சிறுகச் சிறுக நானே, மேற்படி ஜப்பானியக் கவிதையை மானசீகமாகத் தன்மை ஒருமையில் ஒலித்துக்கொள்ளும் கவிதைசொல்லியாக உருமாறிவிட்டிருக்கிறேன்!

ஆக, வாசிப்பவர் வளரும்போதும், மாறும்போதும், இடம் பெயரும்போதும், தான் சற்றும் மாற்றம் கொள்ளாத அனுபவநிலையாகக் கவிதையின் தாது உறுதிப்பட்டிருக்கிறது...

மற்றது, புறநானூற்றுக் கவிதை.

சிற்றில் நற்றூண் பற்றி, நின்மகன்
யாண்டு உளனோ என வினவுதி என் மகன்
யாண்டுளன் ஆயினும் அறியேன் ஓரும்
புலி சேர்ந்து போகிய கல்அளை போல,
ஈன்ற வயிறோ இதுவே;
தோன்றுவன் மாதோ, போர்க்களத்தானே!

காவற்பெண்டு, புறநானூறு, பாடல் 86

'உன் மகன் எங்கே இருக்கிறான் என்று கேட்கிறாய். எனக்குத் தெரியாது, ஆனால், போர்க்களத்துக்கு நிச்சயம் வந்துசேருவான்; அந்தப் புலி இருந்து சென்ற கற்குகை என் வயிறுதான் என்பதை மட்டும் நிச்சயமாய்ச் சொல்வேன்' என்று தோராயமாய்ப் பொருள் கொள்ளலாம்.

'சிற்றிலி'ல் வசிப்பவளானாலும், மகன் சம்பந்தமாக எத்தகைய பெருமிதம் மிளிர்கிறது அவள் கூற்றில்! மகனைப் பற்றி மாத்திரமல்ல, தன் வயிற்றின் உறுதி பற்றியும் பெருமையாகச் சொல்கிறாள் கவிதைசொல்லி – இவன் மட்டுமல்ல, இன்னும் எத்தனை குழந்தைகள் பிறந்தாலும், அவற்றின் குணாம்சத்தில் இதே தன்மை இருக்கும் என்று மறைமுகப் பெருமிதத்தையும் வெளிப்படுத்துகிறாள்! 'சிற்றிலின் நற்தூண் பற்றி' நிற்கும் காட்சிதான் எத்தனை சுருக்கமாக, எத்தனை துல்லியமாகத் தென்படுகிறது!

இரண்டு கவிதைகளையும் ஒரே சமயத்தில் படிக்கவில்லை, பல ஆண்டுகள் இடைவெளியிருந்தது. எதை முன்னதாகப் படித்தேன் என்பதும் நினைவிலில்லை. ஆனால், இரண்டாவதைப் படித்த மாத்திரத்தில் மற்றது நினைவில் மேலெழும்பியது.

ஆமாம், வெவ்வேறு நாடுகளில், வெவ்வேறு மொழிகளில், வெவ்வேறு காலகட்டத்தில் – ஆனால் ஒரே மனோவேளையில் உதித்த கவிதைகள் இவை என்று சொல்லத் தோன்றுகிறது. அவற்றை இருவேறு தருணங்களில் படித்துணர்ந்த அதே வேளையில். என் உணர்கொம்பு நுகர்ந்து பரவசமுற்றதும் அந்த ஒற்றை வேளையைத்தான் என்றே கொள்கிறேன்.

என்னளவில், சிறந்த கவிதைக்கான உரைகல் இது. ஒரு முறை படித்து, உள்ளே தைத்த பின், எவ்வளவு காலமானாலும் நினைவைவிட்டு அகலாதிருக்க வேண்டும்; கிடைக்கும் சந்தர்ப்பத்திலெல்லாம் மேலெழுந்து முகம் காட்ட வேண்டும்; ஒவ்வொரு முறை நினைவு வரும்போதும், முதன்முறை கொடுத்த அதே கிளர்ச்சியை அளிக்க வேண்டும்; புதிய புதிய கோணங்களை நிறுவிக் காட்ட வேண்டும். ஏற்கனவே சொன்ன மாதிரி, நவீன கவிதையின் சந்தமின்மை காரணமாக, வரிகள் சுலபமாக மனனமாகாவிட்டாலும், கவிதை வழங்கிய தருணம் மனத்தில் நிரந்தரமாகத் தங்கிவிட வேண்டும்...

மேற்சொன்ன கவிதைகள் இரண்டுமே விளக்கம் தேவைப் படாதவை. பிள்ளைப் பாசத்தின் சித்திரங்கள். இவற்றில் என்னை வசீகரிக்கும் இன்னொரு அம்சமும் உண்டு. பெற்ற மனம் கொள்ளும் உணர்வு பற்றிய ஒப்புமை ஒரு புறம் என்றால், அடித்தளம் மாறாதிருந்தாலும், மேல்தளத்தில் இரண்டுக்கும் உள்ள வேறுபாடுகளின் அகப்பெறுமானம்.

ஒன்றில் வீரம், பெருமிதம், புலிக்குகை என்னும் உருவகம் என்று புராதனக் கவிதைக்கே உரித்தான சேர்மானங்கள் நிரம்பி யுள்ளன. தமிழ் மரபின் பொதுச் சமூகம் உருவாக்கி வளர்த்தெடுத்த, இன்றையப் பொதுமனமும் பரவலாக ஏற்கக்கூடிய அம்சங்கள்.

மற்றைய கவிதை இயங்கும் களம் முழுக்க முழுக்க நேரெதிரானது. சூதாடுதல், அமைப்புக்குள் அடங்க மறுக்கும் கலகம், வசப்படுத்த முடியாமல் பொருமும் பெற்றமனத்தின் கலக்கம் என நேரெதிர் முனையில் நிகழ்வது. அங்கீகாரத்துக்குள் வர இயலாத, அதனால் கட்டுப்பாட்டுக்குள் அகப்படாத அம்சங்களை அடுக்குவது – அதாவது, தான் நாகரிகமுற்றதாக நம்பும் பொதுச் சமூகம் ஏற்க விரும்பாத அம்சங்களை.

கவிதை வழங்கும் அனுபவம் நுட்பமானது. நுண்மை யானது. அதை உணர்வுகொள்ளும் புலத்தில் கிட்டத்தட்ட ஒரே நுகர்முனைதான் செயல்படுகிறது என்றே படுகிறது – அவரவர் கவிதைவிழைவுக்கு ஏற்றவாறு.

முன்பே சொன்னமாதிரி, கால – தேச அடையாளங்களுக்கு வெளியில் இயங்குகிறது கவிதை என்பதற்கான இன்னொரு ஜோடி நிரூபணம் இது. தவிர, கவிதையில் காலங்காலமாக நேரிட்டுவரும் மாற்றங்கள் அதன் மொழியமைப்பு, அடுக்குமானம் மற்றும் வரிவடிவத்தில் நிகழ்பவைதாமே தவிர, கவிதையின் தாது மாறுவதற்கில்லை; எல்லாக் காலத்துக்குமான கவிதை என ஒன்று உண்டு – அது எப்போதுமே தன் உருவத்தை மீறியது என்பதற்கும்தான்.

4

தனித்தனி அச்சுகளும் வார்ப்புகளும்

கவிதையும் உரைநடையும் தன்னியல்பாகவே வெவ்வேறு அச்சுகளில் சுழல்பவை. இரண்டும் செயல்படுவது புனைவு என்ற ஒரே புலத்தில் என்றாலும், சக்கரங்களுமே வெவ்வேறுதான். எல்லாவிதப் பாண்டங்களையும் வடித்துத் தரும் குயவனின் சக்கரம்போல ஒற்றைத்தன்மை கொண்டவை அல்ல, இலக்கியமும் மொழியும்.

ஆனால், கவிதையும் சரி, உரைநடையும் சரி, மற்றதின் கம்பத்தில் தன்னுடைய கொடியைப் பறக்கவிடும் அந்தரங்க ஆசையும் உந்துதலும் கொண்டவை! எண்பதுகளின் இறுதியில் 'கவிதை, உரைநடை என இரண்டு கிடையாது' என்ற குரல் ஆவேசமாகத் தமிழில் ஒலித்தது.

அந்தக் குரல் செய்துகொடுத்த ஒரே வசதி, தீவிர நோக்கம் கொண்ட புனைவெழுத்து பொது ஓட்டத்தின், வணிக எழுத்தின் சாயலை நெருங்கச் செய்ததுதான். நவீனத்துவ எழுத்து போதபூர்வ மாகவே உரைநடைப் புனைவுகளுக்குள் உருவாக்கி வந்த, ரகசியங்கள் அடர்ந்த பாணியைத் தளர்த்திக் கொடுத்த குரல் அது. கவிதையிலும், அதுகாறும் நிலவிவந்த இறுக்கமான சொல்முறையை ஓரளவு தளர்த்திக்கொடுத்தது. ஒரு அர்த்தத்தில், இரண்டு வடிவங்களையும் ஜனநாயகப்படுத்திய குரல்.

கலைச் செயல்பாடுகளில் ஜனநாயகம் என்பது, போலிகளையும் பதர்களையும் சேர்த்தே பிறப்பிக்கும் – தவிர்க்கவியலாதபடி. இன்று

ஃபேஸ்புக்கில் பிரவாகமெடுக்கும் கவிதைகளில் கவிப்பெறுமானம் உள்ளவற்றின் சதவீதம் எவ்வளவு குறைவாக இருக்கிறது...

ஆனால், சொல்முறை மட்டுமே ஒற்றுமை. இரண்டு வடிவங்களும் வழங்கும் ஆழ்தள அனுபவம் வெவ்வேறாகத்தான் இருந்து வந்திருக்கிறது; இருக்க முடியும் என்றே சொல்ல வேண்டும். தமது உயிர்த்தளத்திலும் சரி, அதன் சான்றான வெளிப்பாட்டு அளவிலும் சரி, கவிதையும் உரைநடையும் முழுக்கவே வெவ்வே றானவை – சிட்டுக்குருவியும் காண்டாமிருகமும் போல.

கவிதையின் எல்லையை எட்டிவிட முற்படுகிற ஏகப்பட்ட வாக்கியங்களை, படிமங்களை முன்னோடிகள் எழுதிக் காட்டியிருக்கிறார்கள். இன்றுவரை நினைவில் இருந்துகொண்டே யிருக்கும் லா.ச.ரா. வாக்கியம் ஒன்று:

> அவளுடைய வீணையில் ஸ்வரப் பந்துகள் குவிகின்றன
> குலைகின்றன குழைகின்றன குமைகின்றன.

'ஸ்வரப் பந்து' என்ற உருவகமும், ஒவ்வொரு சொல்லும் ஒரே முதலெழுத்தில் ஆரம்பிப்பதும், எளிதில் காட்சி ஆக முடியாததைக் காட்சிப்படுத்த விழையும் உத்வேகமும் கவிதைச் சாயலை ஏற்படுத்தத்தான் செய்கின்றன.

என்றாலும். இது கவித்துவம் வாய்ந்த படிமம் மட்டுமே. கவிதையின் முழுமையை எட்டுவது அல்ல. காட்சிக்குள் உட்பிரதி என்ற ஒன்றே இல்லை; அடுக்கப்படுகிறவற்றில், ஒன்றைக்கூட வாசக மனம் தனக்குள் வனைந்து பார்க்க முடியாது; சொற்களில் மட்டுமே நிகழும் காட்சி. அலங்காரமாக ஒலிக்கின்றனவே தவிர, உணர்வெழுச்சியை நிகழ்த்த முனைவதில்லை என்றெல்லாம் காரணங்கள் சொல்லிக்கொண்டே போகலாம்.

லா.ச.ரா.வின் இன்னொரு சிறுகதையின் ஆரம்பத்தில் இப்படியொரு வாக்கியத்தை வாசித்த நினைவு வருகிறது. அலங்காரமற்ற நேரடி வாக்கியம்.

> இன்று அவள், யானைத் தலை அளவு பெரிய பூச்செண்டு
> டன் என்னைப் பார்க்க வந்தாள்.

கிளர்ச்சி தந்த உவமை. கவிதையின் தளத்துக்குள் ஒரு காலை ஊன்ற முனைவது. முழுமையான காட்சி அனுபவம். ஆனாலும், மேற்செல்ல முற்படாமல், தனக்குள்ளேயே முடங்கி முடிவது.

இன்னொரு உதாரணம், மௌனியின் **பிரக்ஞை வெளியில்** கதையில் இடம்பெறும் படிமம்.

> நீங்கள் ஊஞ்சல் ஆடுவது உண்டோ. ஊஞ்சல் விளையாட்டுத் தெரியுமோ ? சிறு வயதில் அப்படியாக ஒருவரை ஒருவர் ஊஞ்சலில் வைத்து, நீங்கள் வீசி ஆட்டி விளையாடி இருக்கலாம். வேகத்தில், கிட்டவும் எட்டவும், ஆட்டுபவருக்கு ஊஞ்சலில் இருப்பவர்கள் வந்து போய்க்கொண்டிருப்பார்கள். கிட்ட ஒருவராகவும், எட்ட ஒருவராகவும் ஊஞ்சலில் இருப்பவர் ஒருவரே தோற்றம் கொடுத்தால், அந்த ஊஞ்சல் விளையாட்டு இன்னும் எவ்வளவு விநோதமாகத் தோன்றும் ?

புனைகதையின் பகுதியான இந்தப் பத்தி, உரைநடைக் கவிதை*யின் முழுமையான சாயல் கொண்டது. ஆனால், இதன் பின்னுள்ள தொனி, உரைநடைக்கே அருகில் இருக்கிறது.

உரைநடை முற்றுவாக்கியங்களால் ஆனது. மௌனியின் மேற்சொன்ன படிமம் முடியுமிடத்தில், அது தெரிவிக்க விரும்பும் செய்தியும் முடிந்துவிடுகிறது. உள்மடிப்பாக, ஒருவித மனநிலை, அதன் வெளித்தெரியாத உல்லாசம், தெரிவிக்கப்படுகிறது என்று வேண்டுமானால் கொள்ளலாம்.

கவிதையில் தலைகீழாக நடக்கும். ஆம், கவிதை முடிவுறாத வாக்கியங்களால் ஆனது; பொருள்ரீதியாக, இலக்கணரீதியாக முடிந்துவிட்டிருந்தாலும், அனுபவரீதியாக முடிவுறாதவை. மிகப் பிரபலமான,

> இருக்கவென்றுதான் வந்தோம்
> இல்லாமல் போகிறோம்.

என்ற நகுலனின் வரியை நினைவுகூரலாம். மொழியளவில் முடிந்துவிடும் வாக்கியத்தின் அர்த்த சாத்தியம் முடிவற்று நீள்கிறது. அநேக சந்தர்ப்பங்களில், கவிதையின் வாக்கியங்களுக்குள் பொதிந்திருக்கும் அர்த்தவிரிவை, வாசகமனமே தனக்குள் நீட்டித்துப் பார்க்க வேண்டிவரும்.

இதன் காரணமாக, கவிதை வரிகளுக்குள் சூத்திரம் போன்ற ஒருவகை ரகசியமும், சிலவேளை உச்சாடனம்போன்ற ஒலித்தன்மையும்; வாசக மனத்தில் ஒரு தற்தொடர்ச்சியும்

---

* ஏதோ ஒரு கட்டுரையில் proem என்ற பிரயோகத்தைக் காணக் கிடைத்தது. நிச்சயம் கவிதை மொழிதலின் ஒரு வகைமையாகவே முன்வைக்கப்பட்ட சொல்.

ஆனால், கவிதைப்புலத்தில் அந்தச் சொல்லும் வகைமையும்கூட இன்னும் பரவலாகவில்லை. அகராதிகளில், 'ஒரு நூலுக்கோ, உரைக்கோ முற்கூற்று' என்கிற மாதிரிப் பொருள் கிடைக்கிறது – image என்ற சொல்லின் அகராதிப் பொருளும், இலக்கியக் குழூஉக்குறியாக அது சுமக்கும் 'படிமம்' என்ற பொருளும் வெவ்வேறு என்கிற மாதிரி.

சேர்ந்துவிடுகின்றன. உரைநடையில் முடிந்த வாக்கியங்களைத் தொடரும் ‘சிந்தனை’க்கு மாறாக, கவிதை வரிகளின் இலக்கண முழுமைக்குப் பின்னரும் நீள்வது, ‘அனுபவத் தொடர்ச்சி’.

Plain poetry, Anti-poetry (வெற்றுக் கவிதை, எதிர்கவிதை?!) போன்ற வகைமைகள் உரைநடையின் தத்ரூபமான சாயலைக் கொண்டிருந்தாலும், மேற்சொன்ன வேறுபாட்டின் வழியாகவே, தம்மைக் கவிதையாக நிறுவிக்கொள்கின்றன. அதாவது, புறவடிவத்தில், புழக்கத்திலுள்ள கவிதையுருவத்துக்கு எதிரானவைபோலக் காட்டிக்கொண்டாலும், அந்தரங்கத்தில் கவிதையின் தாதுவை விசுவாசமாகத் தக்க வைத்திருப்பவை. அதனாலேயே கவிதையாக இனம் காணப்படுபவை.

இறுதியாக இன்னொன்றும் சொல்ல வேண்டும். தன்வயமாகவோ, புற உலகின் தூண்டுதல் பெற்றோ படைப்பு மனத்துக்கு ஓர் அனுபவம் சித்திக்கிறது. அனுபவத்தின் பளுவைத் தாங்க மாட்டாத சிருஷ்டிகரம், அதன் ஆழமான மற்றும் அளவற்ற பொதுத்தன்மை கருதி, வாசக மனத்தின்வழியாக மனித குலத்துடன் பகிர்ந்துகொள்ள நினைக்கிறது,

அனுபவம் குறிப்பாக ஒரு வடிவத்தைத் தேர்ந்துகொள்ளும் செயல்பாடு, முழுக்க முழுக்கப் பிரக்ஞைபூர்வமானது அல்ல. புனைவெழுத்தின் ஒன்றுக்கு மேற்பட்ட வடிவங்களில் எழுத முனைந்தவர்களுக்கு இது சுலபமாகப் புரியும். சொல்ல ஆரம்பித்தபின், அனுபவத்தின் கருமையத்தை எட்டுவது ஒத்திப்போடப்படும்போது, உரைநடை தொடங்குகிறது. கரு மையம், உச்சபட்சத் தொலைவுக்கு நகர்ந்துவிடும்போது நாவல் போன்ற பெருவடிவம் பிறக்கிறது.

இதற்கு எதிர்முனையில், அனுபவத்தை உடனடியாக நிகழ்த்திக் காட்டிவிடும், உணரவைத்துவிடும் நெருக்கடியைக் கவிதை எனும் மகாவடிவம் மேற்கொள்கிறது. அதன் காரணமாகவே, சுருங்கச் சொல்லப் பயின்றிருக்கிறது அது.

கவிதைக்கும் உரைநடைக்குமான வேறுபாட்டை நேரடியாக உணர்த்தும் இன்னொரு சந்தர்ப்பம்:

டால்ஸ்டாயின் *How much land does a Man need?* என்ற கதை பிரசித்தி பெற்றது. தமிழில் ‘ஆறடி நிலம்’ என்ற தலைப்பில் வாசித்த நினைவு. இந்தக் கதையை அறியாத உலக இலக்கிய வாசகர் அநேகமாக இருக்கவே மாட்டார். சூரியோதயத்தில் தொடங்கி, அஸ்தமனத்துக்குள் எவ்வளவு தொலைவைக் கடக்கிறானோ அவ்வளவு நிலம் அவனுக்கே சொந்தமாகும் என்ற ஏற்பாட்டின்

பேரில் புறப்படும் குடியானவன், அதிகபட்ச நிலத்தைக் கையகப் படுத்தும் வேட்கையுடன் வெகுதூரம் கடந்துசெல்கிறான்.

குறித்த நேரத்துக்குள் திரும்பிவிட வேண்டும் என்று நிபந்தனை. பொழுது சாயத்தொடங்கியதும் திரும்பிவர முற்படுகிறவன், பொழுதுக்குள் திரும்பிவிட வேண்டுமே என்ற பதற்றத்தில் நெஞ்சு வெடிக்க ஓடிவந்து இறந்து வீழ்வதுதான் கதை. இறுதியில்,'அவனை அடக்கம் செய்ய ஆறடி நிலமே தேவைப் பட்டது' என்று முடியும். இரண்டு சகோதரிகள் அவரவர் வாழ்வின் அந்தஸ்து குறித்து உரையாடுவதில் ஆரம்பிக்கும் கதை.

இந்தக் கதை நினைவுவரும்போதெல்லாம், தவறாமல் நினைவுவரும் கவிதையொன்று உண்டு.

பிறகு

உடல் ஊனமுற்றோர்,
தொழுநோயாளர், குழந்தைகள்,
பெண்டிர், முதியோர் நீக்கிச்
சண்டைக்குப் போனாலும்
பலகோடிப் பேர்கள்
படையில் சேருகிறார்

அவரவர் வானம்
அவரவர்க்கேயானாலும்
அடியாமல் பிடியாமல்
வசப்படவழியில்லை.

வண்ணநிலவன், வண்ணநிலவன் கவிதைகள், பக் 22

அத்தனை பாத்திரங்களும், கற்பிதமான சந்தர்ப்பமும் என ஏகப்பட்ட பக்கங்களில் நிகழ்ந்து முடியும் கதையின் சாராம்சத்தை, மேற்சொன்ன கவிதையின் கடைசி நான்கு வரிகள் பூரணமாய்ச் சொல்கின்றன. இறுதியில் ஒருவருக்குத் தேவை வெறும் ஆறடி நிலமேதான் என்றாலும், அதைக்கூட ஈட்டுவது அத்தனை சுலபமில்லை என்று எடுத்துச்சொல்லும் வரிகள். நடைமுறை வாழ்வைப் பெரும் சுமையாக ஆக்கிக் காட்டும் கவிதை.

டால்ஸ்டாயின் கதையில் இயல்பாக நிறுவப்படுவது ஒரு சமன்பாடு. வண்ணநிலவனின் கவிதை முடியுமிடத்தில் வாசகரிடம் கிளர்த்துவது, நீண்ட பெருமூச்சு! அந்தக் கதை, தனிமனிதப் பேராசை விளைவிக்கும் நடைமுறைப் பெருநஷ்டத்தைப் பேசுகிறது; கவிதையோ, ஒட்டுமொத்த மனிதகுலத்துக்கான இருத்தலியல் துக்கத்தைப் பேசுகிறது. கவிதைக்கும் உரைநடைக்குமான இன்னொரு வித்தியாசம் என்றுகூட இதைக் கொள்ளலாம்...

5

கவிதையின் கவிதை

கவிதைக்கென்று தனி ஞாபகத் தொகுப்பு இருக்க முடியுமா என்ன! கவிதைக்குள் புழங்கும் பல்வேறு தரப்புகளைச் சேர்ந்த தனிநபர்களின் அனுபவம் மற்றும் செயல்பாட்டுக் கிடங்கே அதன் நினைவுப் பெட்டகமாக ஆகிறது. அவர்கள் வழியாக, தன்னைப் பற்றிய மறுமதிப்பீட்டையும், தனது உத்தேசத்தையும், தனது வல்லமையையும், தன் இருப்பின் நியாயத்தையும் தானே எடுத்துரைக்கிறது கவிதை.

இதேவிதமாக, தன்னைப் பற்றித் தானே நிலையறிவிக்கவும் செய்கிறது!

ஆமாம், கவிதை பற்றிய கவிதை எழுதப் படாத ஒரேயொரு மொழிச்சூழல்கூட இருக்காது. அநேகமாக, தனது கவிதை பற்றி வெளிப்படை யான பிரகடனம் செய்யாத கவிஞனும் இருக்க வாய்ப்பில்லை. ஆரம்பநிலைக் கவிதைகளில் அநேகம், தன்னிலையறிவிப்பாக இருப்பதில் ஆச்சரியமுமில்லை.

நவீன தமிழ்க் கவிதை ஆரம்பகட்டத்திலேயே உள்முகமாகத் திரும்பிவிட்டது. கோட்பாடு சார்ந்த கவிதைகள், குறிப்பாக இடதுசாரிக் கவிதைகள், விதிவிலக்கு. அவற்றில் வீரமும் நம்பிக்கையும் பொங்கும். மற்றபடி, கவிதைக்குள் குரலெழுப்ப வந்த ஆசாமி தீனனே. நவீன யுகம் சார்ந்த, நவீனத்துவ கால பலவீனன்.

நவீனகாலத் தமிழ்க் கவிஞன் தீனமான குரலில், தன்னால் தாளமுடியாத முரண்களை, நிம்மதியின்மையைப் பேசுவதிலேயே பொழுது கழித்தவன். தத்துவார்த்தக் கையறுநிலையைப் பேசியது முதல் காலகட்டம் என்றால், தனிமனித உறவுநிலை சார்ந்த போதாமைகளையும் நிராசையையும் பேசியது அடுத்த காலகட்டம். இந்த இடத்துக்கு வந்து சேர்ந்தபோது, கவிதைமொழியில் எளிமையும் கைகூடியது.

தமிழ் தீன மனத்தின் உச்சம் என்று கல்யாண்ஜியின் கவிதையுலகைச் சொல்லலாம். அவரது சிறுகதைகளுக்கு வெகு அருகில் கட்டியமைக்கப்பட்டது. அவருடைய எந்தக் கவிதையும், அவரது சிறுகதையின் ஒரு பத்தியாக அமைந்துவிடுமளவு ஒருமை கொண்டது கல்யாண்ஜி என்ற வண்ணதாசனின் படைப்புலகம்.

எனக்குப் பிடித்த அவருடைய கவிதைகளில் ஒன்று. தன்னை விமர்சனம் செய்த, முகமற்ற எதிரியின் வார்த்தைகளை மேற்கோள் காட்டித் தொடங்கித் தொடர்வது:

உன் வரிகள்
தட்டையானது
மூன்றாம் நான்காம்
பரிமாணமற்றது

தரிசனமற்றது...
எந்தப் பக்கம் சாய்வென்று
இடத்தை காட்டாதது.
கிழிக்கும் முள்ளின்
அழகை பாடுவது.

தொங்கும் புள்ளியற்ற
வெறும் சித்திர வரிசை.

கோஷம் எதுவும் போடாமல்
கோஷத்திற்கு எதிர்
கோஷம் தேடாமல்
நடைபாதையில் நின்று
ஊர்வலம் பார்ப்பது.
சுவடற்றது.

சரித்திரம் சொல்லும்
இயக்க விதிகளுக்கு
இணங்காதது.
காலம் திணிக்கும்
பொறுப்புகளைப்
புறக்கணிப்பது.

வீட்டு வேலி மூங்கிலில்
மத்தியானம் உட்கார்ந்திருக்கும்

மீன்கொத்தி போல
இடம் பொருள் ஏவல் அற்றது.

வாஸ்தவம்
எல்லாவற்றுடன்
இதையும் சேர்த்துக் கொள்ளுங்கள்.

என் வரி
உண்மையானது.
பாசாங்கற்றது.

கல்யாண்ஜி, கல்யாண்ஜி கவிதைகள்,
வ உ சி நூலகம், பக் 62

கவிதைபற்றிய கவிதைபோலத் தென்பட்டாலும் கவிதை சொல்லியின் தன்னிலை விளக்கமாக ஒலிக்கும் கவிதை இது. எதிலும் பங்கேற்காமல், சகலத்தையும் வெளியிலிருந்து வேடிக்கை பார்க்கும் தன்னிலை. கவிதைக்கு வெளியிலும், நடைமுறை வாழ்வில் தான் எப்படிப்பட்டவன் என்பதை விளக்குவதாக அமைந்த கவிதை. மேலதிக அர்த்தமாய், தனக்கு எதிராகப் பேசும் குரல்களின் வாக்கியங்கள் பற்றிய விமர்சனமாகவும் திகழ்வது.

சூழ நின்று கருத்துரைப்பவர்கள் வெவ்வேறு விதமான ஆட்கள். கோஷம் சம்பந்தமான புகாரும், வீட்டு வேலி மூங்கிலில் அசந்தர்ப்பமாக உட்கார்ந்திருக்கும் மீன்கொத்தி பற்றிய உவமையும் ஒரே நபரிடமிருந்து வருவதற்கில்லை. கடைசி மூன்று வரிகள், இதுவரை தன்னை விமர்சித்த அனைவரையும் ஒரே சரத்தில் கோத்து, அவர்கள் மீதான தனது கருத்தை ஆவேசமாக முன்வைக்கிறது.

கல்யாண்ஜியின் எந்தவொரு கவிதையையும் போலவே, விளக்கம் தேவைப்படாத கவிதை.

கவிதை எழுதத் தொடங்கிய ஆரம்ப காலத்தில் எனக்குள் ஆழப் பதிந்த பாடம் போன்ற வரிகள். கவிதை பற்றிய ஒரு கோட்பாட்டை, நுட்பத்தை, ஏன், விழுமியத்தை கவிதையிடமே கற்றுக்கொள்வது சிறப்புதானே!

அந்தக் கடைசி வரிகள் இன்றுவரை நினைவில் இருப்பதற்கான இன்னொரு முக்கியக் காரணமும் உண்டு; கவிதை சொல்கிற நபரின் குணபாவத்தைத் தெரியப்படுத்தும் உட்பிரதி நேரடியாகத் தெரிய வந்ததும், அதைக் கண்டுபிடிக்கும் வித்தை எனக்குக் கைவந்துவிட்டது போலிருக்கிறதே என்று நான் அடைந்த ஆச்சரியமும்!

கவிதைக்குள் செயல்படும் கவிதைசொல்லிக்கு மட்டுமின்றி, கவிஞனின் ஆளுமைக்கான குறியீடாகவும் தென்படும் உருவகம், வாசகனின் ஆளுமையிலும் நுண்ணிய சலனத்தை விளைவிக்கக் கூடியது. எளிமை, நேரடித்தன்மை, உணர்ச்சி மிகுந்த சொற்கள் போன்ற சேர்மானங்கள் காரணமாக, தமிழ் நவீன கவிதையின் நுழைவாசலில் வந்து நிற்கும் ஆரம்பநிலை வாசகனை ஆதுரமாய்க் கைபிடித்து உள்ளே இழுத்துச் செல்பவை கல்யாண்ஜியின் கவிதைகள்.

மொழிச்சூழலில் முதிர்ச்சியும், கவிதைகளின் போக்கில் உறுதியும் அதிகரிக்கும்போது, தன்னைப் பற்றிப் பேசும் கவிதைகளின் எண்ணிக்கை சகஜமாகக் குறைந்துவிடும். அந் நிலையில், 'கவிதை பற்றிய கவிதை'மீது ஒருவித சலிப்பும் அவநம்பிக்கையும் வாசகனிடத்தில் ஊறக்கூடும். 'நான் பிரமாதமாகப் பாடுவேன், அற்புதமாகப் பாடுவேன்' என்று சதா கூவிக்கொண்டிருப்பவனிடம், 'அதெல்லாம் சரி, கொஞ்சம் பாடிக் காட்டப்பா' என்று சொல்லத் தோன்றும்தானே!

எண்பதுகளில் மிகப் பிரபலமாய் இருந்த, **மு மேத்தா**வின் **கண்ணீர்ப் பூக்கள்** தொகுப்பில் இடம்பெற்ற கவிதை நினைவு வருகிறது.

> 'இந்த/ பூமி உருண்டையைப்/ புரட்டிவிடக்கூடிய/ நெம்புகோல் கவிதையை/ உங்களில்/ யார் பாடப் போகிறீர்கள்?'

என்று கேட்கும் அது. வானம்பாடி இயக்கத்தின் முத்திரைக்கவிதை களில் ஒன்று. 'ஏன், இவர் என்ன செய்யப்போகிறாராம்?' என்று கவிதை வாசகனான என் கல்லூரி நண்பன் கிண்டலடித்ததும் நினைவு வருகிறது!

இருந்தாலும், கவிதை தன்னைப் பற்றிப் பேசுவதை அறுதியாக நிறுத்தி விடாது என்றே படுகிறது; அவ்வேளைகளில், தன்னைக் குறியீடாக ஆக்கி, மொழியின் அடிப்படைத் தாது பற்றியும், மொழியைப் புழங்கும் கூர்மனம் பற்றியும் விசாரிக்க முனையும்.

இன்னும் சில வேளைகளில் கவிஞன் தன்னைப் பற்றிக் கூறும் வாசகங்கள், தனிநபரின் தன்னிலை விளக்கமாக இல்லாமல், தனது கவிதை பற்றிய பிரகடனமாகவும் இல்லாமல், கவிதை என்ற பெருந்தளம் பற்றிய விவரணையாக ஆகவும் செய்யும். உள்முகமாகத் திரும்பிய கவிதைக்கும், தனிப்பட்ட விழைவுகளின்

வழியாகவேகூட, தன்னை மீறிய புறப்பரப்பைப் பற்றி விசாரம் கொள்ளும் திறந்த கவிதைக்குமான வேறுபாடு அது.

போலந்துக் கவிஞரான **டேட்யூஸ் ரோஸ்விக்ஸின்** *(1921–2014)* ஒரு கவிதை. இரண்டாம் உலகப்போருக்குப் பின் உதயமான ஐரோப்பியக் கவிமனத்தின் வரிகளாக மட்டும் மீந்துவிடாமல், எல்லாக் காலத்துக்குமான கவிதையைப் பற்றிய பார்வையாக தொனிப்பது.

கவிஞன் என்பவன் யார்

கவிஞன் என்பவன் கவிதை எழுதுகிறவன்
கவிஞன் என்பவன் கவிதை எழுதாமல் இருக்கிறவன்

கவிஞன் என்பவன் தளைகளைத் தகர்ப்பவன்
கவிஞன் என்பவன் தளைகளைப் பூணுகிறவன்

கவிஞன் என்பவன் நம்புகிறவன்
கவிஞன் என்பவன் நம்பமுடியாமல் போகிறவன்

கவிஞன் என்பவன் பொய் சொன்னவன்
கவிஞன் என்பவன் பொய்களைப் பெற்றுக் கொண்டவன்

வீழ முனைபவன்
தன்னைத்தானே உயர்த்திக் கொள்கிறவன்

கவிஞன் என்பவன் விலகிப் போக முயல்பவன்
கவிஞன் என்பவன் விலகவே இயலாதவனும் கூட

எது செய்தாலும், செய்யாமலிருந்தாலும் ஒருவர் கவிஞராக இருப்பதைத் தவிர வேறு தேர்வே இல்லை என்று அறிவிக்கும் கவிதை! மனித குலம் தோன்றிய நாளிலிருந்து இன்றுவரை பிறந்து இறந்த, மீந்திருக்கிற, சகலருமே கவிஞர்கள்தாம் என்பதும், மொழிக்குள் உதித்த வாக்கியங்கள் அனைத்துமே கவிதைதான் என்பதும், வெகு சுவாரசியமான கோணம் அல்லவா!

இன்னொன்றும் சொல்லலாம், எல்லாவற்றையும் செய்ய முடிந்தவனாகவும், எதுவுமே செய்ய இயலாதவனாகவும் இக் கவிதையில் உருவெடுக்கும் கவிஞன் விசுவரூபியாய் இருக்கிறான். கிட்டத்தட்ட, கடவுள் மாதிரியே தெரிகிறான் – அவருக்கு இருக்கும் அதே சிக்கல்களில் மாட்டி உழல்கிறவனாகவும்தான்!

6

எப்பவாவது

எழுத்திலக்கிய வடிவங்களிலேயே ஆகக் குறைந்த இடவசதி கொண்டது கவிதை. நாவல்போல அகண்டாகாரமான மைதானமோ, சிறுகதைபோல தாராளமாக நடமாடும் வசதிகொண்ட இடமோ அல்ல அது. அதிலும் நவீனத்துவ கவிதை வழங்கும் பரப்பு இன்னும் குறுகலானது – 'ஒருவர் படுக்கலாம், இருவர் இருக்கலாம், மூவர் என்றால் நிற்க மட்டுமே முடியும்' என்கிற அளவு!

அதன் காரணமாகவே, உரைநடை போலின்றி, கவிதையின் மொழி சூத்திரம்போல ஆகிறது. கவிதைக்குள் வரும் சொற்களுக்குப் பிரத்தியேகமான கனம் தொற்றிவிடுகிறது. நடைமுறை வாழ்வின் அலகுகளில், சகஜமாகவும் சரளமாகவும் சாமானியமாகவும் புழங்கும் அநேகச் சொற்கள், கவிதைக்குள் நுழைந்த மாத்திரத்தில் விசேஷமான அழுத்தம் கொள்கின்றன. அதே பொருள் தரும் வேறு சொற்கள் இருக்கும்போது, கவிஞர் ஒரு குறிப்பிட்ட வார்த்தையைத் தேர்ந்தது எதனால் என்ற கேள்வி முக்கியமாகிறது. பல சமயங்களில், அந்தக் கவிதைக்கான திறவுகோல் ஒரு சொல்லில் ஒளிந்திருப்பதும் உண்டு!

பொதுவான சொற்கள் மற்றும் சொற்கோவைகள் வழி, முன்பே பகிரப்பட்டு நிறுவப்பட்ட பொது அனுபவத்தை மீண்டுமொருமுறை சொல்வதோ, அலங்காரமாக விவரிப்பதோ சீரிய கவிஞனின் நோக்கமாக இருக்க முடியாது. தான் கண்டறிந்த பிரத்தியேக தரிசனத்தை, தானே கண்டடைந்த

பிரத்தியேக தர்க்கத்தின் மூலம் நிகழ்த்திக் காட்டியே சிறப்பிடத்தை எட்டுகிறான் அவன்.

மிகுந்த சொற்சிக்கனமும், தனக்கேயுரிய விசாரணை முறையும் கொண்ட கவிஞன் பாமர வாசிப்புக்கு அந்நியமாக ஆகிவிடுவது இயல்புதான். ஆகக் குறுகிய செயல்தளத்துக்குள் அடர்த்தியான வாக்கியங்கள் நிரம்பும்போது புரியாத்தன்மை அதிகரிக்கத்தானே செய்யும்.

எளிமையான வரிகள் கொண்ட கவிதை என்றாலோ, சிடுக்கு இன்னமும் அதிகமாகும்! வரிகள் அத்தனையும் புரிகிற மாதிரி இருந்தும், அவற்றில் உறைந்திருக்கும் கவிதாம்சம் என்ன, அவை முன்னிறுத்த முனையும் கவிதையனுபவம்தான் என்ன என்று குழப்பம் சேரும்.

தேவதச்சனின் ஒரு கவிதை. தலைப்பு இல்லாதது.

எப்பவாவது ஒரு
கொக்கு பறக்கும் நகரத்தின் மேலே
என்
கவசமும் வாளும்
உருகி ஓடும்
ஊருக்கு வெளியே.

தேவதச்சன், மர்ம நபர், உயிர்மை, பக் 315

சில ஆண்டுகளுக்கு முன்பு நான்கு இதழ்கள் மட்டுமே வெளிவந்து நின்றுவிட்ட, 'மையம்' சிற்றிதழில் இந்தக் கவிதை குறித்து சிறு கட்டுரை எழுதியிருந்தேன். புனர்ஜென்மம் எடுத்த அந்தப் பத்திரிகையின் இரண்டாவது பிறவி அது. மாபெரும் ரகசியம் போல, வந்த சுவடு தெரியாமல் மறைந்தும் போனது.

மேற்சொன்ன கட்டுரை எத்தனைபேரை எட்டியது என்று தெரியவில்லை! அதன் சற்றே திருத்திய வடிவத்தை இங்கே தருகிறேன்.

பருண்மையான, நடைமுறைக் காட்சி ஒன்று. 'பறக்கும் கொக்கு' என்பது வெற்றுப் பார்வைக்கு அகப்படாத சூட்சுமம் அல்ல. காட்சியை முன்னிறுத்திக் கவிஞர் உணர்த்த முனையும் சாரம் புதைந்திருப்பது, அடுத்த இரண்டு வரிகளில்.

கவிதைக்குள் நுழைந்துவிட்ட கவசமும் வாளும், கொக்கு போல நேர்ப் பொருட்களல்ல. உருவகமாகச் செயல்படுகிறவை.

அவை உருகி ஓடும் மானசீகக் காட்சி, அவையிரண்டையும் குறியீடாக ஆக்குகிறது. பின்விளைவாக, நேரடியாகத் தெரிகிற பறவையையும் குறியீடாக மாற்றிவிடுகிறது.

கொக்கு உயிர்ப்பொருள். தனது உள்விழைவின் செயல் பாடாகவே பறப்பது; அழகு, சுதந்திரம் ஆகியவற்றின் குறியீடாவது. கவசமும் வாளும் ஜடப் பொருட்கள்; தற்காப்பும் தாக்குதலும் மண்டிய போராட்டத்தின் குறியீடாகின்றன. அவை உருகி ஓடுவதும் அவற்றின் உள்ளுணர்வு தூண்டியதால் அல்ல – உடைமையாளனின் உணர்ச்சிநிலை சார்ந்தே.

இரண்டு தரப்பும் சந்திக்கும் மனிதார்த்தச் சந்தியாக 'என்' என்ற ஒரேயொரு சொல். கவிதையில் தனி வாக்கியமாக அது இடம்பெறுவதும் தற்செயலாக அல்ல என்றே தோன்றுகிறது. இந்தச் சொல் இல்லாத பட்சத்தில், தனித்தனி நிலை அடையாளம் கொண்ட இரண்டு சமாசாரங்கள் ஒன்றுக்கொன்று தொடர்புடையவை ஆகியிருக்குமா!

ஒரு சொல்லின் கண்ணிவழியே அவை இணைக்கப்படும் போது, சொல்லப்பட்ட வார்த்தைகளிலிருந்து விரிவுற்று, சொல்லப்படாத பேரனுபவம் நோக்கிக் கவிதை நகர்கிறது. பயன்பட்டிருக்கும் சொற்களின் ஆழ்ந்த அர்த்தப்புலம் நோக்கிச் செல்லத் தூண்டுகிறது. 'நகரம்' என்ற சொல் புறவயமான வசிப்பிடமாகவும்; 'ஊர்' என்ற சொல் நெருக்கமான, சுவாதீனமான இடமாகவும் பொருள் கொள்கின்றன.

'எப்பவாவது' என்ற சொல் காலம் பற்றிய குறிப்பாகவும், ஏக்கத்தைக் குறிப்பதாகவும் ஆகிறது. முன்னரே சிலதடவை நிகழ்ந்ததுதான் என்று அறிவிப்பதாகவும், எப்போதாவது நடக்கும் என்ற எதிர்பார்ப்பைத் தெரிவிப்பதாகவும் ஒரே சமயத்தில் விளக்கம் கொள்கிறது. இரண்டாவது சாத்தியத்தில், 'பறக்கும்' 'ஓடும்' என்னும் உம்மை வினைகள் எதிர்காலம் குறித்தவையாக மாறுகின்றன. இரண்டு சந்தர்ப்பத்திலும், நிகழ்காலத்தை நெருக்கடியானதாக உணரும் தன்னிலையின் சித்திரம் மட்டும் மாறாதிருக்கிறது! நடைமுறைப் பார்வையில் இயங்கும் கால அமைப்பின் முப்பட்டைத்தன்மையையே கொண்டிருந்தாலும், கவிதைக்குள் தனித்துவமான கால இருப்பு நிறுவப்பட்டாயிற்று.

கொக்குகள் அடிக்கடி அல்லது எப்போதும் பறந்தலையும் வானம் கொண்டது அல்ல நகரம். சதாசர்வ காலமும் கவசத்தையும் வாளையும் சுமந்து திரியவேண்டிய இடமாக இருக்கிறது. ஆயினும், அவை உருகி ஓடிவிடும் பட்சத்தில், தன்னுடைய ஊராக மாறும் வாய்ப்புள்ளதாக உருப்பெறலாம்.

கவிதையின் விசாரணைத் தளம் இப்போது நெருங்கிவந்து விடுகிறது. உண்மையில், இந்தக் கவிதையின் அந்தரங்கமான உத்தேசம் அதுவாகத்தானே இருக்க முடியும்?

கவசமும் வாளும் - தற்காப்பும் தாக்குதலும் - இல்லாத வெறுங் கையன் வாழ்வை எவ்விதமாய் அனுபவம் கொள்வான்; புறவுலகம், அதன் நடைமுறை நியதிகள் நோக்கிய அவனது அணுகுமுறை என்ன; அப்போது வாழ்தலின் நோக்கம் என்னவாக இருக்கும் என்ற கேள்விகளின் வழியாக ஒருவித தத்துவ விசாரத்துக்குள் முன்னேறிப் போகலாம்.

கொக்கு கவசம் வாள் நகரம் என நேரடியான காலக் குறிப்பு எதையும் ஏற்காத பிம்பங்கள் வழி, மூன்று காலங்களையும் கணக்கிலெடுக்கும் உத்தி தனித்துவமானது.

'ஒவ்வொரு கவிதையையுமே இப்படித்தான் பகுத்தாய்ந்து உணர வேண்டுமா என்ன?' என்று புதிய வாசகமனம் சஞ்சலம் கொள்ளலாம். அவசியமில்லை. எண்ணற்ற வாசிப்பு முறைகளில் **இதுவும் ஒன்று**; அவ்வளவுதான்.

இன்னொரு விஷயம், எல்லாக் கவிஞர்களின் எல்லாக் கவிதைகளுக்குமே இவ்வளவு பிரயத்தனமும் கவனக்கூர்மையும் தேவைப்படுவதற்கில்லை. குறிப்பிட்ட கவிஞரின் பிற கவிதைகளில் செயல்படும் பூடகத் தன்மை, அர்த்த கனம், விசாரத்தின் ஆழ அகலங்களை முன்னிட்டு, இப்படியெல்லாம் நுணுகிப் பார்ப்பதற்கான அவசியம் உருவாகிறது.

மற்றபடி, எளிமையான உடனடியான மெல்லிய கிளர்ச்சியைக் கவிதை வரிகள் வாசகரிடத்தில் உருவாக்கிவிடுமானாலே, தம்முடைய இலக்கைத் தொட்டுவிட்டன என்றுதானே பொருள்!

7

எல்லாச் சொற்களும் சமமானவையா...

மொழித்தளத்தில் எவ்வாறாயினும், அனுபவத் தளத்தில் அனைத்துச் சொற்களும் சமானமானவை அல்ல. மனித உடலில் உள்ள எல்லா அங்கங்களின் பெயர்களும் வசைச்சொற்கள் ஆகின்றனவா என்ன! புழக்கத்தின் பாதையில் ஏறிய பளுவும், உதிர்க்கப் படும் தொனியும், அப்போதைய சந்தர்ப்பமும் சொற்களுக்கு எடையையும் எடையின்மையையும் அளிக்கின்றன. உடனடியாய் நினைவுவரும் ஒரு சொல், 'மயிர்'.

> மயிர்நீப்பின் வாழாக் கவரிமா அன்னார்
> உயிர்நீப்பர் மானம் வரின்

திருக்குறள், குறள் எண் 969

திருக்குறளில் இடம்பெற்ற, கவுரவமான சொல். ஆனால், இன்றைய பயன்பாட்டில் வசவு வார்த்தையாக ஆகியிருக்கிறது. இடக்கரடக்கலாக, முடி, ரோமம் என்ற சொற்களால் குறிக்கப்படுகிறது.

எதிர்மறையாக ஆகாவிட்டாலும், சமூக அரசியல் சார்ந்து வேறு பொருள் தரும் சொற்களும் உண்டு. உதாரணம், 'ஆன்மிகம்' என்ற சொல். அநேகமாய், மதத்தின் பின்புலம் இன்றி பொருள்கொள்ளப்படுவதே இல்லை இது. அறிவியல் முன்னிறுத்தும் பார்வைக் கோணத்தின் வெளிவிளிம்புக்கு அப்பால் உள்ள சகலமும் மதம் சார்ந்தவைதாம் என்பது ஓர் அவசரக் கருத்து; அறிவியலைவிடவும் உயர்வான ஸ்தானத்தை மதத்துக்கு அளிக்கக் கூடியது!

சித்தர்கள் என்ற தனித்துவமான தரிசிகள் இயங்கியும் எழுதியும் புழங்கிய தமிழ்ச் சூழலில் மேற்படி இறுக்கம் நிலவுவது விநோதம்தான். சூஃபி, தாவோ, ஜென் மரபுகளினடியாகப் பிறந்த படைப்புகளில் செயல்படுவது வெற்று மதாசாரம் அல்ல; பருவுலகம் பற்றிய மாற்றுப் பார்வை.

ஆனால், கால மாற்றத்தினால் கொஞ்சமும் பாதிக்கப்படாத, தம்மளவிலேயே மேலதிகப் பளு சுமந்த சொற்கள் இருக்கவே செய்கின்றன. குறிப்பாக, 'காலம்'. வெறும் பெயர்ச்சொல்லாக மீந்துவிடாத, அனுபவத்தின் பல்வேறு இழைகளைத் தன்னுள் கொண்ட சொல். ஏகப்பட்ட உள் அடுக்குகளும் விரிவுகளும் கொண்ட இதுபோன்ற சொற்கள் அநேகம் இருக்கின்றன. 'அனுபவம்' என்ற சொல்லேகூட அப்படியானதுதான். கொள்ளும் தனிமனம் வரித்துக்கொள்ளும் கால – இடச் சூழலுக்கு ஏற்ப பொருள்படக் கூடியது.

பார்க்கப்போனால், கால தேச வேறுபாடுகளுக்கும், உயர்திணை அஃறிணை பேதங்களுக்கும் அப்பாற்பட்ட, உலகளாவிய அனுபவக் களமொன்றை நோக்கியே மேற் சொன்ன சொற்களின் உட்தளங்கள் பேசுகின்றன – அறிவியல் போலவே. சடங்குகளில் மாத்திரமே வித்தியாசம் இருக்கும் – சோதனைச்சாலைகளில் ஈடேறும் நோக்கங்கள்/துர்நோக்கங்கள் போன்று!

ஆக, மொழியளவிலும், நம்பிக்கைகளின் அடிப்படையிலும் வெவ்வேறாகத் தென்படுகிற, ஒரே பயணத்தின் மைல்கற்கள் அவை. காலம் என்ற சொல்லைப் பரிசீலிக்கவும் பயன்படுத்தவும் செய்யும் நிலையுலகின் நிலைத்தன்மையை சந்தேகிப்பதே மெய்யியல் விசாரத்தின் பொதுக் குணம். இன்னொரு தளத்தில் அறிவியல் நிகழ்த்தும் அதே விசாரணையின் இன்னொரு பரிமாணம்தான் இது. ஃப்ரிட்ஜாஃப் காப்ரா, கேரி ஸுக்காவ், மிச்சியோ காக்கு போன்ற பிரசித்திபெற்ற வெகுஜன அறிவியல் ஆசிரியர்களின் நூல்களில் இந்த ஒற்றுமையை அல்லது சமன்பாட்டை நிறுவும் ஆவல் வெளிப்படையாய் இருக்கிறது. அறிவியலின் ஆதாரத்திலேயே மெய்யியலின் மீதான ரகசிய மோகமும் இருக்கிறதோ!

இந்தப் பின்னணியில், அமெரிக்கக் கவிஞரான **ராபர்ட் க்ரீலி** (1936–2005)யின் கவிதை. 1985-ல் வெளியான, **சமகால அமெரிக்கக் கவிதை** தொகுப்பில் இடம்பெற்றிருப்பது.

மீட்பு

அந்த மனிதன் காலமின்மைமீது
அமர்ந்திருக்கிறான். அவனடியில்
காலத்தில் உள்ள குதிரை. அதன்
கால்களும் குளம்புகளும்
காலமற்ற மணல்மீது இயங்குகின்றன.

காலமென விரிந்திருக்கும் சித்திரத்திலுள்ள
முன்களத்திலிருந்து உள்ளே
வந்துசேர்கிறது தொலைவு.
வெளியிலிருந்து வாசிக்கும் அவன்
தொடக்கத்திலிருந்து
வருகிறான்.

காற்று வீசுகிறது
அவனது உள்ளும் புறமும்
அவனைச் சூழவும்
காலத்தினுள் வந்து சேர
குதிரை ஓடியது,
ஓடுகிறது

மணலில் ஒரு வீடு எரிகிறது
ஒரு மனிதனும் ஒரு குதிரையும் எரிகிறார்கள்
காற்று எரிகிறது
வந்துசேர்வதற்காக அவர்கள்
ஓடிக்கொண்டிருக்கிறார்கள்.

ஆரம்ப வரிகள் குறிக்கும் காலம் அல்லது காலமின்மை எத்தனை வகையானது!

மனிதன் அமர்ந்திருக்கும் காலமின்மை அவனது ஆழ்மனமும், அதற்கும் ஆழமான நனவிலியும் சார்ந்தது; குதிரையோ, தான் குதிரையாய் இருப்பதின் அடிப்படையில், சிந்தனையும் விசாரணையும் சாராத விதத்தில் காலத்தினுள் இயங்குவது. அதன் பாதங்கள் கிளறும் மணல் இருப்பது காலமின்மையின் எந்தத் தளத்தில்? இதுபோன்ற கேள்விகளை எழுப்பிக்கொள்ளும் போது, சொற்கள் குறித்து மட்டுமல்ல, அனுபவம் குறித்தான புதிய அறிதல்களுக்கும் நகர முடியும்.

உள்ளும் புறமும் சூழவும் வீசும் காற்று ஒரு முனைப்பட்ட தல்ல. உயிர்ப்பொருளுக்குள் சுழலும் காற்று உயிரெனவே அறியப்படும்; புறத்திலும் சூழவும் வீசும் காற்று பருப்பொருள் உலகத்தின் அங்கம் மட்டுமே. வீடும் மனிதனும் காற்றும் எரிவது மாபெரும் உருவகமாக விரிகிறது. அவரவர் எரிதலின் வேறுபாடுகளை உணர்த்துவதோடு, சகலத்தையும் எரித்துச் செல்லும் பெருநெருப்பு எது என்ற கேள்வியையும் எழுப்புகிறது.

முன்புறத்திலிருந்து வந்துசேரும் 'தொலைவு', சலனம் கொள்ளும் குதிரை மற்றும் மனிதனுக்கு மட்டுமல்லாது, அசைவின்றி நிலைத்திருக்கும் மணலுக்கும் வீட்டுக்கும்கூடப் பொதுவாக இருக்கிறது. நகராதவற்றையும் வந்து அடையும் தொலைவு எதனுடைய உருவகமாய் இருக்கிறது!

தமிழ் நவீன கவிதையின் ஆரம்ப நாட்களில்கூட, 'பிரக்ஞை' போன்ற சொற்கள் பயன்படுத்தப்பட்டன. நவீன கவிதையின் முன்னோடிகளில் ஒருவராகக் கருதப்படும் பிரமிளின் கவிதையில் 'காலாதீதம்' என்ற சொல் இடைப்பட்டிருக்கிறது.

கருதுகோளாக இன்றி, அனுபவத்தின் ஒரு கீற்றாகப் பயன்படும் பட்சத்தில் எந்தவொரு சொல்லும் கவிதையின் புலத்துக்கு அந்நியமானது அல்ல என்ற தெளிவு வாசக மனத்தின் சுதந்திரத்தை; இன்னும் அதிகமாக, எழுதும் மனத்தின் சுதந்திரத்தை விரிவுபடுத்தக் கூடியது.

நேரடியான தனித் தமிழ்ச் சொல்லாக இருக்க வேண்டும் என்பதற்காக ப்ளாஸ்டிக் பிரயோகங்களுக்குள் சிறைப்படுவது, இயல்பாகக் கவிதை வழங்க வேண்டிய அனுபவத்தைக் குலைக்கவே செய்யும். சொற்கள் தொடர்பான வரையறைகளும் நிர்ப்பந்தங்களும்கூட, புதியவகையான வைதீக, ஆசார மனோபாவம் மேலெழுவதன் சான்றுகள்தாமே?!

8

மூன்றான காலம்போல்...

தமிழ் எழுத்துச் சூழலில், **காலம்** என்ற சொல், 'நேரம்' என்ற பொருளிலேயே பெரும்பாலும் பயன்படுத்தப்படுகிறது. உண்மையில் காலம் என்பது, பருப்பொருள்களாலான முப்பரிமாண உலகத்தின் புலப்படாத நான்காவது பரிமாணம் என்கின்றன அறிவியலும் ஆன்மீகமும். இன்னும் எளிமையாகச் சொல்வதானால், நீள, அகலங்களை அளக்க அங்குலம், மீட்டர் போன்ற அலகுகள் இருக்கிற மாதிரி, காலம் என்ற வியக்தியை அளக்க நேரம் என்ற அளவை பயன்படுகிறது; அவ்வளவே. 'நேரம்' என்ற அம்சம், பௌதிக உலகத்தின் நடைமுறை அங்கம். அதாவது, ஒரு புறக்கூறு.

காலம் என்பதோ, மேற்படிப் புறக்கூறையும் உள்ளடக்கிய பெரும்புலம். மானுடக் குழந்தைகள் பிறக்குமுன்பே காலவுணர்வைத் தரித்திருக்கின்றன என்பது இம்மானுவல் காண்ட்டின் தெளிவு. ஆமாம், அவற்றுக்கு உயரமும் அகலமும் ஆழமும் தெரியாது – கடிகாரம் பார்க்கவும் தெரியாது! ஆனால், காலவுணர்வு உண்டு – உரிய வேளைகளில், பசியறிவிக்கும் விதமாய் அழுது, தாயை அழைக்கவும் தெரியும்!

மிகப்பெரிய விளக்கங்கள், விவாதங்களுக்குப் பிறகும் தனது மர்மத்தையோ, ஆழத்தையோ கொஞ்சமும் இழக்காத **அனுபவம்** காலம். வசதி கருதி ஓர் உடனடி வாக்கியம் சொல்வதானால், நேரம் என்பது நிலைநிறுத்தப்பட்ட, பொது வரையறை; அளவீடுகள் வழியாகக் குறிப்பிடவும்

யுவன் சந்திரசேகர்

வகைப்படுத்தவும் முடிவது. உங்களுக்கும் எனக்கும் ஒரு சீனருக்கும் அமெரிக்கருக்கும் பொதுவாக நேரம் உரைக்கும் கடிகாரமும் நாட்காட்டியும் உள்ளன.

ஆனால், காலத்தை **உணர** மட்டுமே முடியும்; அவரவர் மனப்போக்கின்படி, அவரவர் நிலையுணர்வின்படி பொருள் கொள்ளவும் பேதம் கொள்ளவும் கூடியது. மரணவீட்டில் காலம் மிக மெதுவாக நகர்கிறது. பிரியத்துக்குரிய இணையுடன் இருக்கும்போது மின்னலாகக் கடுகிப் பறக்கிறது! 'உண்மையில், மனித மனத்தின் ஞாபகம்/நிலையறிதல் என்ற அம்சமும், காலம் என்ற வியக்தியும் ஒன்றே' என எங்கோ வாசித்திருக்கிறேன்.

ஆம், காலத்தின் நீட்சியும் குறுக்கமும் மாத்திரமல்ல; அதன் அகப் பெறுமானமும் நபருக்கு நபர் வேறுபடக்கூடியதுதான்.

வ. ரா. எழுதிய **'மகாகவி பாரதியார்'** நூலில் ஒரு காட்சி.

புதுச்சேரியில், ரிக்ஷாவில் அமர்ந்து வருகிறார் பாரதி. இடைமறித்து சிற்றுண்டி வழங்குகிறார், அவருடைய நேசரான ஓர் அம்மாள். உண்டு தீர்க்கும் தறுவாயில், பாரதியின் சகபயணி, 'அமிர்தமாக இருக்கிறது' என்கிறார். பாரதி உடனே சொன்னாராம்:

ஓட்டடா ரதத்தை!

பாரதியும் உடன் இருந்தவர்களும் அந்த வேளையில் புதுச்சேரியின் வீதியில் இருக்க, ஒரு சொல்லால் உந்தப்பட்ட பாரதி மட்டும் மன்னர் காலத்திலோ புராண காலத்திலோ இருந்த தருணமல்லவா அது! அவருடைய உடல் பௌதீக வேளையில், கடிகார நேரத்தினுள் நிலைப்பட்டிருந்ததுதான்! ஒரு வகையில், உடல் ஒரு நேரத்திலும், மனம் வேறொரு நேரத்திலும் ஊன்றியிருந்த வேளை அது. கால – வெளி என்ற கூட்டமைப்பில், மனம் பொருந்தும் இடம் காலமாகவும், உடல் பொருந்தும் வெளி இடமாகவும் பொருள்படுகின்றன.

ஆக, நேரம் என்ற அளவையை, காலம் என்றதொரு முழுப்பரிமாணமாக நம்பும் மயக்கத்தில், கோட்பாட்டறிவில், சிக்கியிருக்கிறது பொது மனம். கவிதையைப் பொறுத்தமட்டில், மிகக் குறைந்த சொற்களைப் பயன்படுத்தி, மனித மனத்தினுள் நிலைபெற்றிருக்கும் மேற்படி அறிவை/அறிதலை உலுக்கிப் பார்க்க முயல்கிறது. தமிழ் உதாரணங்கள் அநேகம் சொல்ல முடியும் என்றாலும், இரண்டு மட்டும் இங்கே.

முன்னரே பலதடவை மேற்கோள் காட்டப்பட்ட கவிதை வரிகள்:

> எண்ணம்
> வெளியீடு
> கேட்டல்
> இம்மூன்றும் எப்போதும்
> ஒன்றல்ல ஒன்றென்றால்
> மூன்றான காலம் போல் ஒன்று.

சி. மணி, இடையீடு, எழுத்து, ஆகஸ்ட் '62

முதல் மூன்று அம்சங்களும், பொருட்படுத்தவே முடியாத நுண் இடைவெளி கொண்டவை. ஆனாலும், கடற்கரை மணலின் மூன்று துகள்கள்போல அவை தனித்தனியாக இலங்கும் பெரும் பரப்பு அடுத்த மூன்று வரிகளில் துலக்கமாகிறது! காலத்தைக் கருத்துருவமாக நிறுவும், அழுத்தமான வரிகள். அத்தனை பெரிய சமாசாரத்தை, இத்தனை சுருக்கமாக விவரிக்கும் வல்லமை சி மணி போன்ற மூத்த தலைமுறைத் தமிழ்க் கவிஞர்களின் சிறப்பு. தமிழின் சிறப்பும்தான்!

கு.ப.ராஜகோபாலன், மிகமிகக் குறைவான எண்ணிக்கையில் கவிதைகள் எழுதியவர். அவரது ஒரு கவிதை. காலம் பற்றிப் பேசுவது. கருத்துருவமாக நிறுவப்படும் காலத்தை, பூடகமான தாக, மொழியின் முப்பட்டை அமைப்புக்குள் அடங்காத வியக்தியாக, **உணர்த்திக்** காட்ட முயல்வது. நுட்பமான சிறுகதைகளுக்காகப் புகழ்பெற்றவரான கு.ப.ரா, இந்தக் குறிப்பிட்ட விசாரணைக்கு கவிதை என்ற ஊடகத்தைத் தேர்ந்தது ஏன் என்பதும் சுவாரசியமான கேள்விதான்!

இதில் குறிப்பிடப்படும் காதல், வெறும் காதலல்ல; 'சதையை மீறியது' என்ற சொற்றொடரில், 'பருவுலகத்துக்கு அப்பாற்பட்டது' என்ற பொருளும் தொனிக்கிறது.

ஆம், உடலை மீறிய சுகமொன்றைப் பேசும்போதே, மனத்தை மீறிய உணர்வையும் பேசுகிறது இந்தக் கவிதை என்று படுகிறது. முன்னரே சொன்னபடி, மனம்தான் பொருந்திய காலத்தைவிட்டும் வெளியே எட்டிப் பார்க்கிறது போல! உண்மையில், அந்தப் பெருவெளிதான் என்ன, அதில் நிரம்பியிருப்பதுவோ, அதைக் காலியாக வைத்திருப்பதுவோ எது என்ற கேள்விகளுக்கும் இட்டுச் செல்லும் கவிதை.

சதையை மீறியது

> உயிரின் உச்சி வேளையில்
> சுக நிழலில் ஒதுங்கி,

யுவன் சந்திரசேகர்

இச்சை வெள்ளத்தில் ஆழமாக இறங்கி
நாம் தலை தெறியாமல் துளையிறோமா என்ன ?..

தோலைத் தகர்த்துக்கொண்டு
வெளியேற முயலும் முளைகள் போல
நம் மகிழ்ச்சிச் சிறையில்
இரண்டு ஜீவன்கள் தத்தளிப்பதை
நாம் அறிகிறோமா இல்லையா ?

இந்த அற்புத ஆகர்ஷணத்துக்கு
மேற்போன ஒரு சக்தி,
இந்த மாயை நிழலுக்கு மிஞ்சின
ஒரு மதுவனம் இருக்கிறதா ?
இசைக்கு மிஞ்சின ஒரு இன்பம் ?

இருக்கிறது!
கிளையை மீறின கனிபோன்ற ஒரு ருசி;
தந்தியை மீறி மிதக்கும்
கமகம் போன்ற ஒரு நாதம்;
பார்வையை மீறிப் பறக்கும்
பக்ஷியைப் போன்ற ஒரு உண்மை;
சந்தனத்திலிருந்தே கிளம்பி
வாசனை விசிறும் ஒரு உணர்ச்சி;
உடலை மீறிப் போகும்
உயிரைப் போன்ற ஒரு நிலை!

கு ப ராஜகோபாலன், சிறிது வெளிச்சம்,
வாசகர் வட்டம், பக் 145

'உயிரின் உச்சிவேளை'யில் நேரப் பிரக்ஞை இருக்குமா ! தவிர, கவிதைக்குள் நிகழ்கிற அனைத்தும் நடக்கும் வேளை எது ? வேளையற்ற வேளையை நிர்ணயிக்கும் பதட்டமே இக்கவிதையின் தாது என்று கொள்ளலாமா !

சி.மணியின் கவிதை சூத்திரம் போன்றது; கு.ப.ரா.வுடையது தர்க்கபூர்வமான விசாரணை. அனைத்தையும் சொல்லி முடித்த பின்னும், கேள்விகளின் கவித்துவம் தொற்றுகிறதே தவிர, அனுபவம் சேகரமாகிறதா என்பது வாசிப்பவர்களைப் பொறுத்ததாகிறது. உணர்ச்சியால் எளிதில் பற்ற முடியாத அனுபவம் பதிவாகியிருக்கிறது என்றே சொல்ல வேண்டும்.

இந்த நூலின் இன்னொரு கட்டுரையில், **பிரம்மராஜனின்** கவியுலகம் பற்றி விரிவாக எழுதியிருக்கிறேன். சந்தர்ப்பப் பொருத்தம் கருதி, அவருடைய ஒரு படிமம் இங்கே. காலம் பற்றிய நேரடிக் குறிப்பு ஏதும் இல்லாமலே, காலம் பற்றி அழுத்தமாகப் பேசும் வரிகள் அவை.

ருத்ரப்பிரயாகையில் வெடிமருந்துக்குத்
தப்பிய புலி இதோ ஜிம் கார்பெட்
சப்தமின்றி உன் புத்தக அலமாரியில்

பிரம்மராஜன், ஜிம் கார்பெட்டின் புலி, புராதன இதயம், பக் 3

என்றோவொரு நாள் வேட்டைக்காரனின் குண்டுக்குத் தப்பிய புலி, வெகுகாலம் கழித்துக் கவிதைசொல்லியின் வார்த்தைகளுக்குள் சரண் புகுந்து, அவை நூலாகத் தொகுக்கப்பட்டு, வாசகனின் அலமாரிக்கு வந்து சேரும்வரையிலான மாயம் அடுத்தடுத்த வரிகளில் நிகழ்ந்துவிடுவதைப் புரிந்துகொள்ள, வாசக மனம் தனது நிகழ்கணத்திலிருந்து எவ்வித் தாவ முயல வேண்டும். உபரியாக, வெற்றிகரமான வேட்டைக்காரனின் ஆழ்மனத்தில், தப்பிப்போன விலங்கு ஆயுட்கால உறுத்தலாக மீந்திருக்கும் என்ற உள்மடிப்பும் உண்டு!

இந்தக் கவிதையின் இன்னொரு அடுக்கும் பேசப்பட வேண்டியது. 1955இல் அமரராகிவிட்ட ஜிம் கார்பெட்டை நோக்கிப் பேசும் கவிதைசொல்லி யார், இறந்தவரும் இருப்பவரும் **இப்போது** சந்திக்கும் வேளைதான் எது, சப்தமின்றிப் புத்தக அலமாரியில் இருக்கும் புலியைப்பற்றிக் கவிதைசொல்லிக்கு உள்ள உணர்வு என்ன என்ற கேள்விகள்; அப்புறம், தன்னைச் சுற்றிலும் நடக்கிற, நடப்புக்கால நிகழ்வுகளிலிருந்து மட்டுமே ஒருவருக்கு உணர்வுகள் கிளர்ந்தெழ வேண்டியதில்லை, என்றோ ஒரு சந்தர்ப்பத்தில் யாருக்கோ நடந்த ஒன்றை ஒட்டியேகூட தனிமனத்துக்குள் ஞாபகம் உயர்வதும், உணர்ச்சிமேலீடும் நிகழக் கூடும் என்பது.

சமூக மனிதனாக உருமாற்றம் பெற்று, எத்தனை தலைமுறைகள் கடந்த பின்னரும் தனிமனித மன அவசங்கள் அப்படியப்படியே தொடர்வதும் விந்தைதானே...

மேலே குறிப்பிடப்பட்ட சி. மணி, கு.ப.ரா. கவிதைகளை விடவும் கால அனுபவத்தை நேரடியாகவும், அதே சமயம் கவித்துவ ரகசியம் குன்றாமலும் சொல்லும் சீனக் கவிதை ஒன்று. எங்கோ வாசித்ததை மொழிபெயர்த்துக் குறித்து வைத்திருக்கிறேன் – பிரசுர விவரங்கள் நினைவில் இல்லை! கவிஞர் பற்றிய குறிப்பு இணையத்தில் கிடைத்தது...

இந்தக் கவிதையை எழுதியவர், சீனாவில் லி பை என்றும், மேற்கில் லி ப்போ என்றும் லி போ என்றும் குறிப்பிடப்படுபவர். எட்டாம் நூற்றாண்டில் வாழ்ந்தவர். தமது காலத்தில், லி டாய்பை, பச்சைத் தாமரை அறிஞர், லி பனிரெண்டு எனவும், இன்னும்

பல பெயர்களாலும் அறியப்பட்டவர். டாங் வம்ச காலகட்டத்தின் புகழ்பெற்ற கவிஞர். சுமார் ஆயிரம் கவிதைகள் எழுதிக் குவித்தவர் என்று சொல்லப்படுகிறார்.

 பறவைகள் மறைந்துவிட்டன.
 கடைசி மேகமும், இதோ, கரைகிறது.

 நாங்கள் ஒன்றாய் அமர்ந்திருக்கிறோம்,
 நானும் இந்த மலையும்–
 மலைமட்டும் எஞ்சும்வரை.

உபரி விளக்கங்கள் தேவைப்படாத கவிதை இது!

9

முடிவிலி

பரபரப்பான மாநகரச் சாலையிலிருந்து உள்ளொடுங்கிய கட்டடத்தின் வாயிற் படியில் அமர்ந்திருந்தோம். பக்கவாட்டுப் பார்வைக்குச் சாலையும் அதில் விரையும் வாகனங்களும் தெரிந்தன. ஒலிகளைப் பிரித்தறிவது சாத்தியமில்லை என்றாலும், வாகனங்கள் தெளிவற்ற ஒலித் தொகுப்பாகக் கவனத்துள் வந்து, கணநேரக் காட்சி யாக நிறைந்து, காணாமல் போயின. அது ஒரு ஓயாத் தொடர்ச்சி என்பதை ஏறி ஏறித் தாழும் ஓசை தெரிவித்தபடி இருந்தது.

இடைவெளியேயின்றி வாகன ஒலிகள் கேட்டதால், ஓடுவது வெவ்வேறு வண்டிகள் அல்ல; இடத்தைவிட்டு நகராது, ஓய்வேயின்றி இயங்கும், ஒரே ராட்சத வண்டி என்கிற பிரமை தட்டியது. உண்மையில், தொடர்ந்து கேட்கக் கேட்க, அது ஆரம்பத்திலிருந்தது போன்ற நாராசமில்லை; அந்த வேளையின் இயல்புநிலை என்பதுபோல சகஜமானது. ஆமாம், பேரோசை எங்கள் உரையாடலைக் கொஞ்சமும் பாதிக்காத அளவு சுவாதீனமாகிவிட்டது.

‘இடம் என்பது தனித்துவமான இருப்பு கொண்டது அல்ல, காலத்திலல்லாது வேறெங்கும் அது இருக்க முடியாது’ என்ற அறிவியல் கூற்றைச் சுற்றி நகர்ந்திருந்தது எங்கள் உரையாடல். ஆமாம், எதுவுமே **இவ் வேளையில்**தான் இருந்தாக வேண்டும். எனது இவ் வேளையும் பிறிதொன்றின் இவ்

வேளையும் இடைக்கிடும் தருணத்தில் நாங்கள் ஒருவருக்கொருவர் நிகழ்கணமாகிறோம்.

நாம் இருவரும் அமர்ந்திருப்பது படிக்கட்டிலா, அநந்தத்திலா என்பது முக்கியமான கேள்வி சார். படிக்கட்டில் என்பது ஓர் அனுபவத்தின் விடை. அநந்தத்தில் என்பது, வேறொரு புதிர் அனுபவத்தின் அழுத்தம் கொண்டது. ஆனால், நடைமுறைப் பொருத்தம் அதிகம் உள்ளது இரண்டாவது பதில்தான்.

என்கிற மாதிரி ஏதோ சொன்னேன். உடனிருந்தவர் பதறிவிட்டார்.

அநந்தம் என்பதெல்லாம் மிகவும் கனமான வார்த்தை. இப்படிப் போகிற போக்கில் வீசக் கூடாது...

அமைதியாகக் கேட்டுக்கொண்டேன். அவர் மூத்த தலைமுறைக் கவிஞர். எனக்கு சுமார் இருபது வயது மூத்தவர். தமிழ்க் கவிதையில் தமக்கென்று ஒரு கூறுமுறை, தனித்துவமான பார்வை கொண்டவர். என் அபிமானத்துக்கும் மரியாதைக்கும் உரிய முன்னோடி. அரசியல் கவிதைகள் மட்டுமின்றி, மெய்யியல் சார்ந்த கவிதைகளும் எழுதியவர். (இவற்றையும்கூட, இடம் x காலம் என்று வகைபிரிக்க முனைகிறது மனம்!) ஏதோவொரு இலக்கியக் கூட்டம் முடிந்தபிறகு, அண்ணாசாலையில், தேவநேயப் பாவாணர் நூலக வாயிற்படியில் சாவகாசமாக அமர்ந்திருந்தோம்...

Infinity என்ற ஆங்கிலச் சொல்லைத்தான் அன்று பயன்படுத்தினேன். அநந்தம் என்ற முடிவிலி ஒரு சொல்லாக முன்வைக்கும் அனுபவம் எப்போதுமே வருங்காலத்தையொட்டிப் பொருள் கொள்ளப்படுகிறது. பெரியவர் பதற்றப்பட்டதும் அதனால்தானோ என்னவோ...

உரையாடல் ஒன்றில் போர்ஹே 'eternity யும் infinity யும் வேறு வேறு' என்கிறார்! முடிவின்மை என்பது, முடிவற்ற தொடர்தன்மையும் இயங்கியல்தன்மையும் கொண்டது என்றும்; முடிவிலி என்பதை முக்காலத்தையும் உள்ளடக்கிய பெருந்தளம், நிலையான அனுபவம் என்றும் பொருள் கொள்ளலாமா!

கடந்த காலத்தை அளவீடாகக் கொண்டால், இந்தக் கணம் என்பதே முந்தைய கணத்தின் முடிவிலியாக இருந்து பிதுங்கிச் சரிந்து இறங்கியதுதானே! முடிவிலியின் மடுவிலிருந்து தீராத் தாரையாகப் பீய்ச்சி இறங்கியவாறிருப்பதுதான் காலத்தின் நிகழ்முறை அல்லவா. ராஜராஜ சோழனின், பாரதியாரின்,

நாற்பது வருடத்துக்கு முன்னால் காலமான என் தகப்பனாரின், அன்று காலை விடைகொடுத்து அனுப்பிய மனைவியின், படிக்கட்டில் அமர நாங்கள் சென்ற பொழுதின், முடிவிலியில்தானே நாங்கள் அமர்ந்திருந்தோம்!

எதிர்காலத்தின் ஒவ்வொரு கணுவும் முடிவிலியின் அங்கம் எனும் பட்சத்தில் இறந்தகாலத்தின் கணுக்களும் அதன் அங்கமாய் இருந்தவைதானே. காலம் என்ற பேரமைப்பை ஓர் அண்டரண்டப் பட்சி என உருவகிக்கலாம். கடந்தகாலம், எதிர்காலம் என்ற இருபக்க இறக்கைகள் கொண்ட பறவை. முன்னோக்கியோ, பின்னோக்கித் திரும்பியோ பயணம் மேற்கொள்வதற்கு இறக்கைகள் பயன்படும். ஆனால், உடற்பகுதியாகிய, உயிர்மையமான, நிலைத்த நடுத்தண்டுதான் அனுபவத்தை நிகழ்வுணர்வாகத் துய்ப்பது; கால்களை ஊன்றித் தரையில் நிற்பது, அதாவது நிகழ்காலம் எனத் திகழ்வது.

உரைநடைப் புனைவுக்கும், கவிதைக்குமான பெரும் வேறுபாடு என்று, காலம் பற்றிய மேற்சொன்ன கருத்தாக்கத்தைச் சொல்லலாம். உரைநடை, எப்போதுமே, நிகழ்ந்து முடிந்த ஒன்றைப் பற்றிப் பேசுகிறது. நிகழ்வை உன்னிப்பாகக் கவனித்து வந்தவர், அது முடிந்த மாத்திரத்தில் உங்களிடம் எடுத்துரைக்க ஆரம்பிக்கிறார். 'யாருக்கோ எப்போதோ நடந்து முடிந்த ஒன்றைக் கேட்கிறோம்' என்ற ஆழ்மன நம்பிக்கையுடனே புனைகதையை வாசிக்கத் தொடங்குகிறீர்கள். நிகழ்கால, தன்மை ஒருமையில் விவரிக்கப்படுவதுமேகூட, கதைசொல்லி அனுபவித்து முடித்த ஒரு சமாசாரம்; தற்போது உரைக்கப்படுவது என்ற போதம் வாசகரைவிட்டு அகலுவதேயில்லை.

ஆமாம், நிகழ்கால அலகுகளில் சொல்லப்பட்டபோதும், புனைகதை தனது கற்பித அம்சம் மாறாமலே வாசகரிடம் வந்து சேர்கிறது. அதில் இடம்பெறும் 'நான்' நீங்கள் அல்ல என்ற உணர்வு ஒருபோதும் உங்களுக்கு மறப்பதில்லை.

கவிதையில் நிகழ்வது, அந்தக் கணத்தில் நிகழ்வது. கவிதை என்ற வடிவமே, பிரிக்க முடியாத வகையில், நிகழ் கணத்துடன் பிணைந்திருக்கிறது. அதனால்தான், கவிதையில் முன்னிலையாகவும் படர்க்கையாகவும் செயல்படும் 'நான்'கூட, நீங்களாகவே இருக்கிறீர்கள்.

'நானே வழியும் சத்தியமும் ஜீவனுமாய் இருக்கிறேன்' என்ற வசனத்தைச் செய்தியாகக் கேட்டுக்கொள்பவர் கிறிஸ்தவராக

இருக்கிறார். அந்த வாக்கியத்தைத் தன்னனுபவமாக உணர்பவர் கிறிஸ்துவாகவே ஆகிறார்!

என்று என்னுடன் பணிபுரிந்த கிறிஸ்தவ நண்பரொருவர் பல தடவை சொல்லியிருக்கிறார். கவிதை மொழிதலின் இயல்புநிலையும் இதுவேதான்.

முடிவிலியின் இரண்டு எதிரெதிர் சலனங்களை, நேரெதிர் மாதிரித் தென்பட்டாலும் ஒரேவிதமாக அது இயங்கும் விதத்தை உணரத் தரும் இரண்டு கவிதைத் தருணங்களைப் பார்க்கலாம்.

காற்று ஒருபோதும்

காற்று ஒருபோதும் ஆடாத மரத்தைப் பார்த்ததில்லை
காற்றில்
**அலைக்கழியும் வண்ணத்துப்பூச்சிகள், காலில்
காட்டைத் தூக்கிக்கொண்டு அலைகின்றன**
வெட்ட வெளியில்
ஆட்டிடையன் ஒருவன்
மேய்த்துக்கொண்டிருக்கிறான்
தூரத்து மேகங்களை
சாலை வாகனங்களை
மற்றும் சில ஆடுகளை.

தேவதச்சன், மர்ம நபர், உயிர்மை, பக் 347

இடையில் மூன்று வரிகளுக்கான அழுத்தம், நான் இட்டது. எண்ணற்ற தடவைகள் மேற்கோள் காட்டப்பட்ட வரிகள் அவை.

வெற்றுப் பார்வைக்கு எளிதில் புலப்படாத ஓர் இணுக்கு மகரந்தப் பொடி, கவிஞர் கண்டெடுத்த அனுபவம் நிகழும் நுண்தருணத்தில் சட்டென்று விசிறிப் பெருத்து, மாபெரும் மரக்கூட்டமாக விரிவடைவது ஒரு மாய தரிசனம். ஒரே சமயத்தில் தர்க்கத்துக்கு உட்பட்டும், தர்க்கத்துக்கு வெகு அப்பாலும் பொருள்கொள்வது. இப்படியான பார்வையின் இன்னொரு சிறப்பம்சம், மனித மனம் மட்டுமே, தன் கைவசப்பட்ட, மொழி என்ற சாதனத்தின் உதவியுடன் நிகழ்த்திப் பார்க்க இயலும் காட்சி இது.

இது ஒருபக்கச் சிறகின் சலனம் என்றால் மறு சிறகின் அலையாட்டத்தை, பின்வரும் கவிதையில் பார்க்க முடிகிறது:

தகுதி

ஒரு பறவையிட்ட
எச்சத்தின்
நிழலில்
அயர்கிறோம் நானும் என் மந்தையும்
அது மரமாகி நிற்கிறபடியால்.

ராஜ சுந்தரராஜன், முகவீதி, தமிழினி, பக் 81

மந்தையும் மேய்ப்பனும் நிழலாடுமளவு விரிந்த விருட்சத்தை முன்னாள் விதையாகப் பார்க்கும் மாயம், மகரந்தத் துகள் வனமாகும் விந்தைக்கு நேர்விகிதத்திலானது!

இரண்டு பார்வையிலுமே, நிகழ்காலம் என்பது நிகழ்காலம் மட்டுமேயல்ல என்று காணும் கவிமனங்களின் தரிசனம் வெளிப்பட்டிருக்கிறது. முதலாவது, அனுமானத்தின் அடிப்படையில்; இரண்டாவது, நிகழ்ந்து முடிந்ததின் சான்று அடிப்படையில்.

இரு கவிதைகளும் நடைமுறை வாழ்வின் காட்சிகளை, நேரடி அனுபவத்தின் பௌதிகக் கூறுகளை முன்னிறுத்திப் பேசும்போது, அபூத உலகத்தையும் இதே காலக்கணக்கினுள் கொண்டுவர முனையும் கொரியக் கவிதையொன்று:

போதிசத்துவருக்கு

ஒருபோதும் மட்காத கல் தாமரை மலரில்
கால் நாட்டி அமர்ந்திருக்கிறீர்:
அதனாலேயே இவ்வுலகின்
முடிவேயற்ற காலத்தைக் கடந்து நிற்கிறீர்.
ஆஹா, எத்தனை அருகில் அமர்ந்துள்ளீர்,
ஆயினும்
மூட்டமாய்த் தெரிகிற அளவு
தொலைவில் இருக்கிறீர்.

ஹீ– ஜின் பார்க் - 1956, இணையத்திலிருந்து

கொரியப் போர்க் காலகட்டத்தில் எழுதப்பட்ட கவிதை இது. ஒருபோதும் மட்காத கல்தாமரை மலரில், மிக அருகில், இருக்கும் போதிசத்துவருக்குத் தற்காலத்தில் நடப்பது மூட்டமாய்த் தெரிகிறது என்பதில் இருக்கும் எள்ளலும் ஆதங்கமும் ஆற்றாமையும் கவனிக்கத் தக்கவை...

10

நவீன கவிதையின் இலக்கணம்

1970களின் இறுதியில்கூட, தமிழ்ப் பொது வெளியில், நவீன கவிதைக்கு உரிய மரியாதை கிடைத்திருக்கவில்லை. அப்போதெல்லாம் 'புதுக்கவிதை' என்று பெயர். கல்வித்துறை உயரதிகாரி ஒருவர் அண்டைவீட்டில் வசித்தார். நான் கல்லூரி மாணவன். வெற்றுத்தாளில் ஒட்டக முதுகுபோலக் கோடு போட்டு,

> கோட்டுக்கு இந்தப் பக்கத்துக்குள்ளே இருக்கிற மாதிரி எழுதிட்டாக் கவிதை ஆயிடுமில்லையா, உன்னை மாதிரி ஆட்களுக்கு?!

என்று வம்பிழுப்பார்! ஒரு வெகுஜன இதழ் 'புதுக்கவிதை எழுதக் கவிமனம் தேவையில்லை' என்பதை உணர்த்துவதாக, 'கம்ப்பாசிட்டர் கவிதை' பிரசுரித்த நினைவிருக்கிறது. அச்சுக்கலை நவீனமாகி, அச்சுக்கோப்பவர் என்ற இனமே இல்லாதுபோன காலம் இது!

அவர்களுடைய கேலி சற்று அதிகப்படியானது. தமிழ் நவீன கவிதை இலக்கணத்தைத் துறந்துவிட்ட சங்கதி யாருக்கும் தெரியும். ஆனால், அது துறந்தது யாப்பிலக்கணத்தை மட்டுமே; கவிதையிலக்கணத்தை அல்ல; அதனால்தான், எந்த மொழியில், எந்தக் காலகட்டத்தில் எழுதப்பட்ட கவிதைகளிலும், சீரிய வாசக மனம் கவிதானுபவத்தைத் துய்க்க முடிகிறது என்பதை உணராதவர்கள், பாவம்!

அப்புறம், மொழியிலக்கணத்தை முழுக்கத் துறந்துவிட்டுக் கவிதை எழுத முடியுமா என்ன!

செய்வினையில் ஆரம்பிக்கும் கவிதை வரி செயப்பாட்டு வினையில் முடியும்போது வாசிப்பின்பத்தின் மாற்று குறையாதா! ஒருமையில் தொடங்கிப் பன்மையில் முடியும் வரிகளுக்கும் சமகாலத் தமிழ்க் கவிதையில் பஞ்சமில்லை.

நனவிலியிலிருந்து நேரடியாகப் பீறுகிற, அல்லது அருவி போலத் தானாகக் கொட்டுகிற கவிதை வரிகள் ஆங்கிலத்திலும் அநேகம் உண்டு. ஆனாலும், அவை ஆங்கில மொழியிலக் கணத்துக்குக் கட்டுப்பட்டவை – கலகக் கவிதைகள் உட்பட. மொழியளவிலும் கலகம் நிகழ்த்த முற்படும் கவிஞர்கள், தமக்கேயுரிய விதத்தில் அதைச் செய்வார்கள்; இலக்கணப் பிழையாகத் தென்படுகிற மாதிரி அல்ல.

கவிதைக்கு மட்டுமில்லை; கருத்துகளை முன்வைக்கிற 'கட்டுரை'களுக்கும் வடிவ இலக்கணம் உண்டு. கல்விப்புலத்தில் இதற்கு முக்கியத்துவம் அதிகம். ஒரு வகைமையின் வரலாற்றுத் தொடர்ச்சியாக அமைந்தாலும், வரலாற்றுக்கு எதிராக அமைந்தாலும் வடிவ இலக்கணத்துக்குக் கட்டுப்பட்டே ஆகவேண்டும். இலக்கணத்தைத் துலக்கமாக அறிந்தால்தானே கச்சிதமாக மீறவும் முடியும்! உரைநடையையும் கவிதையும் பிரிக்கும் கோடு தெளிவானது என்று ஏற்கனவே பார்த்தோமே.

நவீன கவிதையின் கூறப்படாத இலக்கணங்களில் ஒன்று, காட்சி ஒழுங்கு. என்னவிதமான உணர்ச்சிவேகத்தில் பொழிந்தாலும், காட்சி துல்லியமாக இல்லாத பட்சத்தில் கவிதானுபவம் குன்றத்தான் செய்யும். நாளிதழ் ஒன்றின் சிறப்புப் பகுதியில் மேற்கோள் காட்டப்பட்ட கவிதை வரி இப்படிப் போனது:

> நீட்சி கொள்ளும் நாக்குடன்
> காத்திருக்கிறது பல்லி.

அடுத்தவர் யாராவது பிடித்து இழுத்தால்தான் பல்லியின் நாவு 'நீட்சி கொள்ளும்'. பல்லி தானே முனைந்து நீட்டும்போது, 'நீளும்'. அவ்வளவுதான். அலங்காரமாகச் சொல்ல நினைத்து அபத்தமாக முடியும் இத்தகைய வரிகள் ஏராளமாகக் கொட்டிக்கிடக்கும் மொழிப் பரப்பில்தான், பிடிவாதமாகக் கவிதை வாசிக்கிறோம்!

இன்னொரு வரி. எங்கோ படித்தது. 'என் மலத்துவாரங்கள் கூச' என்று எழுதியிருந்தார் கவிஞர். உயிர்ப் பிராணிகள் அனைத்துக்குமே, உணவு உட்செல்வதற்கும், செரித்ததுபோக மீந்த சக்கை வெளியேறுவதற்குமாகத் தலா ஒரு துவாரம் மட்டும்தானே இயற்கை அமைத்திருக்கிறது!

இப்படியெல்லாம் போதபூர்வமாக ஒவ்வொரு சொல்லையும் கவனிப்பது மட்டும் கவிதையின்பத்தில் குறுக்கிடாதா?!

என்றும் யாராவது கேட்கலாம். சரியான கேள்விதான். எழுதுபவரே இதிலெல்லாம் அக்கறை செலுத்திவிட்டால், வாசகர் பாடு நிம்மதிதானே! தவிர, கவிஞர் ஒட்டுமொத்தமாகவா கூடையைக் கவிழ்த்திருப்பார்? ஒவ்வொரு சொல்லாகத்தானே எழுதியிருப்பார்! இத்தகைய கவனத்தைவிட, கவிஞருக்கு முக்கியமான வேலை வேறு எது!

நவீனத்துவ கவிதையின் மொழி, செவ்வியல் கவிதையின் மொழிக்கு நேர் எதிரானது. செவ்வியல் கவிதை சாவகாசமாகப் பேசும். உபரி வரிகளும், உபரிக் கருத்துக்களும், (இலக்கண அமைதிக்காகச் சேரும் அசைச் சொற்களும் கூட!) தன்னுள் இடம்பெறுவதில் அதற்கு எந்த ஆட்சேபணையும் இல்லை. ஆனால் நவீனத்துவ கவிதையின் உருவம் சிக்கனத்தை வலியுறுத்தக்கூடியது. வெறும் சொற்சிக்கனம் மட்டுமல்ல, கூறுமுறையின் சகல அங்கங்களிலும் சிக்கனம். நிலைத்த, ஒற்றைத் தன்மை கொண்ட அம்சம் அல்ல இது. காலமாற்றத்துக்கிசைய மொழியும் மொழிதலும் கொள்ளும் மாற்றங்களைத் தனக்குள் இழுத்துக்கொள்வது. **அறைவெளி** என்ற **சி. மணி** கவிதையின் இறுதி வரிகள்:

மேற்கே நடந்தேன் இடித்தது ஒரு சுவர்
தெற்கே நடந்தேன் இடித்தது ஒரு சுவர்
வடக்கே நடந்தேன் இடித்தது ஒரு சுவர்
கிழக்கே நடந்தேன் இடித்தது ஒரு சுவர்

எழும்பிக் குதித்தேன் இடித்தது கூரை.

கொங்குதேர் வாழ்க்கை முதல் பதிப்பு, தமிழினி, பக் 41

இதே விஷயத்தைச் சொல்ல, பிற்காலத்தில் வந்த தேவதச்சனுக்கு இரண்டே வரிகள் போதுமானதாய் இருக்கிறது. முழுத்தொகுப்பில் இடம்பெறாத, அவரது கவிதையொன்றின் இரண்டு வரிகள்:

கம்பிகளில்லா
சிறைச்சாலை உலகம்

தேவதச்சன், ஒரு அறை, ழ இதழ் 20, பிப்ரவரி '82

கவிதை வரிவடிவத்தில் கொள்ளும் உருவமும் தனக்கேயான இலக்கண ஒழுங்கு கொண்டதுதான். ஒரு வார்த்தை இரண்டாக உடையும்போது கொள்ளும் மேலதிகப் பொருளையும் தன் பயன்பாட்டுக்குள் கொண்டுவந்துவிடும். தேவதச்சனின் **'மத் – தியான' வெயில்** என்ற பிரயோகத்தின் வழி, மானசீகமாக

வாசகன் காணக் கிடைக்கும் வெயிலுக்கு தியானத் தன்மை ஏறிவிடுமல்லவா! நகுலனின் சமர்ப்பணக் குறிப்பு ஒன்று. தானே கவிதை வரிபோன்று திகழ்வது.

உன் உலகத்தில் இருப்பது
தான் குதூகலமாக
இருக்கிறது.

'இருப்பது – தான்' என்று பிரித்த மாத்திரத்தில், சொல்பவனைப் பற்றிய குறிப்பாக இன்றி, முன்னிலையைப் பற்றிய சித்திரமாக உருவாகிவிடுகிறது!

இடைப்பட்ட காலத்தில் வார்த்தைகளை மட்டுமின்றி வாக்கியங்களையும் விட்டேற்றியாக உடைக்கும் பழக்கம் பரவலாக இருந்தது. 'தான்தோன்றித்தனமாக' என்று திருத்துவார் என் நண்பர்! நல்லவேளை, இப்போது அதிகம் காணக் கிடைப்ப தில்லை.

முந்தைய வரிக்கும் அடுத்த வரிக்குமான இடைவெளி யில் நூதனமான மௌனத்தை நுழைத்து, அனுபவத்தைச் செறிவூட்டுவதும் நவீன கவிதை தனக்கென வனைந்துகொண்ட இலக்கணத்தின் பகுதிதான்.

மரவுரி என்றும்
டெரிகாட் என்றும்

என நகரும் தேவதச்சனின் இரண்டு வரிகளுக்கிடையிலான தொலைவு எத்தனை நூற்றாண்டுகள்! பிரமிளின் ஒரு கவிதை இப்படி முடிகிறது:

முதற் கணம் உவர்த்த சமுத்திரம்
தேனாய் இனிக்கிறது.

முதல்வரியின் இறந்தகால வினைச்சொல்லும், இரண்டாம் வரியின் நிகழ்கால வினைச்சொல்லும் மட்டுமல்ல; ஒரே வாக்கியம் இரண்டாக உடைக்கப்பட்ட விதத்திலும் 'இப்போது' என்ற சொல்லும், அனுபவமும் வாசகனுக்குள் இறங்கிவிடுகின்றன.

ஒரே வாசகத்தைப் பல இடங்களில் உடைத்து அடுக்கும் போது வேறுவித உணர்வுநிலை, அறிதல்முறை கிட்டிவிடுகிறது. இதுபற்றிய கவனம் சற்றுமின்றி அடுக்கப்படும் கவிதைகளைப் பரவலாகக் காண முடிகிறது. உரைநடையில்கூட, 'முதல் தடவையாக மாண்டலின் ஸ்ரீநிவாஸ் இறந்த அன்று அவரைச் சந்தித்தேன்' என்று ஒரு வாக்கியம். மாண்டலின் ஸ்ரீநிவாஸ் அதற்கு முன்பும் பின்பும் பலமுறை இறந்திருக்க வேண்டும்,

பாவம். தவிர சந்திக்க வாய்த்தவரும், இறந்துபோனவரும் ஒருவரேதானோ என்ற குழப்பம் வேறு. நவீன கவிதையின் வரிவடிவத்தில், இந்தக் குழப்பம் எளிதாகத் தீர்ந்துவிடும்.

> அவரை
> முதல்தடவையாக
> மாண்டலின் ஸ்ரீநிவாஸ் இறந்த அன்று
> சந்தித்தேன்.

இன்னொரு குறிப்பு. இதுவும் ஃபேஸ்புக்கில்தான்; ஒரு புகைப்படத்தின் கீழ் – 'எழுத்தாளர் ஜெயகாந்தனுடன் கேன்சர் நோயால் 8 ஆண்டுகளுக்கு முன் இறந்துபோன என் அண்ணன்'. ஜெயகாந்தன் இறந்து 8 ஆண்டுகள் ஆகிவிட்டதா, அவர் புற்றுநோயால் இறந்தாரா, இருவரும் ஒன்றாக இறந்தார்களா, 'இறந்துபோன' என்ற சொல்லும் 'என்' என்ற சொல்லும் ஒரே நபரைக் குறித்தவையா, இறந்தவரேதான் மீண்டுவந்து சொல்கிறாரா... நேரடியான உரைநடை வாக்கியம் என்பதால் இத்தனை குழப்பம்.

நவீன கவிதை, சொற்களையோ சொற்றொடர்களையோ அடுத்தடுத்த, தனி வரிகளுக்கு இடம்பெயர்த்து, தகவல் குழப்பங்களைத் தவிர்த்துவிடும். மேற்சொன்ன இரண்டு எடுத்துக்காட்டுகளுமே, சமூக ஊடகத்தின் செல்லக் குழந்தைகள். கருத்தே கவிதை என்ற மயக்கத்துக்காளான தளம் அது; மொழி ஒழுங்கு அவசியமில்லை என்று கருதுவது...

இவை, சில உதாரணங்கள் மட்டுமே. சுருக்கமாக, மரபுக் கவிதைக்கான இலக்கணம் வெளியில் இருப்பது; ஒருவர் கற்றுத்தந்து மற்றவர் பெற்றுக்கொள்ளக் கூடியது. நவீன கவிதையின் இலக்கணம், அந்தந்தக் கவிதைக்குள்ளேயே இருப்பது; அவரவர் பார்வைக்கோணம், பாணியையொட்டி ஒவ்வொரு கவிஞரும் உருவாக்கிக்கொள்வது; ஒரே கவிஞரின் ஒரு கவிதைக்கும் இன்னொரு கவிதைக்கும்கூட மாறுபடுவது; அதனாலேயே கற்றுத் தரவோ, புரிந்துகொள்ளவோ, பின்பற்றவோ மிகவும் கடினமாக இருப்பது.

ஆம், நவீன கவிதையின் இலக்கணம், தொடர்ந்து கவிதை வாசிக்கும் ஒருவர் கவிதையுருவத்தின் ஒற்றுமை, மொழிப் பயன்பாடு, பெறுபொருள் உருவாக்கம் இவற்றைச் சார்ந்து தாமே தடம் பார்த்து அறிவதற்கான நெகிழ்வுத்தன்மை கொண்டது. சுயேச்சையானது.

11

தனியர்களின் பாடல்கள்

பழங் கவிதைகளுக்கும் நவீன கவிதைகளுக்கும் ஒரு குறிப்பான வேறுபாடு இருக்கிறது. பழையவை பெரும்பாலும் ஒரு கூட்டத்தை நோக்கித் தீவிரமான குரலில் அறிவிக்கிறவை; தன்னனுபவமாக இல்லாது, பொது அனுபவத்தை விவரிக்கும் தன்மை கொண்டவை. விதிவிலக்குகள் இருக்கலாம்; அவற்றில் ஒலிக்கும் பொதுக் குரலின் தன்மையே கவனிக்கப்பட வேண்டியது.

உண்மையில், பீடத்தில் நின்று கூட்டத்தை நோக்கிப் பேசிக்கொண்டிருந்த தமிழ்க் கவிதை, தரையிறங்கி வந்து, சாமானியரின் குரலில் பேசத் தொடங்கிவிட்டது என்று காத்திரமாக நிறுவிய சந்தர்ப்பம் என்றே **தனிப்பாடல் திரட்டைச்** சொல்வேன்.

தமிழ்க் கவிதையில் எள்ளலும் பகடியும் ஒரு தனிப் போக்காக அடையாளம் காணுமளவு திரண்டெழுந்த சந்தர்ப்பமும் அதுவே. இத் தொகுப்பில் இடம்பெற்ற பெரும்பாலான செய்யுள்கள், நடைமுறைக் காலத்தின்மீதான விமர்சனமும் கொண்டவை. ஒரு செய்யுள் நினைவு வருகிறது.

அப்பிலே தோய்த்திட்டு அடித்தடித்து நாமதனைத்
தப்பினால் நம்மையது தப்பாதோ – இப்புவியில்
இக்கலிங்கம் போனாலென் னேகலிங்க
மாமதுரைச்
சொக்கலிங்கந் தானிருக்கச் சொல்.

ஒப்பிலாமணிப் புலவர், தனிப்பாடற் றிரட்டு,
எம் வீரவேற்பிள்ளை 1940, பக். 452

'தண்ணீரில் நனைத்து அடித்துத் தோய்த்தால் நம்மிட மிருந்து தப்பியோட முனையாதா அது' என்று தொடங்கி மொழிக்குறும்பும் பக்தியும் விளையாடும் செய்யுள். இணையத்தில் வேறு எதையோ தேடும்போது, இதே பாடலின் இன்னொரு வடிவம் அகப்பட்டது – ஒரு மாற்றத்துடன். **இரட்டைப் புலவர்** எழுதியது என்ற குறிப்புடன். அவ்வைபோல, காளமேகம்போல, தனிப்பாடல் திரட்டின் நட்சத்திரக் கவிஞர்கள் இவர்கள்.

பார்வையற்றவரான ஒருவரும், நடக்கவியலாத மற்றவரும் இணைசேர்ந்து எழுதிய செய்யுள்கள் தனித்துவமானவை. காளமேகத்திடம் இருக்கும் காழ்ப்பு மற்றும் ஆவேசமோ, அவ்வையிடம் தென்படும் நிதானம் மற்றும் விவேகமோ இல்லாமல், எள்ளலை மட்டுமே முன்னிருத்தியவை.

இரண்டு பேர் சேர்ந்து ஒரு செய்யுளை எழுதுவது என்பதே புதுமையான சமாசாரம்தான். ஒரு தனி மனத்தின் அனுபவம் அல்ல என்பதாலோ என்னவோ, இரட்டைப் புலவரின் அநேகச் செய்யுள்கள் புறவயமானவை. வறுமையும், இயலாமையும், தேசாந்திரத்தின் சுதந்திரவுணர்வும், அலாதியான நகைச்சுவையும் நிரம்பிய பாடல்கள். அகவயமான விசாரத்துக்குள் அமிழாதவை.

அப்பிலே தோய்த்திட்டு அடித்தடித்து நாமதனைத்
தப்பினால் நம்மையது தப்பாதோ – செப்பக் கேள்
ஆனாலும் கந்தை அதிலுமோர் ஆயிரங் கண்
போனால் மயிர் போச்சே போ.

இணையத்திலேயே இன்னொரு தளத்தில், கடைசி வரி,

போனால் துயர் போச்சுப் போ.

என்று முடிகிறது – அரசியல் சரித்தன்மையுடன்!

மேற்படிச் செய்யுளுக்குப் பதிலாக அமைந்த இன்னொரு செய்யுளும் இணையத்தில் கிடைக்கிறது. தொடர்பு கருதி, அதன் முதல் இரண்டு வரிகள் மட்டும்:

கண்ணாயிர முடைய கந்தையேயானாலும்
தண்ணார் குளிரையுடன் தாங்காதோ?

ஆனால், மேற்சொன்ன இரட்டைப்புலவர் செய்யுளின் இரண்டு வடிவங்களையும், பதிலாக அமைந்த இன்னொரு செய்யுளை யும் என்னிடமிருக்கும் தனிப்பாடல் திரட்டுப் பதிப்புகள் மூன்றிலுமே காணவில்லை. (1. எம். வீரவேற் பிள்ளை பதிப்பு, 1940 2. கா. சுப்பிரமணிய பிள்ளை பதிப்பு 1939, 3. புலவர் அ. மாணிக்கம் பதிப்பு, 1977). குறைந்த பட்சம், இரட்டைப்புலவர் செய்யுள் களின் வரிசையில் காணவில்லை. இணையத்தில் பதிந்தவர்கள் எங்கிருந்து எடுத்தார்கள் என்ற குறிப்பும் இல்லை.

நிலவைச் சுட்டும் விரல்

வெறும் நூறு ஆண்டுகளுக்கு முன்னால் வெளியான ஒரு தொகுப்பில் இத்தனை குளறுபடிகள்! தமிழ்ப் பதிப்புகளின் தனிச்சொத்து இது. வெளியாகிப் பல நூற்றாண்டுகள் கழித்து, கம்பராமாயணத்திலும் பிற நூல்களிலும் இருக்கும் இடைச்செருகல்கள் பற்றி ஆராய்ந்து சொன்ன வையாபுரிப்பிள்ளையும் ரசிகமணியும் நவீனகாலப் படைப்புகளுக்கும் தேவைப்படுகிறார்கள் என்பதே சுவாரசியம்தான். இதுவரை கிடைத்த பதிப்புகளை ஒப்பிட்டு, தனி நூலாகவே எழுதலாம் போல!

ஆனால், இங்கு கவனம் குவிக்க வேண்டிய அம்சங்கள் இரண்டு. ஒன்று, இந்தச் செய்யுள்களிலும், அவற்றின் அனைத்து வடிவங்களிலும் தொனிக்கும் எள்ளல் தொனி. இரண்டாவது, இவற்றில் யாரும் புகுந்து, ஒட்டியோ வெட்டியோ ஏதும் சேர்ப்பதற்கான சுதந்திரம். இலக்கணத்தின் நிர்ப்பந்தத்திலிருந்தும், சந்தம் தாளம் இவற்றின் பிடியிலிருந்தும் தமிழ்க் கவிதை விடுபடாத காலத்திலேயே அதனுள் நுழைந்துவிட்ட அகசுதந்திரம். அதிலும், 'போனால் மயிர்போச்சே போ' என்ற வரியை ஒலிக்கும் குரல்தான் எத்தனை அதிநவீனமானது!

மேற்சொன்ன செய்யுள்களில் 'உதாசீனம்' என்று படுகிற எந்த அம்சமும் இல்லை என்பதையும் சேர்த்துக்கொள்ளலாம். தனிப்பாடல் திரட்டின் ஒவ்வொரு பாடலிலுமே ஒளிந்திருக்கும் குறுங்கதை என்ற நவீனகால உரைநடை வடிவமும் கவனிக்கத்தக்கது.

எழுபதுகளில் தமிழ் நவீன இலக்கியத்துக்கு உரமேற்றிய சிற்றிதழ்களில் முக்கியமானது **கசடதபற**. அதன் இதழ்கள் கெட்டி அட்டைத் தொகுப்பாகக் கைக்குக் கிடைத்த சமயம் நினைவு வருகிறது. நானும் ஒரு நண்பரும் இணைந்தே வாசித்தும் விவாதித்தும் கவிதை என்ற சமாசாரத்தைப் புரிந்துகொள்ள முயன்றுவந்த நாட்கள்.

ஒரு சாயங்காலம் என்னைத் தேடிவந்த நண்பர், தொகுப்பின் சில இடங்களில் துண்டுக் காகித அடையாளம் செருகி வைத்திருந்தார். என்னிடம் கொடுத்து, அந்த இடங்களை வாசிக்கச் சொன்னார். ஓரிரண்டு மட்டும் இங்கே.

கண்ணகி

பாதச் சிலம்பால்
பதியை இழந்தவள்

பருவச் சிலம்பைத்
திருகி எறிந்தனள்

நீலமணி, கசடதபற இதழ் 5 பிப்ரவரி 1971

வாசித்துவிட்டு நிமிர்ந்து பார்த்தேன். நண்பர் பொழியத் தொடங்கினார். சாரம் இதுதான்:

> *ஏற்கனவே அனைவருக்கும் தெரிந்த தகவலை சமத்கார மாகச் சொல்வது தவிர வேறெதும் நடந்திருக்கிறதா இந்தக் கவிதையில்? தலைப்பு இல்லாமலே இந்த வரிகள் புரியும் என்ற நம்பிக்கையையாவது வாசகர்மீது வைக்கிறதா? முலைகளைப் 'பருவச் சிலம்பு' என்று குறிப்பிடுவதில் காட்சி அனுபவம்கூட முழுமையாய் இருக்கிறதா? சிலம்பு என்ன குமிழ் போன்றதா? 'வட்டமுலை மின்னார்/வசமிழந்த காமத்தால்' என்ற புதுமைப்பித்தனின் வரிகளில் இருக்கும் பகடிக்காவது ஈடுகொடுக்கிறதா? பாதச் சிலம்பும் பருவச் சிலம்பும் ஒன்றுக்கொன்று நிகரானவைதாமா? தவிர, கவிதார்த்தமாக எதையேனும் தூண்டுகின்றனவா இந்த வரிகள்?*

'இலக்கியம் பற்றியும் பிற அறிவுச் செயல்பாடுகள் பற்றியும் கூர்மையான படைப்புகளை, விவாதங்களைப் பிரசுரித்த **'கசடதபற'**வில் இப்படியொரு கவிதை வெளியாகியிருப்பது, ஆரம்ப நாட்களில் புதுக்கவிதை தொடர்பாகத் தமிழில் இருந்த தெளிவே மிகக் குழப்பமாய் இருந்ததற்குச் சான்று' என்று பதில் சொல்லிவிட்டு, அடுத்த அடையாளத்துக்கு நகர்ந்தேன். இதுவும் அதே கவிஞருடையதுதான்!

அநாசாரம்

வண்டோடு சம்போகம்
செய்து விட்டுக்
கடவுள் தோளேறும்
மாலைப் பூ.

நீலமணி, கசடதபற இதழ் 8, மே 1971

அடுத்த சுற்றைத் தொடங்கினார் நண்பர்!

> *தலைப்பும் உள்ளடக்கமும் பூசைகள் மற்றும் கடவுளர் தொடர்பான மரபுப் பார்வையைத் திருகிக் காட்டுகிறதே தவிர, வேறெதுவும் நிகழ்கிறதா? வணிக இதழ்களில் வரும் துணுக்குகள் போலவே தாண்டிச்செல்லக் கூடியவையாய் இருக்கிறவை – கவிதை என்ற தொடர்செயல்பாட்டின் எந்த முனையிலும் பொருந்த மறுப்பவை; மேலோட்டமான*

கிளுகிளுப்பும் குதர்க்கமான விடலைத்தனமும் தவிர வேறேதும் காணக் கிடைக்கிறதா இந்தக் கவிதைகளில்? வெறும் 'துடுக்கு' மட்டும்தானே இவை?...

குமுறித் தீர்த்தார்.

'பின்நவீனத்துவம் பற்றிய பேச்சும் வீச்சும் தமிழில் இன்னமும் அவதாரமெடுத்திராத நாட்களில் வெளியானவை; பின்நவீனத்துவத்தின் முன்னோடிக் கவிதைகள் என்று இவற்றைச் சொல்ல முடியாதா?' என்று நிஜமாகவே எனக்குள் எழுந்த சந்தேகத்தைக் கேட்டுவைத்தேன். தீவிரமாக என்னை முறைத்தார்.

மேற்கில் உருவான கோட்பாடு அது. அங்கேகூட இப்படியான முயற்சிகள் நடந்ததாகத் தெரியவில்லை. நீங்கள் சொன்ன கோட்பாட்டைச் சார்ந்து அவர்கள் எழுதிய கவிதைகளில் சமூகப் பொறுப்புணர்வு/தனிமனிதப் பொறுப்புணர்வும் அதை முன்னிட்ட விமர்சனப் பார்வையும் காணக் கிடைக்கும்...

என்று மூச்சிரைக்கச் சொல்லிவிட்டுக் கிளம்பிப் போனார். அவர் உதிர்த்த 'துடுக்கு' என்ற சொல் மட்டும் எனக்குள் தங்கி விட்டது...

இந்தக் கட்டுரையை முன்னிட்டு, நீலமணியின் கவிதைகளை மீண்டும் வாசித்தபோது, நகர்ப்பேருந்தில் படிக்கட்டில் தொங்கிப் பயணம் செய்யும் வயோதிகரைப் பார்ப்பதுபோல இருக்கிறது! அமரராகிவிட்ட என் நண்பர்மீது அளவற்ற பிரியம் ஊறுகிறது. நல்லவேளை, இன்றைய ஃபேஸ்புக் கவிதைக் காலத்தைப் பார்க்க அவர் இல்லை என்று ஆசுவாசமாக இருக்கிறது!

'கவிஞன் எத்தனைதான் தனியனாக இருந்தாலும், சமூக அங்கமாக இருக்க வேண்டியதன் பொறுப்பைத் தவிர்ப்பதற்கில்லை; கவிதை என்னும் மகாவடிவத்துக்கும் அவனே பொறுப்பு!' என்பதையே என் அமர நண்பர் வேறுவிதமாகச் சொன்னார் என்று கருதுகிறேன்.

12

துடுக்கு எனும் கருவி

முந்தைய கட்டுரையில் இடம்பெற்ற அமர நண்பர் உதிர்த்துப் போனவற்றில், ‘துடுக்கு’ என்ற சொல் எனக்குள் ஆழமாகத் தங்கியிருக்கிறது. பேச்சுமொழியின் முக்கியமான தொனி அல்லவா அது.

தமிழ் உரைநடை, ஆரம்பித்த சில பத்தாண்டு களுக்குள்ளேயே பேச்சுமொழியை நெருங்கிவிட யத்தனித்தது. பாரதியின் புனைகதைகளிலேயே இந்த மாற்றத்தைப் பார்க்க முடிகிறது. குறிப்பாக, உரையாடல்களில் பகடி சேரும்போது, பேச்சுவழக்கு சரளமாக இடம் பெறுகிறது. கதைமாந்தருடன் வாசகருக்கு அனுபவ நெருக்கத்தை அளிக்கும் உத்தி இது.

தமிழ் நவீன கவிதையில் இந்த முயற்சி சற்றுத் தாமதமாக ஆரம்பித்தது என்றே சொல்ல வேண்டும். கு.ப.ரா.வின் ஓரிரு கவிதைகளில் பேச்சு வழக்கு இடம்பெற்றபோதும், அவர் முழுநேரக் கவிஞராகச் செயல்படாதவர். கவிதைக்குள் அதை ஒரு கடப்பாடாக மேற்கொண்டு செயல்பட்டவர்கள் குறைவு.

என் அபிமானக் கவிஞரும், பதினெட்டாம் நூற்றாண்டில் வாழ்ந்த ஜப்பானிய ஜென் துறவியு மான **கொபயாஷி இஸ்ஸா**வின் கவிதை ஒன்று:

> வெளியில் செல்கிறேன், ஈக்களே.
> எனவே
> சாவதானமாய் இருங்கள்,
> காதல் புரியுங்கள்.

விளக்கமே தேவைப்படாத கவிதை இது. இதன் தொனியில் இருக்கும் உல்லாசமும் நகைச்சுவையும் என்னைக் கவர்கின்றன. சக உயிரிகளின்மீது கவிதைசொல்லிக்கு இருக்கும் வாஞ்சையும்தான்!

கவிதைக்குள் இடம்பெறுவது வெற்று நகைச்சுவையாக மீந்துவிடக் கூடாது என்ற பிரக்ஞை, ஆரம்பம் முதலே தமிழின் சீரிய கவிதைச் சூழலில் இருந்துவந்திருப்பதைப் பார்க்க முடிகிறது. தமிழ் இலக்கிய வடிவங்களில் கிட்டத்தட்ட அனைத்துக்குமே முன்மாதிரிகளைச் செய்து காட்டிய பாரதியிடம்கூட, அவரது புனைகதைகளிலும் கட்டுரைகளிலும் வெளிப்பட்ட அளவு நகைச்சுவையும் பகடியும் கவிதைகளில் வெளிப்பட்டதில்லை – 'கண்ணன் என் சேவகன்' போன்ற சந்தர்ப்பங்கள் விதிவிலக்கு!

நவீன கவிதையின் முன்னோடிகளான சி. மணி, ஞானக்கூத்தன், சுந்தர ராமசாமி போன்றோரின் கவிதைகளில் ஓர் அடிப்படைக் குணாம்சமாகவே எள்ளலும் பகடியும் இருந்து வந்திருக்கின்றன. வேதாந்தப் பார்வைக்கு முக்கியத்துவமளித்த ந. பிச்சமூர்த்தியிடமும்கூட ஓரிரு இடங்களைச் சுட்ட முடியும்.

அடுத்தடுத்த தலைமுறைகள் மேலெழுந்து வரும்போது, தமிழ் நவீன கவிதை தன் இறுக்கத்தைச் சற்றுத் தளர்த்திக் கொண்டதாகவே தோன்றுகிறது.

ஒரு கோடியே நூற்றியெட்டுத் துயரங்கள்

இந்த உலகத்தில்
ஒரு கோடியே நூற்றியெட்டுத் துயரங்கள்
இருக்கின்றன
வரலாறு, தத்துவம் மற்றும் இலக்கியங்களால்
இன்னும் ஆயிரத்திற்கும்
அதிகமான துயரங்களைக்
கண்டறிய முடியவில்லை
உலகின் தலைசிறந்த
ஓவியர்கள் வசமிருக்கும்
நூற்றுக்கும் அதிகமான வர்ணங்களால்
ஒரு கோடியே நூற்றியெட்டுத் துயரங்களைத்
தீட்ட இயலவில்லை
பசி என்பது
முதல் துயரமாகப்
பெரும்பான்மையோரால் ஏற்றுக்கொள்ளப் பட்டுவிட்டது
98ஆம் துயரக்காரனான என்னை
1002ஆம் துயரக்காரனொருவன்
பரிகசிக்கையில்
எனக்குச் சினம் மேலிடுகிறது
ஒரு துயரமும்

இன்னொரு துயரமும்
தமக்குள் சண்டையிட்டுக்கொள்வதையே
நாம் வரலாறு என்கிறோம்.

இசை, சிவாஜி கணேசனின் முத்தங்கள்,
காலச்சுவடு, பக் 39

முதல் துயரத்தை அடையாளம் சொல்லிவிட்டார். ஒட்டுமொத்தத் துயரங்களையும் ஒவ்வொன்றாய் இனம் காட்ட முனையும்போது, ஒரு முழுக் காவியம் பிறந்துவிடும் வாய்ப்பிருக்கிறது! குறைந்த பட்சம் 98ஆவதும் 1002ஆவதும் மட்டுமாவது இன்னவென்று சொல்லியிருக்கலாம்! எப்படியோ இரண்டுமே துயரமென்றாலும் ஒன்றையொன்று பச்சாதாபப்படுவதில்லை; பரிகசிக்கிறது என்பதில் மகத்தான செய்தியொன்று ஒளிந்திருக்கிறது... துயரங்களுக்குள்ளான சண்டைகளைக் கோத்தெழுதும் வரலாற்றாளர் எந்தத் துயரத்தைச் சேர்ந்தவர் என்ற கேள்வியும் எழுகிறது. துயரம், வரலாறு, பசி, துயரத்தை வரைதல் என எல்லாப்புறமும் சுழற்றியடிக்கும் கவிதை. பகடியே ஆனாலும், மெல்லிய துயரம் இழையோடாமல் தமிழ்க் கவிதையால் நகர முடியாது என்ற ரகசியச் செய்தியையும் தனக்குள் ஒளித்து வைத்திருப்பது!

விளக்கம் தேவையே இல்லாத எளிமையும், நேரடித் தன்மையும் இசை கவிதைகளின் சிறப்பம்சம். தமிழ்க் கவிதையில் அடுத்தடுத்த காலகட்டங்கள் புலரும்போதும் தன் இயல்பு மாறாத பெறுமதியுடன் இருக்கக் கூடிய கவிதை என்று இதைச் சொல்வேன்!

இலக்கியம்

எல்லா சுவர்களையும்
உடைத்து விடுகிறது
பின்பு உள்ளேறி
எல்லா உடைகளையும்
அவிழ்த்து விடுகிறது
கடைசி ஆடைக்குப் பிறகு
தேடிய உடல்
முற்றிலும் மறைந்துவிடுவது கண்டு
திகைத்து நிற்கிறது
நடுங்கும் கரங்களுடன்
அது தொலைத்த திரைகளுக்காய்
மீண்டும் தரையில் துழாவத் தொடங்குகையில்
ஆட்டம் முடிந்துவிடுகிறது.

போகன் சங்கர், தடித்த கண்ணாடி போட்ட பூனை,
உயிர்மை, பக் 48

இலக்கியம் தன்னைத்தானே பகடி செய்துகொள்ளும் கவிதை என்று முதல் பார்வைக்குத் தென்படுவது. கவிதைக்கேயுரிய உருவக மொழியில் பேசுவது. இலக்கியவாதியின் நிராசையை இலக்கியத்தின் நிராசையாய்க் கற்பிதம் கொள்ள முடியுமா என்ற கேள்வியும் எழுகிறது. முந்தைய கவிதையைப் போலின்றி, பயிற்சி பெற்ற வாசகரை நோக்கி மட்டுமே பேசும் கவிதை. மெனக்கெட்டு அனைத்தையும் களைந்து பார்க்கும் இலக்கியம், தொடர்ந்து தேடும் வேலையில் ஈடுபடுகிறது, சரி. அதன் கைகள் நடுங்குவானேன் – நோக்கத்தை மீறிய ஏதும் நடந்து தொலைத்துவிட்டதோ என்ற கேள்வியையும் கேட்டுக்கொள்ளலாம்.

கவிதை பற்றி எழுதப்பட்ட பெருவாரியான கவிதைகள் அதை ஒரு தீவிரமான இலக்கிய வடிவம் என்பதாகவோ, கவிஞர்கள் தம்முடைய, தமது வரிகளின் மேன்மையைப் பிரகடனம் செய்வதாகவோ அமைந்திருக்கும்போது, இலக்கியத்தின் வரையறையைப் பகடியாகச் சுட்டும் கவிதை, கவிதையில் மெல்ல மலரத் தொடங்கிவிட்ட புதிய யுகத்தின் இன்னொரு சான்று. பகடியின் தொனியில் மூர்க்கமான விமர்சனத்தை வைப்பவை போகன் சங்கரின் கவிதைகள். பொதுப்பார்வை சார்ந்து புனிதமானவை என்றோ நேரானவை என்றோ சமூகம் நினைப்பவற்றை எதிர்முனையில் நிறுத்திக் காட்டுபவை.

இரண்டு கவிதைகளிலுமே, ஏதோவொன்றைத் தொகுத்துப் பொதுமைப்படுத்திவிட வேண்டும் என்ற பொறுப்புணர்வு அடியாழத்தில் மினுங்குவதும் புலப்படுகிறது!

யூகியோ ட்ஸூஜி *(1939–2000)* ஜப்பானியக் கவிஞர். டோக்கியோவின் அஸாகுஸா பிராந்தியத்தில் பிறந்தவர். இவருடைய கவிதைகள் சாரத்தில் எளிமை கொண்டவை. ‘ஒரு மகத்தான தோரணையின் தீவிரத்தைக் கொள்ளாதவை’ என்று விமர்சிக்கப்பட்டவை.

ட்ஸூஜியின் கவிதைகளில் பிரதானமாக கவனத்தை ஈர்ப்பவை அவரது எள்ளலும் சுய எள்ளலும். கூர்மையான விமர்சனத்தை ஆவேசமான, குதர்க்கமான சொற்கள் வழியாக மட்டுமில்லை, இயல்பான நையாண்டியின் மூலமும் நிகழ்த்த முடியும் என நிரூபிக்கும் கவிதைகள். அவரது *Simple Chaos* (எளிய களேபரம்?!) தொகுப்பிலிருந்து ஒரு கவிதை.

புகார்

ரைம்போ, வில்லோன்,
விட்மன், மாயகோவ்ஸ்கி

நீங்களெல்லாம் எனக்கு
நிகரே கிடையாது -
அத்தனைபேரும் மொத்தமாய்ச் சேர்ந்து
ஓரே சமயத்தில்
என்மீது பாய்ந்தாலும்.
அப்புறம், இப்போதிருக்கும்
ஜப்பானியக் கவிஞர்களான
நாலைந்து ஹிரோஷிகளே,
நீங்களும்தான்,
ஒரு சுவாரசியமான கவிதையை
என்னைவிட நன்றாய்
எழுதிவிட முடியாது.
இன்றிரவு
அத்தகைய கவிதை ஒன்றைத்தான்
நான் எழுதியிருக்க வேண்டும்.
ஆனால், மறுபடியும் தவறுதலாக
(ஆமாம், ஒரு சிறிய தவறுதான்
ஆகப் பெரிய வேறுபாட்டை
விளைவித்துவிடுகிறது!)
நான் எழுதி முடித்தது
ஒரு சாதாரண கேலிக்கவிதை!
அதை சிரமப்பட்டுக் கேட்கும்போது
உங்களுக்கே தெரியும்.
என்னைப் பற்றிய நிஜமான உண்மையை
சாத்தானிடம் சொல்கிறாள் என் தாய்.

உனக்குத் தெரியுமா, ஆகச் சிறந்த
மகனைப் பெற்றெடுக்கத்தான் முயன்றேன்.
ஆனால், தவறுதலாக,
நான் பெற்றது இந்தக் குழந்தையைத்தான்.
இவனோ முழுக்க முழுக்க
உருப்படாதவன்.

எந்தவிதமான பளுவையும் ஏற்றிக்கொள்ளாமல் பகடியும் சுய பகடியும் நிகழ்த்தும் கவிதை இது. எந்த மொழிக் கவிஞருக்கும் பொருத்திப் பார்க்கக்கூடிய வரிகள்!

தமிழில் எழுதப்படும் அநேகக் கவிதைகள் சமகாலத் தமிழ்ச்சூழல் மீதான விமர்சனமாகவோ புகாராகவோ ஒலிக்கும்போது, ட்ஸூஜியின் குரலில் ஓர் அனைத்துலகப் பார்வை இலங்குகிறது. குறைந்தபட்சம், இதில் இடம்பெறும் கவிஞர்கள் அனைவருமே உலகளாவிய கவனத்தை ஈட்டியவர்கள்!

13

திகைக்க வைக்கும் சொற்கூட்டம்

கவிதை என்ற அக வடிவத்துடன் கவிகளின் பேராவல் நின்றுவிடுவதில்லை. நவநவமான உருவங்களில் கவிதை எழுதிப் பரிசோதிப்பதில் எந்த மொழியும் இன்னொரு மொழிக்குச் சளைத்ததாய் இருக்காது. பண்டைய தமிழ்ச் சூழலில் நாகபந்தம், ரதபந்தம் போன்ற சித்திரகவிதைகள் ஏராளம் காணக் கிடைக்கின்றன. சுருண்டுகிடக்கும் பாம்பின் உடல்போலவும், தேர் போலவும் வரையப்பட்ட ஓவியக் கட்டங்களில் எழுத்துகளை நிரப்பிச் செய்யுள் யாக்கும் திறன் அது.

பாரதி போன்ற சீரிய கவிஞர்கள் – அதாவது, கவிதைக்கு அதன் உட்பொருளே பிரதானம் என்று வலியுறுத்துகிறவர்கள் – சித்திரகவிதைகளைக் கேலிசெய்து எழுதியிருப்பதையும் காணலாம். ('சின்னச்சங்கரன் கதை'யில் இடம்பெறும் 'பசுமூத்ர பந்தம்' என்ற சொற்றொடர் நினைவுக்கு வருகிறது!) 'இறங்கினான்' என்ற சொல்லின் ஒவ்வொரு எழுத்தையும் இறங்கும் படிகளின் சாயலில் அமைத்து எழுதிய 'நவீன' கவிதை, உரைநடை வாசகங்களும் ஒருகாலத்தில் தமிழின் பொதுக் களத்தில் இலங்கின!

மேற்படி உருவப் பரிசோதனை/விஷமங்களை டாடாயிஸக் கணக்கில் சேர்க்கலாம் என்றே தோன்றுகிறது. கவித்துவ அக்கறை குறைந்து உருவவித்தையின் பரிமாணம் அதிகமாய் இருக்கும் கவிதைப் போக்குகளில் ஒன்றான Dadaism என்பது

நவீன உலகக் கவிதைப் பரிச்சயம் உள்ளவர்களுக்குப் புதிய சொல் அல்ல. இதற்கான விளக்கங்களும் எடுத்துக்காட்டுகளும் விக்கிபீடியாவில், இணையத்தில் நிறையக் கிடைக்கின்றன. ஓர் உதாரண டாடாயிஸக் கவிதை:

What a b what a b what a beauty

What a b what a b what a beauty
What a b what a b what a a
What a beauty beauty be
What a beauty beauty be
What a beauty beauty beauty be be be
What a be what a b what a beauty
What a b what a b what a a
What a be be be be be
What a be be be be be
What a be be be be be be be a beauty be be be
What a beauty.

கர்ட் ஷ்விட்டர்ஸ் 1887–1948, ஜெர்மானிய ஓவியர், கவிஞர்

இணையத்தில் கண்டெடுத்த கவிதை. எத்தனை முயன்றாலும் என்னால் தமிழாக்க முடியாது; எனவே, ஆங்கிலத்திலேயே தந்திருக்கிறேன்! இக்கவிதை பாடலாக இசைக்கப்பட்டிருக்கிறது. இந்தத் தகவல் கிடைத்த மாத்திரத்தில், வரிகளாக வாசித்தறிவதில் உள்ள சிடுக்கு காணாமல் போவதை, ஒரே வரியை நீட்டி முழக்கி நிரவும் இந்தியச் செவ்வியல் இசையின் ஒழுங்கு உடனடியாகத் தட்டுப்படுவதை, உணர முடிகிறது!

தமிழ்க் கவிதைச் சூழலைப் பொறுத்தவரை, இத்தகைய சாயல் உள்ள, பொருட்படுத்தத் தக்க கவிதைகள்கூட மெல்லிய தத்துவப் பூச்சு கொண்டவையாய் இருக்கின்றன என்பது ஆச்சரியமாகவும், தமிழ்க் கவிதை மரபின் நெடுங்கால வரலாற்றின் விளைவாகவும் தென்படுகிறது.

முதலில் நினைவில் எழுவது, ஆத்மாநாமின் ஒரு கவிதை.

நிஜம்

நிஜம் நிஜத்தை நிஜமாக
நிஜமாக நிஜம் நிஜத்தை
நிஜத்தை நிஜமாக நிஜம்
நிஜமே நிஜமோ நிஜம்
நிஜமும் நிஜமும் நிஜமாக

நிஜமோ நிஜமே நிஜம்
நிஜம் நிஜம் நிஜம்

ஆத்மாநாம் படைப்புகள், காலச்சுவடு, பக்கம் 184

முதன்முதலாக வாசித்த நாள்முதல் இன்றுவரை, குறிப்பான பொருள் எதையும் எனக்குத் தராத கவிதை. பொருள் ஒன்றைக் கண்டடையாமல், அல்லது இனந்தெரியாத அனுபவமாகப் பெற்றடையாமல் கவிதை வாசிப்பு முழுமையாகாதது போன்ற அதிருப்தி, வாசிக்கும் மனத்தில் நிலவத்தானே செய்யும்!

ஒரே சொல்லைத் திரும்பத்திரும்பச் சொல்லும்போது, தன் எடையையும் பொருளையும் இழந்து வெற்றொலியாக அது மீந்துபோவதைக் குறிப்பதாக இருக்கலாம் என்றே இப்போதுவரை நம்பிவருகிறேன். மேலதிகமாக, 'நிஜம்' என்ற சொல் பயன்பட்டிருப்பதால், 'தேடல்' என்ற பணியின் அபத்தத்தைச் சுட்டுகிறதாகவோ; 'எங்கு தேடியும் நிஜம் கிடைப்பதற்கில்லை – அல்லது, எல்லாமே நிஜம்தான், நிஜத்தைத் தவிர வேறில்லை' என்று உணர்த்தும் அத்வைதப் பின்புலத்தைக் கொண்ட வரிகள் என்றோ பொருள்கொள்ளவும் முடியும்.

மொத்தமாக வாசிக்கும்போது திகைக்கவைக்கும் சொற்கூட்டம், ஒவ்வொரு வரியையும் தனியாக எடுத்துப் பார்த்தால், முற்றுப்பெறாத வாக்கியமொன்றின் முதல் பகுதியாக தொனிப்பது இந்தக் கவிதையின் வசீகரம்!

இதில் எனக்கு இருக்கும் உபரி வசீகரத்தையும் சொல்ல வேண்டும். பல்லாயிரம் சொற்கள் கொண்ட தமிழில், சொல்லிச் சொல்லிப் பொருள் இழப்பதாக 'நிஜம்' என்ற சொல்லைக் கவிஞர் தேர்ந்தது ஏன் என்பது!

சில இதழ்களோடு நின்றுபோன சிறுபத்திரிகை 'மையம்'. இரண்டு கட்டமாக வெளியாகியது. முதல் கட்ட இதழ் ஒன்றில், பின்புற உள்ளட்டையில் பிரசுரமாகியிருந்த ஒரு கவிதை நினைவு வருகிறது. பின்னாட்களில் எனக்கு அறிமுகமானவரும்; கவிஞர்கள் ஆனந்த், தேவதச்சன் ஆகியோரின் நண்பருமான **பி.எஸ். சங்கர்** என்பவர் எழுதியது. வேறு கவிதை ஏதும் எழுதி யிருக்கிறாரா என்று தெரியவில்லை.

இந்த அறை

இந்த அறை
எனக்குள்
இருக்கிறது.

இந்த அறை
யில்
இருக்கும் நாற்காலி
யின்
மேல்
நான்
அமர்ந்திருக்கிறேன்

மையம் – காலாண்டு இதழ், அக்டோபர்–டிசம்பர் 1983

மனம் உடம்பின் பகுதியா, உடம்பு மனத்துக்குள் இருப்பதா என்ற தத்துவக் குழப்பத்தைச் சொல்லும் கவிதையாக, பிளவுபடாத அனுபவத்தில் உடல் – மனம் என இரண்டு தனித்தனி வியக்திகள் இல்லை என்பதை எடுத்துச் சொல்ல முற்படுவதாக இதை எடுத்துக்கொள்ளலாம். ஆனால், மேற்படிக் குழப்பம் அல்லது தெளிவுநிலையை உணரும்போது கவிமனம் கொள்ளும் உணர்ச்சி என்ன என்பது பதிவாகவில்லை என்பதால் வெறும் தகவல்குறிப்பாக மீந்துவிடுகிறது.

இஸ்ரேலியக் கவிஞர் **யெஹுதா அமிக்ஹாய்** *(1924–2000) எழுதியுள்ள நீள்கவிதையின் ஒரு பகுதி இது; Open Closed Open தொகுப்பில், 'கடவுள்கள் மாறுகிறார்கள் – பிரார்த்தனை இருக்கத்தான் போகிறது' என்ற கவிதையின் மூன்றாம் பத்தி.*

கடவுளும் பிரார்த்தனையும்

உளப்பூர்வமான பக்தியுடன் அறிவிக்கிறேன்
கடவுளுக்கும் முந்தையது பிரார்த்தனை.
பிரார்த்தனை கடவுளை சிருஷ்டித்தது.
கடவுள் மனிதகுலத்தை சிருஷ்டித்தார்.
மனிதகுலத்தைப் படைத்த
கடவுளைப் படைக்கும்
பிரார்த்தனைகளை
மனிதர்கள் சிருஷ்டிக்கிறார்கள்.

மொழி விளையாட்டு, தத்துவ வித்தை இவற்றைவிட, கசிவும் கண்டுபிடிப்பும் நிரம்பிய தரிசனம் கவிதைக்கு அவசியம் என்றே நினைக்கிறேன். முதல்பார்வைக்கு நாத்திகவாதம்போலத் தென்பட்டாலும், மானுடவியல் வரலாற்றுக் குறிப்பு என்றே அமிக்ஹாயின் கவிதையைக் கொள்ளலாம்.

தவிர, சொற்களை மடித்து மடித்து எழுதுவது மட்டும்தான் டாடாயிஸமா; அனுபவத்தை, அர்த்தத்தை, மடித்து மடித்து எழுதுவதும் அதே வகைமைதானா என்றும் யோசித்துப் பார்க்கலாம்!

14

கவிதை என்னும் அனுபவம்

கவிதையின் பிரதான அக்கறை, அனுபவத்தை முன்வைப்பது. எளிமையான கருதுகோள் என்கிற மாதிரித்தான் தென்படுகிறது, இல்லையா! ஆனால், எண்ணற்ற கேள்விகளையும் உபகேள்விகளையும் எழுப்பக்கூடிய முரட்டு வாக்கியம் இது. தவிர, அனுபவம் என்ற நுண்நிகழ்வு, கவிதைப் புலத்துடன் மட்டும் தொடர்புடையது அல்லவே.

ஒரு சில கேள்விகளை எழுப்பிப் பார்க்கலாம்; பதிலும் சொல்லிப் பார்க்கலாம்! இதில் சுவாரசிய மான அம்சம் என்னவென்றால், வாய்க்கும் பதில்கள் ஒவ்வொன்றுமே, தம்மளவில், கேள்வியாக இலங்கக்கூடியவை!

1. அனுபவம் என்பது என்ன?

அத்தனை சுலபமாக பதில் சொல்லிவிட முடியாத கேள்வி இது. 'கருத்தாகத் திரள்வதற்கு முந்தின கணத்தில் உணரப்படும் ஒரு நிலை' என்ற விளக்கம் ஓரளவு நெருக்கமானது. காலம் – வெளி சம்பந்தமான விபரங்கள் சேரச் சேர, அனுபவத்தின் அடிப்படைத் தன்மை மாறிக்கொண்டே போகிறது.

நீர் வார்த்தல் என்னும் அனுபவம் நீரை வார்ப்பது மட்டுமே. செடியை வளர்க்க வார்க்கிறீர்களா, பாதங்களைக் கழுவிக்கொள்ளவா, தேநீர் தயாரிப்பதற்கா என்பது போன்ற தகவல்கள் சேரும்போது அந்தச் செயல் தனது பொதுமையான

அல்லது ஆதாரமான தளத்திலிருந்து, குறிப்பான மேல்தளத்திற்கு நகர ஆரம்பிக்கிறது; அனுபவத்தின் தோற்றுவாயில் உள்ள காலமற்ற உடனடித்தன்மையை இழந்துகொண்டே செல்கிறது.

இன்னொரு உள்மடிப்பாக, எது அனுபவம் என்ற கேள்வி. முந்தைய உதாரணத்தில், வார்த்த நீர் தரைசேரும் களகள ஒலியா; தாரை இறங்கும் காட்சியா; வார்ப்பவர்மீது கொஞ்சம் தெறிக்கும் பட்சத்தில், நீரின் தொடுகையா; கிளர்ந்த மண்ணோ, தேநீரோ எழுப்பும் மணமா – அல்லது, நீர் வெளியேற வெளியேற, ஏந்திய பாத்திரத்தின் எடை குறைவதை உயர்த்திப் பிடித்த கரம் உணர்கிறதே, அதுவா? எந்தப் புலன்மீது கவனம் குவிகிறதோ, அதுவே 'அனுபவம்' என்ற அடையாளத்தை ஈட்டிக்கொள்கிறதோ?

2 அனுபவம் என்பது, தன்னளவில், ஒற்றைத்தன்மை கொண்டதுதானா?

நிச்சயமாக 'இல்லை' என்று சொல்லிவிடலாம். ஒரே இடத்தில், ஒரே வேளையில் இரண்டு தனிநபர்கள் கொள்ளும் அனுபவம் ஒரே மாதிரியானதாக இருப்பதற்கில்லை. ஒரு பேருந்தில் பயணம் செய்யும் அத்தனை பயணிகளுக்கும் வாய்க்கும் ஒற்றைத் தருணம் ஒரே மாதிரியானதுதானா?

மொழியின் பொது ஒப்பந்தத் தளத்தில் அவர்கள் பொதுமையை உணரக் கூடும் – மொழியளவிலான பொதுமை மட்டுமே அது. அனுபவத்தை அளக்க அளவைகளும் அலகுகளும் கிடையாது என்பதால் அதை மதிப்பிடுவதும் நடப்பதற்கில்லை.

தவிர, தெருக் குழாயில் தண்ணீர் வரவில்லை என்பது தனி அனுபவமா, சமூக அனுபவமா?

3. அனுபவத்தை எங்கிருந்து சொல்ல ஆரம்பிப்பது?

மேற்சொன்ன உதாரணத்தில், நீர் வார்க்க உத்தேசித்த தருணத்திலிருந்து தொடங்குவதா? வார்க்கும்போதே விவரிக்க முடியுமா? அது முழுமையான சித்தரிப்பாய் இருக்குமா? அல்லது, வார்த்து முடித்தபின் ஆரம்பிப்பதா?

4. எதுவரை சொல்வது?

செயல்களை மட்டும் கூறி விலகிவிட்டால் போதுமா? விளைவுகளை செயலிலிருந்து அத்தனை துல்லியமாகப்

பிரித்துவிட முடியுமா? ஒரு குறிப்பிட்ட செயல், தானே விளைவாக உருமாறுகிற ரசவாதம் தொடங்கும் புள்ளி எது?

5. காகிதத்தில் பதியப்பட்ட, சொற்கள் என்னும் இரட்டைப் பரிமாண வஸ்துக்களை முப்பரிமாண உலகத்தின் பிரத்தியட்ச அங்கமாகத் திரளச் செய்வது எப்படி? அதாவது, பிரபஞ்சத் தன்மை கொண்ட பொது அனுபவத்தை, வேறு காலகட்டம், வேறு மொழி, வேறு பிரதேசத்தைச் சேர்ந்த ஏதோ ஒரு வாசக மனம் தனது தனி அனுபவமாக உணரும் தளம் எது? அவ்வாறு உணரவைப்பதற்கான செயல்முறை எது? இந்த இடமாற்றத்துக்குப் பிறகும் ஆதியில் இருந்த அதே உணர்ச்சிப் பரபரப்பு எஞ்சியிருக்குமா? அதை வாக்கியங்களில் தக்கவைக்க முடியுமா?

6. நிறமற்ற அனுபவத்தை, கவிதை என்ற நிறுவப்பட்ட வடிவமாக உருமாற்றித் தருவது மிகப் பெரும் பணி; அது எல்லாக் காலத்திலும் எல்லா மொழியிலும் எல்லா தேசத்திலும் ஒரே மாதிரி நடக்க முடியுமா? குறிப்பிட்ட சந்தர்ப்பத்திற்கான தனித்துவம் எங்கிருந்து மேலெழுகிறது?

7. அனுபவத்தை வெறுமனே வைத்தால் போதுமா, அல்லது அனுபவம் பற்றிய தனது அபிப்பிராயத்தையும் கவிஞர் பதிவு செய்தாக வேண்டுமா?

8. கவிதைக்குள்ளேயே தமது கருத்தையும் கவிஞர் பதிவு செய்யலாம் என்றால், அதை நேரடியாகச் செய்வதா, மறைவான சொற்களிலா? உதாரணமாக, ஒரு கவிதையின் சில வரிகள்:

படுக்கையில் எனது குழந்தை நெளிந்தது.
இறவாமை (அம்ருதா) என்பது அதன் பெயர்.
ஒரு கொசு அவள் மேலிருந்து எழுந்து விலகி
அவளைச் சுற்றி வட்டமிடுகிறது.
அதன் ரீங்காரத்தில்
வெறி மிகுந்த ஒரு போர்விமானம்...

தேவதேவன், தேவதேவன் கவிதைகள், தமிழினி, பக் 300

பொருள் ஏற்றப்பட்ட காட்சிதான் என்றாலும், அழகியல் நோக்கில் முழுமையான, வாசக அனுபவத்தை விஸ்தரித்துக்

கொண்டே போகக்கூடிய படிமம் இது. இந்தக் காட்சி வழங்குகிற அனுபவத்தை, இதே கவிதையின் ஆரம்பத்திலும், இறுதிப் பகுதியிலும் தரையிறக்குகிறார் கவிஞர். அந்த வரிகள்:

> சாந்தி என்பதும் அமிர்தம் என்பதும் அரவிந்தன் என்பதும்
> வெறும் பெயர்கள்தாமே.
> துயிலும் இம்முகங்களில் வெளிப்படுவதும்
> சின்னஞ்சிறிய வாழ்க்கையின் சின்னஞ்சிறிய சோகமே.

நேரடியான தொகுப்புரைகள் கவிதைக்குள் உயிர்ப்போடு காத்திருக்க வேண்டிய வாசக சுதந்திரத்தை மட்டுப்படுத்த வில்லையா?

9. அல்லது, இந்தக் குழப்பத்திற்கு இடமேயின்றி, அனுபவத்தின் பிறப்பிடத்தை மட்டும் முழுக்க முன்வைத்து விட்டு அகன்றுவிடலாமா? அப்படியொரு இடம் துலக்கமாக, தனியாக, புலப்படக்கூடியதுதானா? புலப்படும் என்றால், அதைக் கண்டறியும் பிரயாசை கவிஞருடையது மட்டுமேயா, வாசகருக்கும் பங்குண்டா?

10. இறுதியான, ஆனால், மிக முக்கியமான கேள்வி – அனுபவத்தைப் பிறருடன் பகிர்ந்துகொள்ள வேண்டும் என்ற அவசியம் உண்டாவது எங்கே? ஏன்?

11. மேற்சொன்ன கேள்விகளும் குழப்பங்களும் சமகாலக் கவிதைச் செயல்பாட்டுக்கு மட்டுமே உரித்தானவையா, கவிதை என்ற பெரும்புலம் எல்லாக் காலகட்டத்திலும் தன்னுள் கொண்டிருக்கும் சிடுக்குகளா?

தமிழில் வாசிக்கும் பழக்கமுள்ள எவருக்கும் தெரிந்திருக்கக் கூடிய பாடல் ஒன்று. முழுப் பாடலையும் தெரிந்திராவிட்டாலும், முதல் இரண்டு அடிகளைத் தெரியாதவர் இருக்க முடியுமா!

> யாதும் ஊரே யாவரும் கேளிர்
> தீதும் நன்றும் பிறர்தர வாரா
> நோதலும் தணிதலும் அவற்றோ ரன்ன
> சாதலும் புதுவதன்றே வாழ்தல்
> இனிதென மகிழ்ந்தன்றும் இலமே
> முனிவின் இன்னாது என்றலும் இலமே

> மின்னொடு வானம் தண்துளி தலைஇ ஆனாது
> கல்பொருது இரங்கும் அல்லல் பேர்யாற்று
> நீர்வழிப் படூஉம் புணைபோல் ஆருயிர்
> முறைவழிப் படூஉம் என்பது திறவோர்
> காட்சியில் தெளிந்தனம் ஆகலின்
> மாட்சியிற்
> பெரியோரை வியத்தலும் இலமே
> சிறியோரை இகழ்தல் அதனினும் இலமே.
>
> கணியன் பூங்குன்றனார், புறநானூறு 192

தன்னளவில் விளக்கமாகவே இருக்கும் தத்துவ வரிகளுக்கு இடையில் இடம்பெறும் காட்சிபூர்வமான உவமை எதை உத்தேசித்து? 'மின்னல் என்னும் பெயரில் வெம்மையையும், மழை என்னும் வடிவத்தில் தண்மையையும் தருகிறது வானம்' என்ற உவமையே, ஆரம்பத்திலிருந்து கவிதை முன்வைக்கும் சமன்பாட்டுக்குப் பொருத்தமாயும் போதுமானதாகவும் இருக்கிறதே – மேற்கொண்டும், 'கற்களோடு முட்டிமோதி இழுபட்டு நகரும் ஓடம்' என்று இன்னொரு உவமையை அடுத்த வரியிலேயே கொடுக்கும் அவசியம் கவிஞருக்குள் ஏன் கிளைத்தது? பிற வரிகள் தராத எந்த அம்சத்தை அது வாசகருக்கு வழங்கி விடும் என்று கவிதைசொல்லி/கவிஞர் அனுமானிக்கிறார்? அந்த அம்சத்தைத்தான் 'அனுபவம்' என்று அழைக்கிறோமா!

மானசீகத்திலே மட்டும்தான் என்றாலும், கருத்தால் தர இயலாத ஏதோவொன்றைக் காட்சி தருகிறது என்று எடுத்துக் கொள்ள வேண்டுமோ? கருத்து தனக்குள் மூடி இருக்கிறது; காட்சி யாரும் பார்க்கத் திறந்திருக்கிறது; காட்சியாக நிகழ்வதுதான் வாசகமனத்தை அனுபவமாக நெருங்குகிறது என்று பொருள்கொள்ளலாமா!

எனில், கவிதை என்னும் புலத்தில் நிலவும் நம்பிக்கைகள் காலங்காலமாக மாறவேயில்லையோ!

கவிதையில் நிகழும் அனுபவத்தை நிறுவிக்காட்டும் இன்னொரு கவிதை. ஏழாம் நூற்றாண்டில், டாங் வம்ச காலத்தில் பிரசித்தி பெற்றிருந்தவரும், அரசியல்வாதி, ஓவியர், இசைக் கலைஞர், கவிஞர் என்று பலமுனைகளில் செயல்பட்டவருமான சீனக் கவிஞர் **வாங் வெய்** எழுதியது.

> தொலைவிலுள்ள மாந்தருக்கு விழிகள் இல்லை;
> தொலைவிலுள்ள மரங்களுக்குக் கிளைகள் இல்லை.
> தொலைவிலுள்ள மலைகளில் கற்கள் இல்லை;
> அவை நயமாகவும் மிருதுவாகவும் இருப்பவை,

புருவங்கள் போல.
தொலைவிலுள்ள நீரில் வளையங்கள் இல்லை,
மேகங்களை நோக்கி உயர்கிறது அது.
இவைதாம் ரகசியங்கள்.

வாங் வெய், மொ/பெ யுவன் சந்திரசேகர்,
கபாடபுரம் இணைய இதழ், ஜூன் 2015

பௌதிகத் தொலைவு மற்றும் அனுபவத் தொலைவு பற்றிய விசாரணையைக் கிளர்த்தும் கவிதை...

15

தனிமை போற்றுதும்

கவிதையை வாசிப்பதும், அது வழங்கிய அனுபவத்தைப் பின்னர் அசைபோடுவதும் மனத்தின் வேறுவேறு செயல்பாடுகள் என்று தோன்றுகிறது.

இரண்டாவது பகுதியை முதலில் குறிப்பிடலாம். நாளதுவரை வாசகமனம் சேகரித்து வந்திருக்கும் அறிவையும் தர்க்கத்தையும் உபயோகித்து, கண்டறிய உதவும் நுகர்முனைகளால் தொகுத்துக்கொள்வது அது.

முதலாவது பகுதி கொஞ்சம் மர்மமானது. முதன்மையானதும்கூட. ஆய்வுபூர்வமான சிந்தனை தொடங்குவதற்கு முன்பாகவே அனுபவித்துத் துய்க்கும் உணர்கொம்புகள் கொண்டது அது.

இதன் காரணமாகவே முதல் வாசிப்புக்குப் புரியாத பல கவிதைகள் மீண்டும் மீண்டும் மறுவாசிப்புக்கு அழைக்கும் வசீகரம் கொண்டிருக்கின்றன. அதாவது, 'இந்தக் கவிதை பிடித்திருக்கிறது; ஆனால், புரியவில்லை' என்ற உணர்வு தட்டுகிறது.

இன்னொரு வகைக் கவிதைகளை விவரிக்கவே வேண்டாம் – அவை முதல் வாசிப்பிலேயே வாசகமனத்தை விலக்கிவிடக்கூடியவை. இந்த அளவீடு மனத்துக்கு மனம் மாறுபடக்கூடியது என்பதும்; தொடர்ந்த வாசிப்பின் பயனாக ஆழ்மனத்தில் முன்னரே நிறுவப்பட்டிருக்கிற, எளிதில் புலப்படாத, அளவுகோல்களே முதல் வாசிப்பின் பெறுபலனைத் தீர்மானிக்கின்றன என்பதும் சுவாரசியமான விஷயங்கள்.

ஆக, கவிதை எழுதுவது மட்டுமல்ல, வாசிப்பதுமே ஒருவித மாயச் செயல்பாடு என்று ஆகிறது!

நான் முதல் அம்பு

நான் முதல் அம்பு.
பன்னெடுங்காலமாய்
இந்த மலையுச்சியில்
கிடக்கிறேன்
யார் மீதும் விரோதமற்ற
ஒருவன் வந்து
தன் வில் கொண்டு
என்னை
வெளியில் செலுத்துவானென.

ஆனந்த், அவரவர் கைமணல், ழ வெளியீடு, பக் 30

பன்னெடுங்காலமாக மலை உச்சியில் கிடப்பதுதான் ஓர் அம்பின் பிறவிப் பெரும்பயனா? யார்மீதும் விரோதமற்ற ஒருவன் வில்லை எதற்காகச் சுமந்து திரிய வேண்டும்? அவன் வந்து செலுத்துவதற்காகக் காத்திருக்கும் அம்பை வேறு யாரோ ஒருவன் செய்திருக்க வேண்டுமல்லவா – தாக்குவதற்கோ தற்காப்புக்கோ பயன்படும் ஓர் ஆயுதத்தை அவன் எதற்காகத் தயாரித்தான்? தயாரிக்க முனைந்த மனநிலைக்கும் தயாரித்து முடித்துவிட்ட மனநிலைக்கும் இடையே ஏதும் நடந்துவிட்டதா – அது என்ன? மெனக்கெட்டு தான் உருவாக்கிய அம்பை வெறுமனே கிடத்திவிட்டு அவன் போனதற்குக் காரணமான மறுபரிசீலனை எது? காட்சிப் பொருளாக இருந்தவாறே நிலையுரைக்கும் அம்பு எதன் குறியீடு? 'வெளியில்' என்ற சொல்லின் தனித்துவம் என்ன – அது 'உள்ளே' என்பதன் எதிர்ச்சொல்லா, 'திறந்தவெளி' என்ற அகண்டாகாரத்தைக் குறிப்பதா? 'பன்னெடுங்காலமாக'க் 'கிடக்கும்' அம்பு உணரும் தனிமை எத்தகையது? தனிமை பற்றிய புகாரே இன்றி இதைப் பிறருக்குத் தெரிவிக்கும் ஆளுமையின் அகப்பெறுமானம்தான் என்ன!

மேற்கண்ட விதமாக எழும் ஏகப்பட்ட கேள்விகள், முதன்முறை வாசிக்கும்போதே கிளர்வதற்கு வாய்ப்பு மிகவும் குறைவு. ஆனால், வாசிக்குந்தோறும் புதுப்புதுக் கேள்விகளை எழுப்ப வல்ல கவிதை இது. இதுபோன்ற கேள்விகள் வழியே, வாசக மனத்தைத் தன் இலக்கு நோக்கி இட்டுச் செல்வது. முடிவற்ற காத்திருப்பில் கிடப்பது அம்பு மட்டுமல்ல, தீர்க்கப்படாத புதிர்போல அடிமனத்தில் சதா நமட்டிக்கொண்டே இருக்கும் கவிதையும்தான்.

அறிவியல் முன்வைக்கும் கருதுகோள் ஒன்று: *Inertia* என்ற சொல். 'செயலற்ற நிலை' என்றே பொதுப்பரப்பில் பொருள் கொள்வது. ஆனால், அறிவியலின் விளக்கம் வேறுமாதிரியானது:

> செலுத்தப்பட்ட பொருளானது, எதிர்விசை ஒன்று குறுக்கிடாதவரை, தனது உந்துவிசையை இழக்காமல் தனது வேகத்தில், தனது திசையில், போய்க்கொண்டே இருக்கும்.

இந்தப் பின்னணியில், இன்னொரு கேள்வி உதிக்கிறது – யார் மீதும் விரோதமற்ற ஒருவன் செலுத்தும் அம்பு என்னவாகச் செயல்படக் கூடும்? அவனால் செலுத்தப்படக் காத்துக் கிடக்கும் உள்ளக் கிடக்கைதான் என்ன?

விரோதம் இல்லையேல் இலக்கும் இருக்காது அல்லவா! அப்படியானால், எய்யப்படும் அம்பு **சென்றுகொண்டே**யிருக்கும் பெருவெளியை 'முடிவிலி' என்று கொள்ளலாமோ! அல்லது, 'கிடத்தலும்' 'சென்றுகொண்டேயிருப்ப'தும் இரு வேறு விஷயங்கள் இல்லையோ?!

பத்தியாக வெளியானதைக் கட்டுரையாக விரிவாக்கும் போது இரண்டு அம்சங்கள் புதிதாக முளைத்தன. ஒன்று, மேற்கண்ட கவிதையின்மீதான மறுபார்வை.

அம்பின் கோணத்திலிருந்து பார்த்தால், 'கிடக்கும்'போது பார்க்கக் கிடைக்கும் ஆகாயத்தையும், 'பன்னெடுங்காலமாக' தான் அனுபவிக்கும் தனிமையையும் தவிர வேறெதும் எஞ்சவில்லை அல்லவா. ஆனால், அம்பின் தனிமை, விடுபட்டதன் ஏக்கமாகப் பதிவாகவில்லை. தனது நிலையை அறிவிக்கும் குரலில், மனிதகுலம் தனக்குள் பரிவர்த்தனை செய்துகொள்ளும் 'விரோதம்' பற்றிய கவனமே பிரதானமாய் இருக்கிறது. ஆக, அம்பின் தனிமை உணர்வுபூர்வமானது அல்ல; போதபூர்வமானது. சிந்தனையைத் தூண்டுவது. ஆம், தனிமையை ஒரு கருத்தாக்க மாகத் தனக்குள் சேமித்து வைத்திருக்கிறது அம்பு; அதேவிதமாக எடுத்துச் சொல்கிறது.

இரண்டாவது, இந்தக் கவிதையையொட்டி நினைவில் எழுந்த இன்னொரு கவிதை. காட்சிபூர்வமான தனிமைக்கும், உணர்வுபூர்வமான தனிமைக்கும் உள்ள தொலைவை, விளக்கத்துக்கும் சித்தரிப்புக்கும் உள்ள பாரதூரமான தொலைவை, காண வைத்த சீனக் கவிதை.

சீனப் பழங்கவிதைகளுக்கு அநேக சிறப்பியல்புகள் உண்டு.

1. இயற்கையின் அலகுகளை அதிகம் பயன்படுத்துபவை. நதியும் மலையும் பறவைகளும் படகுகளும் என திரும்பத் திரும்ப இடம்பெறும் படிமங்களின் தனித்துவம், அவை எதையுமே குறியீடாகச் சுட்டுவதில்லை என்பது. நேரடி உருவகங்களாகவும் நிலைமாறுவதில்லை. (ஆனால், தொடர்ந்து கவிதை வாசிக்கும் பழக்கம் உள்ள மனம், அவற்றில் ஏதோவொரு வகைமையைத் துழாவிக் கண்டுபிடிக்க முனையாமலிருக்குமா!)

2. மனக்கண்ணின் முன் காட்சியை உருவாக்கித் தந்துவிட்டு, அலுங்காமல் நகர்ந்துவிடுகிறவை. முழுமையான காட்சியுருவாக்கத்துக்கு மிகக் குறைந்த சொற்களே போதும் என்று அறியத்தருகிறவை.

3. இன்னொரு சிறப்பு, அதிராத மொழியின் காரணமாக வாசக மனத்தில் அவை தொற்றவைக்கும் சாந்தம்.

4. நிலவெளியை மனமும், மனத்தை நிலவெளியும் என்று பரஸ்பரம் தழுவுகிற, தத்துவம் எதையும் வலிந்து முன்னிறுத்தாத காட்சிக் கோணம் கொண்டிருப்பது.

5. இறுதியாக, இக்கவிதைகளின் வழியே உருவாகும் தனிமையுணர்வு, கொஞ்சமும் துயரம் கலக்காதது; புகாரும் அற்றது. மிகுந்த வாஞ்சையோடு மனித வாழ்வுடன் ஒத்திசைவது.

6. பல கவிதைகளுக்கு, ஒன்றுக்கு மேற்பட்ட ஆங்கில மொழிபெயர்ப்புகள் கிடைக்கின்றன. சித்திர மொழியை சொற்களின் மொழிக்குப் பெயர்க்கும்போது நேரும் வேறுபாடுகளோடு. ஆனால், எத்தனை விதமான ஐரோப்பிய மனங்களுக்குள் புகுந்து புறப்பட்டாலும், தமது கவிப்பெறுமதியைக் கொஞ்சமும் இழக்காத ஆன்மவலு கொண்டவை சீனக் கவிதைகள்.

சு ஷி புராதன சீனத்தின் ஸாங் வம்ச காலத்தில் வாழ்ந்தவர். பதினோராம் நூற்றாண்டைச் சேர்ந்தவர். கீழ்வரும் கவிதை, **ஒளிரும் நிலவெளி – சீன ஓவியங்கள் மற்றும் கவிதைகள்** தொகுப்பிலிருந்து எடுக்கப்பட்டது. இன்னும் சில சீனக் கவிதைகளோடும், அவை பற்றிய குறிப்போடும் சில ஆண்டுகளுக்கு முன்பிரசுரமானது.

ஒரு கவிதை

உயர்ந்து வானளாவி நிற்கும் அடுக்குப் பாறை –
அதுதான் எவ்வளவு தனியாய் நிற்கிறது.
அதிர்ஷ்டவசமாய்
இந்த வலுத்த காற்றில்
பச்சை மூங்கில்கள் கூட்டம் சேர்கின்றன;
சூரியன் மறைகிறான், யாருமே இல்லை,
கடற்பறவைகளும் போய்விட்டன.

தொலைதூரத் தண்ணீர் மட்டும் எஞ்சுகிறது
குளிர்ந்த நாணல்களுக்குத் துணையாய்.

சு ஷி, மொ/பெ யுவன் சந்திரசேகர்,
கபாடபுரம் இணைய இதழ், ஜூன் 2015

அம்பு, பாறை இரண்டுமே அஃறிணைகள்; இரண்டுமே தனிமையைப் பேசுகின்றன. என்றாலும், சித்தரிப்பின் வழியாக அவை கொள்ளும் தொலைவுதான் எத்தகையது! பச்சை மூங்கில்கள் கூட்டம் சேர்வதுமே யதேச்சையானதுதான் – 'அதிர்ஷ்டவசமாய்' வலுத்த காற்றுதான் காரணம்; உள்ளூறும் பிரியம் இல்லை!

16

நினைவு மரம்

Associated Memory (தொடர்புறு ஞாபகம் என்றோ, நினைவுச் சங்கிலி என்றோ மொழி பெயர்க்கலாமா!) என்பது மனித மனத்தின் இயல்பான இயங்கியல் தன்மை. உண்மையில், சிந்தனைக்கும், அதைக் கருக்கொள்பவருக்கும் தற்தொடர்ச்சியை அளிப்பதில் இதன் பங்கு கணிசமானது.

எந்த நினைவு எந்த நினைவை இழுத்து வருகிறது, எப்போது வேறொன்றாய் மாறுகிறது, எதுவரை செல்கிறது, எந்தக் குறுக்கீட்டை அனுமதிக்கிறது, எதை மீறித் தொடர்கிறது, இதையெல்லாம் கட்டுப் படுத்துகிற அல்லது நிர்வகிக்கிற ரசவாதம்தான் எது என்பதெல்லாம் எண்ணங்களைத் தரித்தவரே கண்டறிய முடியாத மாபெரும் புதிர்கள். ஒரு சொல் அல்லது ஒரு நினைவு உந்திக் கிளம்பி, இன்று தொடரும் அதே பாட்டையில் நாளை தொடருமா என்பதற்கும் உத்தரவாதமில்லை. தூண்டும் ஒரு சொல் ஞாபகத் தொகுப்பின் எந்த அலகில் சென்று தைக்கும் என்பதும் போதபூர்வமானது இல்லை.

அண்மையில் ஒருநாள் காலை நடையில், எதிர்மனை மரத்தை வெட்டிக்கொண்டிருந்ததைப் பார்த்தேன். நன்கு விளைந்த மரம். 'பயன்பாடில்லாத மரங்கள் மட்டுமே சிரஞ்சீவியாய் நீடிக்கும்' என்று என்றோ வாசித்த தாஓ கதையில் இடம்பெற்ற வாசகம் எனக்குள் கிளர்ந்தது. 'தாஓவும் ஜென்னும் சூஃபியிஸமும் கிட்டத்தட்ட ஒரேவிதமான கவிப்புலத்தில் நிகழ்பவை என்று படுகிறது' என்று ஓர் கைபேசி உரையாடலில் நான் தெரிவித்தபோது, மறுமுனையில் இருந்த நண்பர் சிரிப்பது கேட்டது. 'உபநிஷத்துகளையும் சேர்த்துக்கொள்ளலாமே; அதைக்

குறிப்பிடாமல் தடுப்பது எந்தவிதமான அரசியல் சரித்தன்மை!' அப்புறமும் சிரித்தார். எனக்கு உபநிஷத்துகளில் வாசிப்பு இல்லை என்பதைச் சொல்ல யத்தனித்து, பிரயோசனமில்லை என்று விட்டுவிட்டது நினைவு வந்தது...

நல்லவேளை, சிந்தனையின் பயணம் நண்பருடனான உரையாடல்வழியாக மேற்செல்லாமல், மரங்கள் பற்றிய கவிதைகள் வழி நகர்ந்தது. மரம் என்பது, நகரவியலாத உயிர்க்கூட்டத்தின் மகத்தான பிரதிநிதியாகக் கவிதைகளில் இடம்பெற்று வந்திருக்கிறது – காலங்காலமாக.

மூன்று கவிதைகள் தாமாகக் கோத்துக்கொண்டு நினைவில் எழுந்தன. மூன்று வெவ்வேறு பார்வைக் கோணங்களைக் கொண்டவை.

காகிதத்தில் கிளைத்த காடு

விளையாட்டாய்
ஓரிலையை எழுதினேன்
பசுமை நிறத்தது
வியப்புற்று
பூவரைந்தேன்.
வாசம் மணத்தது
கனியெழுத
இனிமை தித்தித்தது
கிளைகள் வேர்களென
முழுமரமும் எழுதினேன்
நிழலும் குளிர்வும்
வாய்த்தது
பெயரறியாப் பறவைகள் வந்து
இசைத்திருந்தன
மரம் பெருகி வனம் நிறைய
நனி பெரும் மனிதர்
நலியும் நகர் தொலைத்து
சடை வளர்த்து
இடையில் உரி தரித்தலையும்
ஏகாங்கியானேன்

க மோகனரங்கன், இடம் பெயர்ந்த கடல்,
யுனைட்டட் ரைட்டர்ஸ், பக் 16

ஓவியத்தை, புனைவைப் பற்றிய கவிதையாக முதல் வாசிப்புக்குத் தென்படுகிறது. மானசீகமான, பின்னோக்கிய, காலப் பயணம் பற்றிய கவிதையாகவும் பொருள்கொள்ளத் தக்கது. அந்தப் பயணத்திற்கு, நடைமுறைக் காலத்தின் மீதான அதிருப்தி தவிர வேறென்ன காரணம் இருந்துவிட முடியும்?

மோகனரங்கனின் கவிதைகள் அடங்கிய குரலில் பேசுகிறவை. நவீன கவிதையின் குணாம்சமான, 'தனக்குத்தானே பேசிக்கொள்வ'தைப் பூரணமாக நிகழ்த்துபவை. ஆகச் சுருக்கமானவை; ஒரு வரி என்பது அநேகச் சந்தர்ப்பங்களில் ஒரு சொல் மட்டுமேயாக இருக்கும் – இந்தக் கவிதையிலும்தான். அதிநவீனமான சொல்முறைக்குள், மரபார்ந்த பழைய சொல்லோ தொடரோ இடம்பெறும் சுவாரசியமான முரண் கொண்டவை! இந்தக் கவிதையில், 'மனிதர் நலியும் நகர்' நீங்கி நகரும் பயணம் சென்றுசேரும் இடத்தில், 'நனி பெரும்' என்ற பழஞ்சொற் றொடர் இடம்பெறுவது அலாதியான கிளர்ச்சியை அளிக்கிறது. இன்னொரு பார்வையில், மரத்தை வரைதலும், தரித்தலும்கூட ஒரே விளையாட்டின் இரண்டு பகுதிகள்தாமோ; நடைமுறையான பருவுலகம் என நாம் அனுபவம் கொள்கிற அனைத்தும் எந்தச் சைத்ரீகன் 'விளையாட்டாய்' வரைந்து வைத்திருக்கும் ஓவியத்தின் பகுதிகளோ என்றெல்லாம் கேள்விகள் பிறக்கின்றன...

தேவதேவனின் கவிப்புலம், உயிர்ப்புள்ள படிமங்கள் ஓயாமல் பிறக்கும் தலம். மழை, கடல், காற்று போன்று, இயற்கைசார்ந்த நிரந்தரப் படிமங்களைப் பயன்படுத்தி, புதிய புதிய தரிசனங்களை உருவாக்குகிறவர் அவர். குறிப்பாக, மரம் பற்றிய கவிதைகளை அதிக எண்ணிக்கையில் எழுதியிருப்பவர். உண்மையில், கண்ணெதிரே வெட்டப்பட்ட மரம், தேவதேவனின் ஏதோவொரு கவிதையைத்தான் முதலில் நினைவூட்டியிருக்க வேண்டும். நிஜத்தில் அப்படியேகூட நிகழ்ந்திருக்கலாம். தொகுத்துச் சொல்ல முற்படும்போது, கருத்துகளும் காட்சிகளும் தம்மைத்தாமே முன்பின்னாக அடுக்கிக்கொள்வது இயல்புதானே!

செடி

அறியாது
ஒரு சிறு செடியை மண்ணிலிருந்து பிடுங்கிவிட்டேன்
திசைகள் அதிரும் தனது பெருங்குரலால்
அது மரமாகிவிட்டது என் கையில்
அந்தரவெளியில் துடிதுடித்து
ஆதரவுக்குத் துழாவின அதன் வேர்கள்
பாய்ந்து போய் அதனை அணைத்துக்கொண்டது பூமி
கொலைக் கரத்தின் பிடிதகர்த்து
மேல்நோக்கிப் பாய்ந்தது புது ரத்தம்
கழுத்தில் பட்ட தழும்புடனே
பாடின தலைகள்

தேவதேவன் கவிதைகள், தமிழினி, பக் 118

ஒரு கவிதையில் மரம் வனையப்படுகிறது; மற்றதில், செடியின் வளர்ச்சிப் பாதையில் குறுக்கீடு நிகழ்கிறது. என்றாலும், இரண்டிலுமே மரங்கள் குறியீடுகளாக மாறுகின்றன என்பது கவனிக்கத்தக்கது.

பருவுலகின் வஸ்துவொன்று, கவிதைக்குள் நுழைந்த மாத்திரத்தில் குறியீடாக ஆகிவிடுவதைத் தவிர்க்க முடியாது. கவிதை என்ற வடிவமே, ஒரு மாபெரும் குறியீடுதான். மனித குலம் தனக்குத்தானே உருவாக்கிக்கொண்ட மொழி என்னும் தொழில்நுட்பத்தின் உச்சத்தை எட்டியதற்கான குறியீடு.

மரத்தைக் குறியீடாக மாறவிடாமல், மரமாகவே மீந்திருக்க அனுமதித்த கவிதை ஒன்றும் நினைவு வந்தது.

சோலை

வழியோர மரங்கள்
உடன்பிறந்தார் அல்ல
அகன்று வளர்வதில்லை
நண்பர்களும் அல்ல
அருகே வந்து முட்டிக்கொள்வதில்லை
தோழர்களல்ல
நிலைபாடுகளில் மாற்றமில்லை
காதலர்கள் அல்ல
கட்டித் தழுவிப் புரள்வதில்லை
அன்புநோயும்
துரோகநோயும் இல்லை

இறந்தவர்களில் நிலைபேறு கொண்டவர்கள் மட்டுமே
மரங்களாக உயிர்த்தெழுகிறார்கள்
எரிவெயிலில்
நிழல் வரையும் ஆற்றல் கொண்டவர்கள் மட்டுமே
பெருமரங்களென எழுகிறார்கள்

கே ஜி சங்கரப்பிள்ளை, பலாக்கொட்டைத் தத்துவம், பக் 16

மரத்தின் இயல்பு, மனிதர்களின் இயல்பு போன்றதில்லை என்ற சுட்டல் மட்டுமே வெளிப்படையாய்த் தொனிக்கும் கவிதை. மரம், தான் மரமாக மட்டுமே இருக்கிறது; மனிதர்களின் நகலாக இல்லை என்று சொல்வதோடு, மனிதர்கள் மரமாக மாற முடிந்தால் தேவலை என்றுகூடச் சொல்கிறது!

மரத்தை வரைந்த கவிதையில் தொடங்கி, நிழலை வரையும் ஆற்றல் குறித்துப் பேசும் கவிதைக்கு வந்து சேர்ந்தது, நினைவுச் சங்கிலியின் போக்கையும், கவிதாமண்டலத்தின் ஒரு ரகசியத்தை யும் ஒரே சமயத்தில் தரிசித்ததன் பரவசத்தை அளிக்கிறது...!

17

படிமம் பற்றி

ஒரு புதிய நண்பர் வந்திருந்தார். பல கவிஞர்கள் பற்றித் தன்னுடைய அபிப்பிராயத்தைச் சொல்லிக் கொண்டிருந்தார். அர்த்தபூர்வமான கருத்துகள். அவர் சொல்லும் ஒவ்வொரு அபிப்பிராயத்துக்கும் ஒப்புதலும் மறுப்பும் எனக்குள் கிளைத்தவண்ண மிருந்தன. நவீன தமிழ்க் கவிதையின் முன்னோடிக் கவிஞர் ஒருவர் பற்றிச் சொல்லும்போது,

> *அவருடைய கவிதைகளில் படிம அழகு ஜாஸ்தியா இருக்கும்...*

என்றார்.

அதிர்ந்தேன். காரணம், நண்பர் குறிப்பிட்ட கவிஞருடைய கவிதைப்பாணி பட்டவர்த்தன மானது; அவரும் படிமங்களைக் கட்டியமைக்க முயன்றதே கிடையாது என்றே நினைத்து வந்திருந்தேன். ஆனால், என்னுடைய நினைப்பை அறுதியானது என்று வைத்துக்கொள்ள முடியுமா என்ன? படிமம் என்ற சொல்லுக்கே, நான் நம்பிவரும் அர்த்தம்தான் அறுதியானது என்பதற்கும்கூட உத்தரவாதம் ஏது? நண்பரிடம் பணிவாய்க் கேட்டேன்.

> *படிமம் ன்னா என்ன?*

உடனடியாக பதிலளித்தார். மிகவும் எளிமையான பதில்.

> *படிமம்னா... படிமம்னா... அதுதான், உருவகம்தான். என்ன நான் சொல்றது சரிதானே?*

லேசாகச் சிரித்துக்கொண்டார்.

கவிதைகளின் உறுபொருள் பற்றி உணர்வுபூர்வமாகக் கருத்துரைக்கும்போது தனக்கேயுரித்தான, மெய்யான அபிப்பிராயங்களைச் சொல்லி வந்த ஒருவர், கவிதையியலின் ஒரே ஒரு சொல்லைப் பயன்படுத்த முற்படும்போது வெறும் பாவனையாளராகத் தடுமாறுவதன் முரண்பாடு சுவாரசியமான தாக இருந்தது!

இது நடந்தது, பல வருடங்களுக்கு முன்னால். அன்று அவருடன் பேசியவற்றில், ஞாபகம் இருப்பவற்றை இப்போது சொல்லிப் பார்க்கிறேன்!

உருவகம் என்றால் என்ன, உவமை என்றால் என்ன என்பதையெல்லாம் உயர்நிலைப்பள்ளித் தமிழ் இலக்கணப் புத்தகமே சொல்லிக்கொடுக்கும். ஆனால், படிமம் என்ற சொல்லுக்கு எந்தவொரு அகராதியிலும் நேரடிப் பொருள் கிடைப்பதற்கில்லை. தமிழ் விமர்சன மொழி தனக்குத்தானே உருவாக்கிக்கொண்ட பிரத்தியேகமான கலைச்சொல் இது.

இலக்கணபூர்வமாகப் படிமத்தை அறிந்துகொள்வதை விட, கவிதைக்குள் அது செயல்படும் விதத்தையொட்டிப் புரிந்துகொள்வது பயனுள்ளதாக இருக்கும்; படிமம் என்ற உபகரணம் கவிதைச் செயல்பாட்டில் எவ்வாறு பயன்படுகிறது என்பதும் கொஞ்சம் தெளிவுபடும்.

உவமை, உருவகம் இரண்டிலும் அடிப்படையாக ஒரு நிலை இருக்கிறது. உவமானம் – உவமேயம் என்ற சர்வ நிச்சயமான பிளவும், அவற்றுக்கு இடையிலான ஒப்பீடும் இருக்கின்றன. வேறு வார்த்தைகளில் சொன்னால், அவற்றில் காட்சி – கருத்து என்னும் இரண்டு களங்கள் செயல்படுகின்றன. படிமத்தின் இயல்புத்தன்மையில், இந்தப் பிளவு கிடையாது. காணுதலின் பிரசன்னம் மட்டுமே இருக்கிறது.

கவிஞன் தன் அனுபவத்தை வாசக மனத்துக்கு இடம் மாற்றுவதற்குப் பதிலாக, அவன் முன்வைக்கும் காட்சியை சுயேச்சையாக அர்த்தப்படுத்திக்கொள்ளும் சுதந்திரத்தை வாசகருக்கு வழங்கும் கருவி அது.

கவிதையைப் பொறுத்தவரை, படிமம் என்பதை, காட்சி என்பதற்கு நிகரான சொல் என்றே கொள்கிறேன். ஒலிகளும், வாசனைகளும், ஸ்பரிசம் மற்றும் ருசியும்கூட ஒரு தனிமனத்தில் படிமமாகத் தங்கியிருக்க முடியும். ஆனால், எழுதப்பட்ட வரிகளில் எழுந்துவருவது ஒரு சித்திரம் மட்டுமே. ஒரு மானசீகக்

காட்சி. அது விளைவிக்கும் பிற புலன் அனுபவங்கள், வாசிக்கும் அந்தந்த மனத்தின் ஆழ்மனத்தில் வண்டல்போலப் படிந்திருக்கும் அனுபவச் சேகரத்தைப் பொறுத்தது.

படிமம் என்ற கருதுகோள் ஒற்றைத் தன்மை கொண்டது அல்ல. தனது செயல்பாட்டினளவில், காட்சியைத் தத்ரூபமாகச் சொற்களில் நிகழ்த்துவது என்ற ஒரே பணியைச் செய்வதுதான் படிமம். என்றாலும், வாசக மனத்துடன் தொடர்புகொள்ளும் விதத்தில் பல்வேறு வகைமாதிரிகள் கொண்டது அது.

முன்னமே சொன்ன அர்த்தத்தில், எனக்கு முதன்முதலில் அறிமுகமான படிமம் பாரதியின் 'அக்னிக் குஞ்சு'. தீக் குஞ்சும் சரி, அதைப் பொந்தில் வாங்கிப் பொசுங்கிய காடும் சரி, அரசியல், ஆன்மிகம், தத்துவம், தனிமனித உளவியல் என வெவ்வேறு தளங்களில் பொருத்தமான குறியீடுகளாக மாறும் தன்மை கொண்டவை. கவிதைசொல்லியின் உத்தேசத்திற்காகத் தம் இயல்புத் தன்மையிலிருந்து விலகி வளையாத மூலகங்களாகத் தொடர்பவை.

நண்பருடனான உரையாடலில், நவீன தமிழ்க் கவிதையில் இயங்கிய சில உதாரணப் படிமங்கள் சிலவற்றைச் சொல்லிக்கொண்டிருந்தேன். அவற்றையும், அவற்றின் இயல்பில் தென்பட்ட வேறுபாடுகளையும், வாசக சுவாரசியம் கருதி, இப்போது சொல்ல முயல்கிறேன்...

முதல் வகை, மூடிய படிமம்.

1990 நவம்பர்

...கரிசலைக் கிளறும் ஏரின்மேலே
வீழாதிருக்கும் வானம்
ஆயினும் இன்று
லெனின் சிலையின் மேல்
காகங்கள் பறக்கின்றன...

மலைச்சாமி, விலக்கப்பட்ட திருடன், உயிர்மை, பக் 46

கவிதையின் இடையே வரும் வரிகள் இவை. முழுமையான குறுங்கவிதை என்று சொல்லத்தக்கவை. இவை முன்னிறுத்தும் காட்சி பூரணமானது. ஆனாலும், 'லெனினிய ஆதரவாளர்களின்மேல் வைக்கப்படும் விமர்சனம்' என்கிற ஒற்றை முனையைத் தவிர, பிற பாட்டைகளில் வாசக மனம் நகர்வதற்கான இட விசாலம் கொண்டது அல்ல. ஆகவே, காட்சி திறந்திருந்தாலும், படிமம் மூடித்தான் இருக்கிறது.

இரண்டாவது வகை, ஓரளவு திறந்த படிமம்.

தழும்பு

அப்படி ஒரு நிலைமை
வரும் என்றால் அக்கணமே
வாழோம் என்றிருந்தோம்.

வந்தது.
அப்படியும் வாழ்கிறோம்.

நம்மோடு நாம் காண
இத் தென்னைகள்
தம் மேனி வடுக்கள் தாங்கி.

ராஜ சுந்தரராஜன், முகவீதி, தமிழினி, பக் 105

இந்தக் காட்சியின் பின்புலத்தில் உள்ள நிலைமை என்ன என்பது கூறப்படவில்லை. 'மேனி வடு தாங்கிய தென்னைகள்' ஒரு திறந்த காட்சி. ஆனால், அந்த நிலைமையின் விளைவான உணர்வு துக்கம் மாத்திரமே என்பது முன் நிற்கிறது. அதனால், இந்தப் படிமத்தை ஓரளவு திறந்த படிமம் என்று சொல்லலாம்.

மூன்றாவது வகை, முழுக்கத் திறந்த படிமம்.

சரிவு

சூளைச் செங்கல் குவியலிலே
தனிக் கல் ஒன்று சரிகிறது.

ஞானக்கூத்தன், ஞானக்கூத்தன் கவிதைகள், ஆழி, பக் 65

கவிதைசொல்லியின் கண்டுபிடிப்பாக, காட்சி மட்டுமே பதிவு பெற்றிருக்கிறது. எதுவுமே கூறப்படாத ரத்தினச் சுருக்க வரிகள். காட்சி மிக மிகத் திறந்து கிடக்கிறது. இதில் கவிதார்த்தமாக என்ன இருக்கிறது என்று ஆரம்ப வாசக மனம் குழம்புவதில் தொடங்கி, அந்நியமாதல் சம்பந்தமாக மேற்கிலும் தமிழிலும் உலவும் கோட்பாடுகள்வரை எந்தத் தடத்தில் வேண்டுமானாலும் வாசக மனம் பிரயாணம் மேற்கொள்ளத் தோதுவாக, முழுக்கத் திறந்து கிடக்கும் படிமம்.

நான்காவது, சூட்சுமப் படிமம்.

வீடு அடைதல்

கூரையை எரித்தவனுக்கு வீடு கிட்டியது.
பூட்டிவைத்தவனுக்கோ அது காணாமலானது.
ஒரு அதிசயத்தைப் பார்த்தேன்
பிணம் ஒன்று மரணத்தை
மென்று விழுங்கிக்கொண்டிருந்தது.

கபீர், புன்னகைக்கும் பிரபஞ்சம், மொ/பெ செங்கதிர்,
காலச்சுவடு, பக் 131

இந்தப் படிமத்தின் விளைவாக உருவாவது புறக் காட்சி அல்ல; வாசக முனையில் மானசீகமாக மட்டுமே நிகழக்கூடிய அரூபக் காட்சி. சாதாரணத் தளத்தில் புலன் அனுபவமாக நிகழ முடியாத அளவு கால – இட அடர்த்தி கொண்ட படிமம் இது.

இறுதியாக, பூடகப் படிமம். புரியாமல் போகாது; ஆனால், மானசீகமாகக்கூட வனைந்துகொள்ள முடியாது. நடைமுறை அனுபவம் என்பது வெறும் புகை மட்டுமே; சொற்களில் மட்டுமே உறைவது என்று உணரவைக்கும் படிமம். நடைமுறை எனக் கருதப்படுவை அனைத்தும் முழுமையாகவே நடைமுறையானவைதாமா; புலன் அனுபவத்துக்கும், அதன் உண்மையான பெறுமதிக்கும் இடையே எப்பேர்ப்பட்ட அகழி இருக்கிறது; தர்க்கமும் அ–தர்க்கமும் எதிரெதிர் நிலைகள் என்றாலும் ஒன்றுக்கொன்று எவ்வளவு அருகில் இருப்பவை என்றெல்லாம் விசாரிக்கத் தூண்டும் கவிதை இது. 'பரிச்சய உலகத்தின் பரிச்சயமற்ற தன்மையைப் பேசுகிற கவிதை' என்று முன்னொரு சந்தர்ப்பத்தில் எழுதிய வரி நினைவு வருகிறது.

எனது வீணை

எனது வீணையின் நரம்புகளுக்கு
பாடத் தெரியாது
நடனம்தான் தெரியும்
அவை
ஆடினால்
பார்க்க முடியாது
கேட்கத்தான்
முடியும்

ஷாஅ, வானிலே ஒரு பள்ளத்தாக்கு, மையம், பக் 10

நினைக்கும்போதெல்லாம், ஒரு சொட்டுக் குளிராக எனக்குள் இறங்கும் கவிதை இது...

உதாரணம் காட்டுவதற்காகவே மேற்படி வகைப்பாடுகள். எந்தவொரு வாசகரும், விமர்சகரும் தத்தமது வீச்சு மற்றும் விழைவின் அடிப்படையில் மேலதிக வகைகளை உருவாக்கிக் கொள்ளவும் அனுபவிக்கவும் முடியும்; கோத்து அடுக்கிக் கொள்ளவும் முடியும்!

18

ஆற்றாமை

காதல் கவிதைகள் எழுதப்படாத மொழியோ, காலகட்டமோ இருக்க முடியுமா என்ன? மொழிக்கு அப்பாற்பட்ட, மொழிக்கும் முந்திய, ஆதாரமான மனித உணர்வுகளை, சின்னச் சிமிழில் பூதத்தை அடைப்பதுபோல எழுதிப்பார்ப்பது கவிஞர்கள் தாமாகவே மேற்கொள்ளும் சவால்களில் ஒன்று அல்லவா?

அப்புறம், கவிதானுபவம் மாதிரித்தானே காதலும். ஆனால், காதலுக்கு ஒரு மாத்திரை அதிகப் பெறுமானம் உண்டு! கால தேச மொழி வித்தியாசங்கள் அதற்கு உண்டா என்ன. வேதாந்தப் பார்வை கொண்ட மரபுக் கவிஞன் என்ன, நவீனக் கருத்தாக்கங்கள் வழி நகரும் புதுயுகக் கவிஞன் என்ன, கவிஞர்கள் அல்லாதவர்களேதாம் என்ன – காதல் தீண்டாத மனித மனம் என ஒன்று இருக்க முடியுமா!

எழுத ஆரம்பித்த நாட்களில் நான் மொழிபெயர்த்த ஜப்பானியக் கவிதை ஒன்று. பிரசுரமும் ஆனது. பிரதி கைவசம் இல்லை. இப்போது இணையத்தில் தேடியதில் அதன் ஆங்கில வடிவம் கிடைத்தது. இன்னொரு முறை மொழிபெயர்த்திருக்கிறேன்:

> நங்கூரத்தின் காதில் கிசுகிசுக்கிறது கடற்பறவை
> சட்டென்று, ஒரு சொல்லுமின்றி,
> சரிந்திறங்குகிறது
> நங்கூரம். ஒரு கணத்தில், நீருக்குள் அமிழ்ந்து
> வெளிறுகிறது

விதிர்விதிர்த்த கடற்பறவை எழுந்து பறக்கிறது அதன்
வலுத்த கதறல் காற்றில் கரைகிறது.

மருயாமா காவ்ரூ (ஜப்பான், 1899–1974)

உறவுநிலையின் இரண்டு தரப்புகளை, பிரிவின் துயரை, பேசும் ஆழமான கவிதை. ஒரு முனை பாராமுகமாக இருப்பதில் மறுமுனை அதிர்ச்சி கொள்வதும், எதிரெதிரான இரண்டும் தன்னியல்பாகக் கவிதைக்குள் உருவாகியிருப்பதும் என்னைக் கவர்ந்தன.

மேற்படிக் கவிதையில் உருவாகி வந்திருப்பது முழுமையான படிமம். நிகழும் காட்சியை ஒருவர் மானசீகமாகக் **காண** முடியும். இதற்குச் சற்றும் வசதி தராத ஒப்புமைகளையும் உவமைகளையும் உருவகங்களையும் படிமம் என்று அழைக்கப் பழகிவிட்டிருக்கிறது தமிழ்ச் சூழல். உள்ளர்த்தம் எதையும் தன்னளவில் உருவாக்கிக்கொள்ளாமலே கவிதை தொடர்பான கலைச்சொற்களை இந்த அளவு பயன்படுத்தும் இன்னொரு மொழிப்பரப்பு இருக்குமா என்றே சந்தேகமாகத்தான் இருக்கிறது.

போகட்டும், மேற்படிக் கவிதையில் அங்கம் வகிக்கும் இருவருக்கும் இடையே நிலவும் வேறுபாடுகள் யாருக்குமே இயல்பாகக் காணக் கிடைப்பவைதாம். ஜடப்பொருள் *x* உயிர்ப்பொருள், கடினம் *x* மென்மை, கிடத்தல் *x* பறத்தல், மற்றவர் ஆணைக்கிணங்க செயல்படுவது *x* தனது ரத்தத்தின் இச்சைப்படி இயங்குவது என்பனவெல்லாம் வெளிப்படையாகத் தெரியக்கூடியவை.

ஆனால், என் கவனத்தை ஈர்ப்பது, இரண்டுமே தரை சார்ந்தவையாக இருந்தாலும், நீர்ப்பரப்பில் வசிக்க வேண்டிய தவிர்க்கவியலாமை கொண்டிருப்பது! எல்லாப் பக்கமும் திறந்திருக்கிற, இரட்டை நிலையின் பல்வேறு சான்றுகளுக்கு இட்டுச் செல்லக்கூடிய படிமமாக இருந்தாலும், ஆண்–பெண் உறவின் நுட்பமான சலனங்களை முன்னிறுத்துவதாகவே உடனடிப் பொருள் தரும் கவிதை இது. இரும்புக் குண்டும் பறவையும் என்று, காதலின் தன்னெழுச்சி நிஜமாகவே, மொழிக்கு மாத்திரமின்றி, காலம் தேசம் உள்ளிட்ட சகலவிதமான பேதங்களுக்கும் அப்பாற்பட்டதாய் இருப்பதை முன்வைப்பது!

பெரும்பான்மை வாசகர்கள், இயல்பாகவே பறவையைப் பெண்மனமாகக் கற்பிதம் செய்துகொள்வார்கள் என்றே படுகிறது...

இந்தக் கவிதையின் மையத்தை எதிரொலிக்கும் இன்னோரு தமிழ்க் கவிதையையும் குறிப்பிட வேண்டும்.

சிணுக்கம்

சிணுங்கினாள்.

'நீ மட்டும் விடைபெற்றுச்
செல்வதில்லை,
ஏனோ ?...
ரயிலுக்கு ஜட்காவில்
ஏறுமுன் உறவினர்
வண்டிப்படியில்
மதகுநீர் சுழலைப்போல்
தயங்கி விடைகொள்ளுவர்.
கோடரியைத் தோளில் மாட்டி
தினந்தோறும் காலையில்
வேலைக்குப் போகும் மகன்
"வாரேனம்மா"
என்று குரல் கொடுத்துச் செல்வான்.
குளத்தின் சிற்றலையும்
கரையோரப் படியிடம்
சிறுமூச்சு விட்டுச் செல்லும்

நீ மட்டும் எக்காலும்
விடைபெற்றுச் செல்வதில்லை.
கல்லா ?'

'அடி கிறுக்கே,
சென்றாலன்றோ விடைபெற வேண்டும் ?
போனாலன்றோ வரவேண்டும் ?
என்னுயிர் என்னிடம்
இல்லா திருக்கையில்
இருவர் ஏது ?
உடலுக்கு வாக்கேது ?
போக்கேது வரவேது ?

வீட்டில் இருந்தும்
என்னுடன் வருகின்றாய்
வெளியே சென்றாலும்
உன்னுடன் இருக்கின்றேன்,
கிறுக்கே !'... என்றேன்.

சிணுக்கம் சிரிப்பாச்சு.

ந பிச்சமூர்த்தி, பிச்சமூர்த்தி கவிதைகள், க்ரியா, பக் 152

நங்கூரத்துக்கு மொழி இருந்தாலும், மேற்படி வாசகங்களையே சொல்லி ஆறுதல் வழங்கியிருக்கலாம் என்று தோன்றுகிறது!

ஜப்பானியக் கவிஞருக்கும், தமிழ்க் கவிக்கும் உள்ள இன்னொரு ஒற்றுமை சுவாரசியமானது. இருவருமே அவரவர்

பிரதேசத்தில், ஒரே காலகட்டத்தில் வாழ்ந்தவர்கள். காவ்ரூவை விட ஒரு வயது இளையவரான பிச்சமூர்த்தி, அவரைவிட இரண்டு ஆண்டுகள் அதிகம் வாழ்ந்திருக்கிறார்…

ஜப்பானியக் கவிதையில் அஃறிணைகளுக்கு மனித இயல்பை ஏற்றிப் பார்த்திருப்பது, மேலதிகக் கவித்துவம் தொனிக்க வைக்கிறது. வாசகனிடம் யூகத்தின் உழைப்பைக் கோருவது. அதில் வெளிப்படையாகத் தெரியாத ஒரு தர்க்கத்தை பிச்சமூர்த்தியின் கவிதை முன்வைக்கிறது. பின்னணியாக, ‘சிற்றலை விடுத்துச் செல்லும் சிறுமூச்சு’. ‘பெருமூச்சு’ எனும் சொல் விளைவிக்கும் மனிதார்த்த கனத்துக்கு மாறாக, ‘சிறுமூச்சு’ என்னும் பிரயோகம் நடைமுறையான காட்சியாக மீந்தவாறே, கூற்றின் அழுத்தத்தை வெளிப்படுத்துகிறது. பிச்சமூர்த்தியிடம் இதுபோன்ற சொல்லாக்கங்களைச் சரளமாகப் பார்க்க முடியும்.

ஆனால், மொழி, தேச இடைவெளி கொண்ட இரு கவிஞர்கள், பிரிவாற்றாமையைப் பெண்மனத்தின் தனிச் சொத்தாகப் பார்ப்பது, வேறொரு கட்டுரைக்கான கருப்பொருள்!

பிச்சமூர்த்தியின் பிரத்தியேகக் கவியுலகத்தை முன்னிட்டு, இன்னொரு இருமையையும் அனுமானிக்க முடியும் என்றார் நண்பர். ஜீவாத்மா x பரமாத்மா என்று உருவகிக்க முடியுமாம்… ஆமாம், கவிதைக்குள் மட்டுமல்ல, அதற்கான விளக்கங்களிலும் பிற துறைகள் நுழையும்போது, கவிதானுபவத்தின் பெறுமானம் அதிகரிக்கவே செய்யும்!

19

நீளும் கரங்கள்

புனைகதைகளும் செய்திகளும் மடல்களும் மட்டுமின்றி, வாகட சாஸ்திரமும் வான சாஸ்திரமும் சோதிடமும் இன்ன பிற அறிவார்த்த விசாரங்களும் செய்யுள் வடிவிலேயே புழங்கிவந்த மொழியில், கண்ணீர்த் திவலைகளும் ஒருதலைப் புகார்களும் அசந்தர்ப்பமான சௌந்தரிய உபாசனைகளும் விடலைப் பேச்சுகளும் பிடிமானமற்ற அசட்டுத் தத்துவங்களும் செயற்கையான அழகுணர்ச்சியும் கவிதையாய்ப் பொங்கிப் பெருகும் தற்காலச் சூழல், துரதிர்ஷ்டவசமான சோகம்.

ஊரிலுள்ள அனைவரையும் கொல்லும் நோக்கத்துடன் நஞ்சு கலக்கப்பட்ட கண்மாயில், 'ஆயிரமாயிரம் விண்மீன்களைப்போல மீன்கள் செத்து மிதந்தன' என்று 'கவித்துவமாக' வர்ணிக்கும் வரி ஒன்றை எங்கோ படித்திருக்கிறேன். மனிதர்கள் அநியாயமாக இறப்பது மட்டுமே துக்ககரமானது; உணவல்லாத காரணத்துக்காக மீன்கள் சாகடிக்கப் படுவது வெறும் அழகியல் காட்சி என்று முன்னிருத்த எப்பேர்ப்பட்ட கவி மேன்மை வேண்டும்! இதை ஒரு உரையாடலில் தெரிவித்தபோது, தர்க்கத்தில் பேரார்வம் கொண்ட நண்பர் கேட்டார்:

> அவ்வளவு பெரிய திறந்தவெளி நீர்ப்பரப்பை முழுமையாகச் சீர்குலைக்க எவ்வளவு நஞ்சு தேவைப்படும்!?

மேற்சொன்ன வர்ணனையைப்போல எழுதப்படுபவற்றில் பெரும்பகுதி, கவிதை மட்டுமே வாசித்துக் கவிதை எழுத முனைபவர்களின்

பங்களிப்பு. அதாவது, ததும்பும் கிணற்றின் தண்ணீரைச் சேந்தி அதே கிணற்றுக்குள் வார்ப்பவை...

உண்மையில், தமக்கு ஈடுபாடுள்ள வேறொரு துறையில் ஆழ்ந்து அறியக் கிடைத்தவற்றைக் கவிதை வடிவில் வழங்கும் போது, கவிதையின் செறிவு அதிகரிக்கும். வாசகருக்குள் முற்றிலும் புதிதான அனுபவம் நிகழவும் கூடும்.

'ஏற்கனவே புரியாமல் இருக்கும் நவீன கவிதையை, பிற துறைகளின் வருகை இன்னும் புரியாததாக்கி விடாதா?' என்ற கேள்வியும் சரிதான். ஆனால், கவிதைக்குள் பிற துறையொன்று நுழையும்போது, முன்னமே அதனுடன் பரிச்சயம் கொள்ளாத, அல்லது கொள்ள விரும்பியிராத வாசகருக்கு உரிய முறையில் அறிமுகமும் தூண்டுதலும் கிடைக்குமே.

துறை சார்ந்த குறிப்புகளைத் தாண்டி உயரும் வரிகள் அளிக்கும் மொழி அனுபவமும் புதியதாக, நூதனமாக இருக்க வாய்ப்பு உண்டு.

பிற துறைகளுக்கான நடைமுறையும் பயன்பாடும் லாகவமும் கொண்ட புதிய கலைச்சொற்கள் தமிழில் உருவாகும் என்பது இன்னொரு லாபம். அவற்றை உருவாக்கும் வல்லமையும் அசலான ஆராய்ச்சிகளும் நடைபெறாத, அறிவியல் மனப்பாங்கு வெகுவாகவறண்ட, தமிழ்/இந்தியச் சூழலில், கவிஞனின் முனைப்பு புதுப்புதுச் சொற்களைப் பிறப்பிக்கும் சாத்தியமும் உண்டு.

இன்னும் அநேகக் காரணங்கள் சொல்லிக்கொண்டு போகலாம்.

மனிதகுலம் சிந்திக்கத் தொடங்கிய நாளிலிருந்தே இருந்திருக்கக்கூடிய ஆவல் அல்லது விசாரம், 'சுற்றிலும் இருக்கும் பருவுலகம் எதனால் ஆனது?' என்பது.

இதன் மறுகோடி போன்ற இன்னொரு கேள்வி, 'தான் என நிரம்பியிருக்கும் அகவுலகம்' எத்தகையது?

இந்த இரண்டு கேள்விகளுக்கிடையில் மனிதச் சிந்தனை ஊசலாடும்போது இடைப்படும் எத்தனையோ கோணங்களை, பார்வைப் புள்ளிகளை, வாதங்களை, இயற்பியல், வேதியியல், பொருளியல், உளவியல், சமூகவியல், மானுடவியல் என்று எண்ணற்ற பெயர்கள் சூட்டி வகைப்படுத்தித் தொகுத்துக் கொள்கிறோம்.

‘அறிவியலுக்கு அப்பாற்பட்டது என எதுவுமே கிடையாது’ என்பது அறிவியலாளர்களின் இயல்பான நம்பிக்கை. ‘இதுவே ஒரு தத்துவ நோக்கின் அபிப்பிராயம்தான்!’ என்பது தத்துவவாதிகளின் தரப்பு. எதிரெதிர்த் தரப்புகள் ஓயாமல் வாள் சுழற்றியே மனிதகுலம் இன்றுவரை நகர்ந்துவந்திருக்கிறது. இரண்டு அணிகளிலுமே ஆராய்ச்சிக்கு நிகராக அழகுணர்ச்சியும் செயல்பட்டிருக்கிறது என்பதற்கான சான்றுகளுக்கும் குறைவில்லை.

ஆன்மிக உச்சத்தை எட்ட முயலும் ஜென் கவிதைகள் அநேகம் இருக்கின்றன; தலையாய அறிவியலாளர்களான ஐன்ஸ்டீன், ஃபெய்ன்மேன் போன்றவர்களது வாக்கியங்களில், தத்துவ விசாரம் தொனிக்கிற, மேலான கவிதானுபவத்தை அளிக்கக்கூடிய வாசகங்கள் நிறைய உண்டு.

மேற்சொன்ன தருணங்களுக்கு இணையான சந்தர்ப்பங்கள் நேரடிக் கவிதையாகவே வெளிப்பட்டதும் உண்டு. மிகச் சரியான தமிழ் உதாரணம் சித்தர் பாடல்கள். மருத்துவமும் ஜோசியமும் மட்டுமில்லாமல், அறிவியல் கோணங்களையும் ஆன்மிகத் தரிசனங்களையும் அவற்றில் காண முடியுமல்லவா. இத்தகைய தரிசனங்கள் நவீன கவிதைகளிலும் உண்டு. மேற்சொன்ன இரண்டு தரப்புக்கும் நிகரான உச்சத்தை எட்டியவை; ஆனாலும், தமது சமநிலை கெடாதவை.

ஆமாம், காலங்காலமாக மோதி உராயும் வாட்களினூடாக காயமே படாமல் போய்வரும் வண்ணத்துப் பூச்சி என்றே கவிதையைச் சொல்லலாம்.

கவிதையைப் பொறுத்தவரை, தனிமனித அவசங்களைப் பேசும் தொனியில், மனிதகுலத்தின் இரண்டு மகத்தான கேள்விகளையும் ஏதோ ஒருவிதத்தில் எதிர்கொள்ளும் மாயத்தை நிகழ்த்திக் காட்டியிருக்கிறது. இதை மெய்ப்பிக்கும் விதமாக இரண்டு கவிதைகள்.

முதலாவதாக நினைவு வருவது சுகுமாரனின் கவிதை. எண்ணற்ற தடவைகள் மேற்கோள் காட்டப்பட்ட, ஒவ்வொரு முறை வாசிக்கும்போதும் அபாரமான கிளர்ச்சியை எனக்கு அளித்து வருகிற கவிதை. மாபெரும் தத்துவக் கேள்வி பெரும் சிடுக்கும் பூடகமும் கொண்ட மொழியில் மட்டுமே வெளியாக வேண்டியதில்லை என்று நிரூபித்த கவிதை. தத்துவத்துக்கும் மெய்யியலுக்கும் கவிதையில் இருக்கும் இடம்தான் என்ன என்பதை ஆரம்பகட்ட வாசிப்பிலேயே எனக்கு உணர்த்த முற்பட்ட கவிதை.

கையில் அள்ளிய நீர்

அள்ளி
கைப்பள்ளத்தில் தேக்கிய நீர்
நதிக்கு அந்நியமாச்சு
இது நிச்சலனம்
ஆகாயம் அலைபுரளும் அதில்
கை நீரைக் கவிழ்த்தேன்
போகும் நதியில் எது என் நீர்?

சுகுமாரன் கவிதைகள் 1974–2019, காலச்சுவடு, பக் 61

'ஆகாயம் அலைபுரளும் அதில்' என்ற கூற்று, காட்சி யனுபவத்தைக் கவிதையனுபவமாக மாற்றித் தருவது. விலகலும் கலத்தலும் தனிமனித உளவியலின் செயல்பாடு என்பதோடு, நீரின் இரண்டு நிலைகளில், ஒன்று நிச்சலனமாக, தனித்து இருக்க, அலைபுரளும் ஓட்டத்தில் ஆகாயம் தன்னைப் பதித்துக் காட்டுவது ஆழமான சலனங்களுக்கு இட்டுச் செல்லும் நுட்பம் கொண்ட மெய்யியல் கோணம். 'இறுதிக் கிரியையில் குடமுடைக்கும்போது, அடைபட்ட ஆகாயம் பெருவெளியோடு கலக்கிறது' என்பதாக இந்தக் கவிதைக்கு விளக்கம் தந்து அமரர் ஞானக்கூத்தன் எழுதிய கட்டுரை நினைவு வருகிறது. 'குடாகாசம், குணாகாசம்' என்பதுபோன்ற சொற்கள் அதில் இடம்பெற்றிருந்த ஞாபகம். மண்குடம் தன் வடிவம் சிதைந்து மறுபடி மண்ணாவது மேலும் ஒரு குறியீடு. என்னை வசீகரிக்கும் இன்னொரு அம்சம், கையில் இருக்கும் நீர் 'இது' என்ற அண்மைச் சுட்டின் வழியாகவும், போகும் நதியின் நீர் 'அது' என்ற சேய்மைச்சுட்டு வழியாகவும் குறிப்பிடப்படுவது. குறைந்த காலமே கையில் இருந்தாலும், ***தனது*** *நீராக அது மாறும் ரசவாதம் நுட்பமானதொரு உளவியல் மடிப்பு – கவிதையில் மட்டுமே நிகழ சாத்தியமானது.*

எழுத்தாளரும், நடிகருமான ***ஜேஸன் டானிகுச்சி*** *(Jason Taniguchi), 1969இல் பிறந்தவர். கனடாவின் டொரண்ட்டோ நகரில் வசிப்பவர். அவரது கவிதை ஒன்று. அறிவியல் கவிதையாக இருந்தவாறே, அறிவியலின் அறவியலைப் பேசுவது.*

கச்சிதமான நகலி*

கடைசியில், அந்தத் தொழில்நுட்பத்தைத் துல்லியமாய்க் கற்றுவிட்டேன். வாஸ்தவத்தில், அது ஒரு கலையேதான் – நகலி உருவாக்கம். எனது கண்டுபிடிப்பு, ஒரு திருப்புமுனை.

---

* Clone என்பதற்குத் தமிழகராதிகள் தரும் நேர்ச் சொல் இது.

கச்சிதமான ஒரு நகலி, என் தோற்றத்தை, குரலை, பழக்கங்களை, மனோபாவத்தை, திறன்களை மட்டும் அல்ல; எனது வரலாற்றையும் தோற்றுவாயையும்கூடப் பகிர்ந்துகொண்டாக வேண்டும். அதாவது, அவனுமே என் பெற்றோருக்குப் பிறந்திருக்க வேண்டும், என்னுடைய வாழ்க்கை முழுவதையும் வாழ்ந்திருக்க வேண்டும். உண்மையில், அவனுடைய தோள்வழி எட்டிப் பார்த்தால், அவன் இந்த வார்த்தைகளை எழுதிக்கொண்டிருப்பதை நீ காண்பாய். திரும்பி என்னைப் பார்த்தால், நீ உன்னையே காண்பாய் – என் தோள்வழியே, உன்னை நான் வெறித்துக் கொண்டிருப்பதைத் திரும்பிப் பார்க்கும் உன்னை. ஏனென்றால், கச்சிதமான ஒரு நகலி வசிப்பதற்குக் கச்சிதமான உலகமும் வேண்டும்.

மிகவும் சாதாரணமான, நேரடியான கூற்றாக அமைந்த கவிதையில் நிலவும் நிரந்தர சமகாலத்தன்மை சிறப்பானது. அதாவது, அறிவியலின் இன்றைய தொழில்நுட்ப வளர்ச்சியைக் கேலி செய்யும் அதேவேளையில் அறிவியல் கண்டுபிடிப்புகள் அனைத்தின் மீதான பகடியாகவும் திகழும் கவிதை. அதன் காரணமாகவே, நிகழ்காலத்துக்கான எதிர்வினையாக மட்டுமின்றி, எல்லாக் காலத்துக்குமான தார்மீகத்தையும் பேசுவது.

இன்னொரு சாகசமும் இந்தக் கவிதையில் நிகழ்கிறது. அறியப்பட்ட நவீன கவிதை உருவத்தைக் கொள்ளாமல், உரைநடை வடிவத்தில் எழுதப்பட்டிருப்பது. டானிகுச்சி யுடைய தொனியின் வசீகரம், எந்த இடத்திலும் பகடியாக ஒலிக்காமல் இருப்பது; வெளிப்படையாக உரக்காமல் இருப்பது. பருவுலகம் சார்ந்த அறிவியலின் மனசாட்சிபோல ஒலிக்கும் கவிதை.

தத்துவார்த்தமும் அறிவியலும் கவிதை என்னும் பொதுத் தளத்தில் வந்துசேரும்போது வாசகமனத்துக்குக் கிடைக்கும் பரவசம் அலாதியானது...

20

இன்னமும் கண்டிராத காட்சி

கண் திறந்தால் தெரிவது காட்சி என்பது ஓர் எளிய சூத்திரம். ஆனால், பார்வைகொண்ட அனைத்துக் கண்களுக்கும் பொதுவாய்த் திறந்து கிடக்கும் காட்சிகளும் அவை விளைவிக்கும் உணர்வுகளும் ஒரே தளத்திலானவைதாமா? அவரவர் மனநிலைக்கேற்ப, அவை பொருள் கொள்ளும் அல்லவா. ஆனாலும், உணர்ச்சிநிலை ஸ்தம்பிதமாகும் சந்தர்ப்பங்களும் இருக்கத்தான் செய்கின்றன.

உடனடி உதாரணங்கள் சில:

1. ஜனநெரிசல் உள்ள கடைத்தெருவில் நடந்துகொண்டிருக்கிறீர்கள். சுற்றிலும் ஏகப்பட்ட மனிதர்கள். சக மனிதனைப் பொருட்படுத்தாமல் இடித்தும் மிதித்தும் புறங்கையால் அனிச்சையாக ஒதுக்கியும் விரைகிறார்கள். நீங்கள் அங்கே வந்ததற்கான நோக்கமே மறக்கும் அளவு எரிச்சல் மூள்கிறது...

இந்நிலையில், எதிரே போகும் பெண்ணின் தோளில் கிடந்தபடி, அவளுடைய முதுகுப்புற உலகைக் கண்டு களிக்கும் குழந்தை திடீரென்று உங்களைப் பார்த்துப் புன்னகைக் கிறது – கீழ்ப்பல் இரண்டு மட்டும் முளைத்த ஈறு தெரிய!

2. துக்கம் மண்டிய சாயங்காலப் பொழுது. காரணமற்ற துயரம் மனம் முழுக்க நிரம்பிய

சந்தர்ப்பம். யதேச்சையாகத் தலையுயர்த்துகிறீர்கள். இருளின் வீரியத்துக்கு மத்தியில், சின்னஞ்சிறு ஒளிக்கோடாகத் தென்படுகிறது பிறைநிலா.

3. பிரம்மாண்டமான நதியின் மீதான பாலத்தில் நின்றிருக்கிறீர்கள். நதியைத் தழுவி மேலேறும் காற்றின் தண்மையும், ஓடும் நீரை எதிர்த்துயர்ந்து தோற்று மடியும் சிற்றலைகளுமாக வசியம் நிகழ்த்தும் காட்சி. தன்னிலை இழந்த ஒரு கணத்தில், பாலம் நகர்வதாகவும், நதி நிற்பதாகவும் காண்கிறது உங்களுக்கு.

மூன்று சந்தர்ப்பங்களிலும் தென்படும் காட்சிகள், வெறும் பார்வையாக மீந்துவிடக் கூடியவையா? தற்கணத்தின் உணர்வுநிலைக்கு ஒரு எட்டு அப்பால் செல்கிறவை; நேரடியான காரண – காரியச் சங்கிலியில் கட்டுப்படாதவை, அல்லவா.

பிரக்ஞைபூர்வமாகவும் யதேச்சையாகவும் பார்வைக்குக் கிடைக்கும் உலகத்தை சதா துருவிக்கொண்டேதான் இருக்கிறது மனம். குறிப்பான பொருள் எதையும் கொள்ளாமல் விரிந்துகிடக்கும் பருவுலகத்துக்குப் பொருளேற்றிக்கொண்டே இருக்கிறது. பிரமிளின் சொற்களில், 'கண்காணா நுண்மை' யைக்கூடப் பார்க்கவும் புரிந்துகொள்ளவும் விழைகிறது.

ரிச்சர்ட் ஃபெய்ன்மேன் உலகப் புகழ்பெற்ற அறிவியலாளர். 1965ஆம் ஆண்டில் இயற்பியலுக்கான நோபல் பரிசு பெற்றவர். துறை சார்ந்தவர்களால், சென்ற நூற்றாண்டின் தலைசிறந்த இயற்பியல் கோட்பாட்டாளராக மதிக்கப்படுகிறவர். தத்துவத்தின்மீதும் தத்துவவாதிகளின்மீதும் தமக்குள்ள எதிர்மறையுணர்வை மிகவும் வெளிப்படையாகத் தெரிவித்து வந்தவர்.

பறவைகளுக்குப் பறவையியல் எவ்வளவு முக்கியமோ, அந்த அளவு அறிவியலின் தத்துவார்த்தம் அறிவியலாளர் களுக்கு முக்கியம்!

என்றும்,

தத்துவம் என்பது, உயரக் குறைவான உப்பரிகை; தத்துவவாதிகள் எனப்படுவோர், அசட்டுக் கருத்துகளை உதிர்க்கும் அடிமுட்டாள்கள்.

என்கிற மாதிரியும் கருத்துதிர்த்தவர். ஆனால், 'தத்துவச் சார்பு இல்லாத அறிவியல் வறண்டது; அறமற்றது' என்று சொல்லும் ஒரு தரப்பும் இருக்கிறது – 'அறிவியலும் தத்துவமும் கலையும்

யுவன் சந்திரசேகர்

புறவுலகையும் அகவுலகையும் ஒருசேர ஆய்ந்தறிய முயலும் மூன்று கோணங்கள்; ஏதேனும் ஒன்றைப் பறித்துவிட்டாலும், முக்கோணம் முக்கோணமாய் இருப்பதற்கில்லை' என்று கருதுவது.

அறிவியலும் கவிதையும் சந்திக்கிற மாதிரியான இடங்களை ஃபெய்ன்மேன் தொடும்போதெல்லாம், தத்துவத்தின் நுண்தளமான ஆன்மவியல் உயிர்கொள்ளும் விந்தையைப் பார்க்க முடியும். ஃபெய்ன்மேனின் விளக்கமொன்றைப் படித்த நினைவு எழுகிறது. ஒரு கட்டுரையில், 'அணுக்களையுமே வெற்றுக்கண் கொண்டு ஒருவரால் பார்க்க முடியும்' என்கிறார்!

> அணுவைப் பார்க்க முடியுமா என்றால், முடியும். ஓர் ஆப்பிளை பூமிக் கோளத்தினளவு உருப்பெருக்கினால், ஆப்பிளின் பரிமாணத்தில் இருக்கும் அணு.

இத்தனை சுருக்கமாக, இத்தனை தெளிவாக, இத்தனை காட்சிபூர்வமாக விவரிப்பது கவிதையல்லாமல் வேறென்ன! பேரண்டத்தின் முன்னிலையில், மனித சமூகம் கண்காணாக் கிருமிகள் அளவே நுண்மையானது என்ற உணர்வும் தொற்றுகிறதுதானே! இதே பொருள்சார்ந்து, ஃபெய்ன்மேனின் இன்னொரு உதாரணமும் உண்டு:

> ஒரு துளி நீரை இருநூற்றைம்பது மைல் ஆரத்துக்கு உருப்பெருக்கினால், வெறும் கண்ணால் ஓர் அணுவைப் பார்த்துவிடலாம்.

அணுவைப் பார்த்துணரும் நடைமுறை சாத்தியம் அல்ல, அதை விளக்க முற்படும்போது மலரும் கவியுணர்வும் கற்பனையுமே கவனிக்கப்பட வேண்டியவை! உண்மையில், 'பரிமாணங்கள் அல்ல; ஆதாரக் கட்டுமானத்தின் தாதுவே அந்தந்தப் பொருளின் நிஜப் பெறுமானம்' என்பது எவ்வளவு ஆழமான தத்துவப் பார்வை!

ஃபெய்ன்மேனின் மேற்படி உதாரணத்தைப் படித்த மாத்திரத்தில், தவிர்க்கவியலாமல், கேள்விகள் ஊற்றெடுத்தன. ஒரு சொட்டு நீர் என்பதற்கான வரையறை எது. மணற்துகள் போலத் துலக்கமான விளிம்புகள் கொண்டதுதானா நீர்த்துளி? குடம் நிரம்பிய நீரில் எத்தனை துளிகள் உள்ளன. நகரும் நதியும், பரந்து கிடக்கும் சமுத்திரமும்கூட பகுக்கப்படாத ஒரே துளி நீர் என்பதை மறுக்க முடியுமா. மெனக்கெட்டுப் பிரிக்காதவரை ஒரு சொட்டுக்கும் அடுத்ததுக்குமான பகுப்பு இருக்குமா என்ன. பிரிக்கப்படாதபோதும், தனித்தனித் துகள்களால் ஆன மணற்பரப்பு போன்றதுதானா நீர்த் தொகுப்பு!

ஆனால், மனித மனத்தில் இயல்பாய் ஊறும் ஆவல் அத்தனை எளிமையானது அல்ல. அணு என்னும் நுண்மையை

வெறும் கண்ணால் பார்க்க விரும்புவது போலத்தான் – காணும் அனைத்தையும் அளந்துவிட வேண்டும்; அறிதலின் வரம்புக்குள் கொண்டுவந்துவிட வேண்டும் என விழைவதும், அக்காட்சிக்குள் 'நான் இருக்கிறேனா' என்று வினவுவதும் இயற்கையான ஆசைகள். இவை உறுதிப்படும்வரை, காட்சியின் மீதான சுவாதீனம் இருக்காது; அது விளைவிக்கும் உணர்வு மண்டலத்தைத் தனதாகத் தரிக்கவும் இயலாது.

மேற்சொன்ன ஆவலை உணரவைத்த மலையாளக் கவிதை ஒன்று:

உலக வரைபடம்

நான் பிறந்த ஊரைப் பார்க்கவேண்டுமென்றால்
உலக வரைபடத்தைப் பற்பல மடங்கு பெரிதாக்க வேண்டும்
என் கிராமத்தைப் பார்க்கவேண்டுமென்றால்
உலக வரைபடத்தைப் பலநூறு மடங்கு பெரிதாக்க வேண்டும்
நான் அமர்ந்து கனவு காணும் ஆற்றங்கரைப் பாறையைக் காண
உலக வரைபடத்தை பூமியளவுக்கே பெரிதாக்க வேண்டும்
பிறர் எவரும் இன்னமும் கண்டிருக்காத
உன்னைப் பார்க்கவேண்டுமென்றால்
உலக வரைபடம் இப்பூமியைவிடப் பெரிதாக வேண்டும்
ஆனால் இதோ என் மேஜைமீது
ஒரு சுழலும் பூமிக் கோளம்.

கல்பற்றா நாராயணன், நெடுஞ்சாலை புத்தரின் நூறு முகங்கள், மொ/பெ ஜெயமோகன், தமிழினி, பக் 18

ஃபெய்ன்மேன் சொன்னதையே கல்பற்றா நாராயணனும் சொல்கிறார் என்று படுகிறது. விஞ்ஞானிக்குள் செயல்படும் கவிஞனும், கவிஞனுக்குள் செயல்படும் விஞ்ஞான நோக்கும் கைகோத்து நிற்பது, ஒரே சாத்தியமின்மையின் முன்னால்.

விஞ்ஞானியின் விளக்கத்தில் திகைப்பு மட்டுமே பெறுபொருளாகிறது. கவிஞனின் தரிசனமாக மாறும்போது, ஒருபோதும் உருப்பெருக்கவியலாத பூமிக்கோளம் ஆதங்கமாய்ப் பார்வையில் படுகிறது. தவிர, 'பிறர் எவரும் இன்னமும் கண்டிருக்காத' முன்னிலை எது என்ற கேள்வியும் எஞ்சுகிறது.

அறிவியலைக் கவிதை ஒரு தப்படி தாண்டிச் சென்றுவிட்டதான பிரமையும் குதூகலமும்கூடத் தொற்றுகின்றன!

21

வரலாறு என்னும் வளைகோடு

தருணங்களும் எதிர்த் தருணங்களும் தொகுக்கப்படும்போது வரலாறு உருவாகிறது. தனிமனித வரலாறும், மனிதக் கூட்டத்தின், மனித குலத்தின் வரலாறும் அளவில் மாத்திரமே வெவ்வேறு. அகப் பெறுமானத்தில் ஒன்றே. கவிதை என்ற வடிவம், தனது அடிப்படையிலேயே வரலாற்றின் புதிர்க்கணங்களைப் பற்றும் முனைப்பை ஒளித்து வைத்திருக்கிறது. தனி மனம் கண்டறியும் அனுபவம், குறிப்பிட்டவிதமான அமைப்பில் வெளியாகும்போது, பரவலான, எல்லாருக்குமான அனுபவமாகப் பரிணமிக்கிறது. சான்றுகள் சேரும்போது வரலாறாகிவிடுகிறது.

கான்ஸ்டாண்ட்டின் பி கவாஃபி *(1863–1933)* அலெக்ஸாண்ட்ரியாவைச் சேர்ந்தவர். கிரேக்க வரலாற்றையும் தொன்மங்களையும் கவிதையில் இடம்பெறச் செய்தவர். ‘வரலாற்றையும், பாலுறவுக் கேளிக்கைகளையும் ஒரே நேரத்தில் தழுவிக்கொண்டவர்’ என்று ஒரு மொழிபெயர்ப்பாளர் குறிப்பிடுவதாக விக்கிப்பீடியா சொல்கிறது. ஆனால், வரலாற்றுத் தருணங்களை, அவற்றில் பொதிந்திருக்கும் மர்மத்தை விவரிக்கும் விதத்தில், ஒருவிதத் தத்துவநோக்கை வெளிப்படுத்தியவர் என்றும் சொல்ல வேண்டும். எனக்கு மிகவும் பிடித்த, கவாஃபியின் கவிதையொன்றை மொழி பெயர்த்திருக்கிறேன்:

நீரோவின் காலக்கெடு

டெல்ஃபி அசரீரியின் ஆரூடத்தைக் கேட்டு
நீரோ கவலையுறவில்லை...

‘எழுபத்து மூன்றாம் வயது குறித்து
கவனமாய் இருக்கட்டும் அவன்’
ஆனந்தத்தில் திளைக்க இன்னமும்
காலம் இருக்கிறது; முப்பது
வயதுதான் ஆகிறது அவனுக்கு.
கடவுள் அளித்திருக்கும் காலக் கெடு
போதுமானது. வரவிருக்கும்
ஆபத்துகளைப் பற்றி
யோசிக்க நேரம் இருக்கிறது.

இப்போது ரோமுக்குத் திரும்புவான்
சற்றுச் சோர்வுடன். ஆனால்,
பயணத்தால் விளைந்த
நேர்த்தியான சோர்வு அது –
அரங்கங்களில் தோட்டங்களில் சோலைகளில்
உடற்பயிற்சி நிலையங்களில்
முடிவற்றுத் திளைத்ததால் விளைந்தது...
அச்சீயா பிராந்திய நகரங்களின் அந்திகள்...
ஆஹா, அனைத்துக்கும் மேலே
அம்மண உடல்களின் இன்பம்...
இதுதான் நீரோ. அப்புறம்,
ஸ்பெயினில் கல்பா ரகசியமாக
தன் ராணுவத்தைத் தொகுத்து
ஆயத்தமாகிக்கொண்டிருந்தார்:
அந்தக் கிழவரின் வயது
எழுபத்து மூன்று.

(1915)

அசரீரி ஆரூடம் சொல்வது மட்டுமல்ல, ஒரே சமயத்திலான காலக் குறிப்பின் வெவ்வேறு பட்டைகளைக் கோக்கும் புதிரும் சுவாரசியமானதுதான். புலப்படாத நுண்மையுடனும், அசுர விசையுடனும் பாயும் ஒரு குறுங்கணம், உண்மையில், எதிர்க் கரையே புலப்படாத அளவு விசாலமும், கணிக்க முடியாத வேகமும் கொண்டது என்று காட்டும் கவிதை இது.

‘வரலாறு நேர்கோட்டிலானது, நடந்த எதுவும் மீண்டும் நடப்பதற்கில்லை’ என்பது ஒரு நடைமுறைப் பார்வை – இந்த நாளும் கிழமையும் வருடமும் இதே அடையாள்த்துடன் மறுபடியும் வருவதற்கில்லை; கடந்தது கடந்ததுதான் என்பது.

‘நடந்ததேதான் மீண்டும் மீண்டும் நடக்கிறது; வடிவங்கள்தாம் புதிதாய்த் தென்படுகின்றனவே தவிர, கருப்பொருள் புதிதல்ல’ என்பது ஆன்மவியலின் விதிவாதப் பார்வை – மீபொருண்மை வாதிகளும் கிட்டத்தட்ட இதையேதான் சொல்கிறார்கள்.

தத்துவம் மற்றும் சமூகவியலின் தலையாய கருதுகோள் களில் ஒன்று 'வரலாறு திரும்பும்' என்பது. வரலாற்றின் நிகழ்தன்மை எதுவாக இருந்தபோதிலும், அது தனிமனித மனத்தை மின்கம்பிச் சுருள்போலச் சுற்றியிருக்கிறது. மனித மனம் கொள்ளும் தன்னடையாளம் இந்த மின்சாரத்தி லிருந்தே பெறப்படுகிறது. எனவேதான் சமூக சுதந்திரம் என்பது அரசியல் சுதந்திரமாகவும், அக சுதந்திரம் என்பது தனிமனிதர்கள் முயன்று ஈட்டும் பிரத்தியேகப் பொருளாகவும் காண்கிறது.

தனிமனம் வரித்துக்கொள்ளும் சுயகௌரவம், மரபின் பளு, வரலாற்றின் சுமை, அரசியல்/சமூகச் சூழல் என்ற நான்கு முனைக் கத்திகளில் ஏதேனும் ஒன்றில் கீறிக்கொள்ளாமல் தன்னிலையின் ஒரு கணமும் நகர்வதற்கில்லை. தனிமனங்களின் தொகுப்பான சமூக மனம், இன்னும் அதிகமான கீறல்களையும் தழும்புகளையும் தன்னகத்துள் வைத்திருக்கிறது. வெளிப்படை யாகப் பேசப்படாத விழுமியங்களையும் சுமந்தே கனக்கிறது.

நிறுவப்பட்ட மதிப்பீடுகளை மீறி, அவற்றுக்கெதிராகக் குரல் விடுக்க எழுகிறது கவிமனம். தன் காலத்துக்கெதிரான நீச்சலில் புறப்படுகிறது. புத்தம்புதிய வரலாற்றை எழுப்பி நிறுவ முயல்கிறது. எழுதப்படும் கவிதையில் நிர்மாணமாகி, கவிதை முடிந்தவுடன் தகர்ந்து இடிபாடுகளாக மீந்திருக்கும் கட்டடம் அது; வரலாறு எனும் பெருந்தொகுப்பு, சொல்லப்படாத குறுங்கணங்களையும் உள்ளடக்கியது என்று உணரவைப்பது. ஆனால், இந்தச் செயல்பாட்டுக்கும் மேற்சொன்ன நான்குமுனைக் கத்திகளிலிருந்து விடுபடுவது முக்கியம்.

எனக்குப் பிடித்த அமெரிக்கக் கவிதை ஒன்று. எழுதியவர் **ஆலன் டுகான்** *(1923–2003)*. ஏதோவொரு தொகுப்பில் படித்த இந்தக் கவிதையை மொழிபெயர்த்துக் குறித்து வைத்திருக்கிறேன்.

தலைப்பற்ற கவிதை

ஒருமுறை, எங்களிடமிருந்த நூலொன்றை
வாசித்தாள் என் மாணவரில் ஒருத்தி.
ரோம சாம்ராஜ்யத்தின் தாழ்வும் வீழ்ச்சியும் குறித்து
வரலாற்றாய்வு மேற்கொண்டிருந்தவள்.
அழுதாள்.
ஏனென்று கேட்டேன். ஏனென்றால்...
அவர்களனைவரும் செத்துவிட்டார்களே என்றாள்.
இறந்தவர்களுக்காக அழ ஆரம்பித்தால்
வேறெதற்கும் அவகாசமிருக்காது உனக்கு
என்றேன். தவிர, நகர மாந்தர்கள்தாம்

நிலவைச் சுட்டும் விரல் 109

கொல்லப்பட்டார்கள்
அல்லது இறந்துபோனார்கள்,
அவர்களது நாகரிகம்
உச்சமடைந்ததே காரணம். காட்டுமிராண்டிகள்
சில குடியானவர்களை
அவர்களின் உணவு மதிப்பு கருதி
உயிரோடு விட்டனர்.
யாரோ ஒரு காட்டுமிராண்டி
யாரோ ஒரு குடியானவப் பெண்ணை
வன்புணர்ந்தான்.
அவள் பெற்ற குழந்தை - இறுதி விளைவாக
உன்னையும் என்னையும் பெற்றெடுத்தது.
அப்படித்தான், இந்தக்
குடும்பத் தொடர் உருவானது என்பது வெளிப்படை..
எனவே, அழாதே. சுற்றிலும் பார்.
இதுதான் காரணம்,
அமெரிக்கர்களாகிய நாம்
காட்டுமிராண்டிகள் மற்றும்
குடியானவர்களின் தேசமாக
ஏன் இருக்கிறோம் என்பதற்கு.

தனது மொழியின்மீதும் சூழலின்மீதும் கொண்ட அபார அன்பு, கரிசனம் காரணமாகவே கவிதை என்ற மகாவடிவத்திடம் தனிமனம் சென்று சேர்கிறது. கலைவடிவத்துக்குத் தன்னளவில் அரசியல் நிலைப்பாடு ஏதும் இருப்பதற்கில்லை – கையிலெடுக்கும் தனிமனங்கள் சுமத்திக்காட்டும் நிலைப்பாட்டைத் தவிர.

அது சரி, இந்தியச் சூழலின் எந்த மொழியிலாவது இந்தக் கவிதையை எழுதிவிட முடியுமா?

அவ்வாறு எழுத முடியாமல் போவதன் காரணம் என்ன? சமூக அளவிலும் சரி, தனி நபர் உளவியல் அளவிலும் சரி, சொற்கள் கலாசாரத்தின் சிறைக்குள் சிக்கியிருக்கின்றன என்பதைத் தவிர வேறு காரணம் என்ன இருக்க முடியும்?!

22

அரசியல் கவிதை

'அரசியல் என்பது பெரும்பாலும் எதிர்வினை என்ற சொல்லின் மறுவடிவம்தான்; மாறாக, தத்துவம் என்பது அரசியல் சித்தாந்தமாக உருவெடுத்தாலும்கூட, தனக்கேயான அசல் கேள்விகளை உற்பத்திசெய்யும் செயல்பாடு...'

என்று ஒரு நண்பர் சொன்னார். எனக்கும் உடன்பாடான கருத்துத்தான். இந்தச் சமன்பாட்டைக் கலைகளுக்கும் கவிதைக்கும்கூட நீட்டித்துப் பார்க்கலாம் என்று தோன்றுகிறது.

பொதுவாக, அரசியல் கவிதை என்ற அந்தஸ்துடன் குறிக்கப்படுகிறவற்றில், வன்மமும் எதிர்மறையுணர்வும் கோஷமும் பிரசாரமும் பிரகடனமும் மட்டுமே பிரதானமாய் இருக்கின்றன. அவற்றின் குரலும் உரத்ததாய் இருக்கிறது. அழகியல் அக்கறைகளைப் பெருமளவுக்கோ, முழுமையாகவோ நிராகரித்தே அவை எழுதப்பட்டிருக்கின்றன. கவிதையின் உருவம் பற்றிய கவனத்தை வெகுவாகத் தவிர்த்துவிட்டே அவை பதிவாகின்றன. தீவிரமான கவிதை வாசகர்களைப் பொருட்படுத்த வேண்டியதில்லை; செய்தியைச் சுமந்து சென்றால் போதும்; அதிகபட்ச வாசகர்களைச் சென்றடைந்தால் போதும்; கவிதானுபவம் வழங்குவது முக்கியமில்லை என்ற தெளிவு கொண்டவை.

தமிழ்

எனக்கும் தமிழ்தான் மூச்சு
ஆனால் அதைப்
பிறர்மீது விடமாட்டேன்.

ஞானக்கூத்தன், ஞானக்கூத்தன் கவிதைகள், ஆழி, பக் 68

என்ற கவிதையில் வெளிப்படையான ஆத்திரமும், தமிழை முன்னிருத்திப் பேசும் அரசியல் குரலுக்கான எதிர்வினையும் மட்டுமே புலப்படுகின்றன. மொழிப் பிரச்சினை இல்லாத வேறொரு கால, தேசச் சூழலில் (இது வெகு அபூர்வம் என்றாலும்!) இந்தக் கவிதை எவ்வாறு பொருள்படும்? தமிழ் என்ற சொல்லை வெறும் குறியீடு என்று மட்டுமே எடுத்துக்கொண்டாலும், கவிதைக்குள் செயல்படும் பிரகடனம் ஒற்றைத்தன்மை கொண்டதாகவே இருக்கிறது.

மாறாக, தமிழ்ச் சூழலில் ஏகப்பட்ட தடவை மேற்கோள் காட்டப்பட்ட, பாரதியின்,

என்று தணியும் எங்கள் அடிமையின் மோகம்!

என்ற வரியில் இருக்கும் ஆதங்கம் மிகவும் ஆழமானது. சமகால அரசியல் சூழலுக்கான எதிர்வினைதான் அது. ஆனாலும், அடிமைப்பட்ட ஜீவராசிகள் அனைத்துக்குமான வேதனைக் குரலாக ஒலிப்பது. வளர்ப்புப் பிராணிகளைக்கூட வேறொரு வெளிச்சத்தில் இருத்திக் காட்டுவது. அடங்கியிருத்தல் என்பதே ஒரு உளவியல் கோளாறு என்று பொருள்தரும் வரி.

இதுபோன்று ஆழ்ந்த கவிப்பார்வை செயல்படும் அரசியல் கவிதைகளுக்குத் தமிழிலும் பிற மொழிகளிலும் உதாரணங்கள் உண்டு.

முதலில், ஒரு ஜெர்மானியக் கவிதை. மிகமிகப் பிரசித்தி பெற்ற கவிதை. ஆன்மவியலாளரும், ஹிட்லரின் வதைமுகாம்களில் எட்டு வருடங்கள் அடைக்கப்பட்டவருமான **மார்ட்டின் நீமோல்லர்** *(1892–1984)* எழுதியது. 'லசந்த விக்ரமதுங்கவின் மொழிபெயர்ப்பு; தமிழில் கவிதா' என்ற குறிப்புடன் காலச்சுவடு இதழில் வெளியானது.

முதலில் அவர்கள் யூதர்களுக்காக வந்தார்கள்.
அப்போது நான் பேசவில்லை, ஏனெனில் நான் யூதன் அல்ல.
பிறகு அவர்கள் கம்யூனிஸ்டுகளுக்காக வந்தார்கள்.

அப்போதும் நான் பேசவில்லை, ஏனெனில் நான் கம்யூனிஸ்ட்
அல்ல
பிறகு அவர்கள் தொழிற்சங்கவாதிகளுக்காக வந்தார்கள்.
அப்போதும் நான் பேசவில்லை, ஏனெனில் நான்
தொழிற்சங்கவாதி அல்ல.
பிறகு அவர்கள் எனக்காக வந்தார்கள்.
அப்போது எனக்காகப் பேசுவதற்கு எவரும் இருக்கவில்லை.

காலச்சுவடு, இதழ் 110

விளக்கம் தேவைப்படாத, நேரடி அரசியல் கவிதை இது. வேட்டையாடப்பட்டவர்கள் பற்றித் தெளிவாக உரைக்கு மளவுக்கு, 'அவர்கள்' யாரென்பது தெரிவிக்கப்படவில்லை. இருந்தாலும், கால தேச வர்த்தமானங்கள் சார்ந்து நாஜி ஆட்சியாளர்களைப் பற்றிய புகார் என்பது தெரிகிறது. ஆனால், வெளிப்படையாகக் குறிப்பிடப்படாத 'அவர்கள்'தாம் உலகின் எந்த நாட்டிலும், எந்தக் காலகட்டத்திலும், ஆள்வோராக இருக்கிறார்கள் என்ற உட்பிரதியே, வெறும் தகவல் குறிப்பாக மீந்துவிடாதபடி இந்தக் கவிதையைக் காக்கிறது.

இன்னொரு அரசியல் கவிதை. ஜமைக்காவைப் பூர்விகமாகக் கொண்ட கறுப்பினத்தவரும், பிரிட்டனில் வசிப்பவருமான **பெஞ்சமின் ஒபைதியா இக்பால் ஸெஃபானியா** *(1958 –) எழுதியது.*

வெள்ளை எள்ளல்

அச்சுறுத்தப்பட்டேன் நான்
ஒரு வெள்ளைச் சூனியக்காரியால்
வெள்ளைச் சூனியத்தாலும்
வெள்ளைப் புனைவுகளாலும்
வெள்ளை ஆடு என்று முத்திரையிட்டு
வெள்ளைக் கொல்லனாய் கொத்தடிமையானேன்
வெள்ளையர் பிரதேசத்திற்கருகில்
வெண் கோமாரி நோயால் துன்பமடைந்தேன்
வெள்ளைக்காலி என இடப்பட்டேன் வெள்ளைப்பட்டியில்
வெள்ளைப் புத்தகத்தில்
வெள்ளைச்சூனிய ஆசானானேன்
இதுதான் கொள்ளைநோயால்
வெள்ளைச்சாவு
வெள்ளைப் பொறுக்கி – என்றனர் மக்கள்
வெள்ளை அந்நியன் என்று கொண்டாடினர் சிலர்
வெள்ளைக் கயவனாகப் பயிற்றுவிக்கப்பட்டதால்
வெள்ளைக் கூலியாய் சேர்ந்தேன்

வெள்ளைப் பொருளாதாரத்திலிருந்து தூர
வாழ்ந்தேன் பாசிச
வெள்ளாடையாளர்களால் பிடித்து உதைத்து
நொறுக்கப்பட்டேன்
வெள்ளைப்பேய் வழிபாட்டில் தண்டிக்க விடப்பட்டேன்
கவலைப்படாதீர்கள் இதுபற்றி
நிச்சயம் எழுதுகிறேன் கறுப்பு மாளிகைக்கு

Blackmail, Blackwitch, Blackmagic, Blacklies, Blacksheep, Blacksmith, Blackspot, Blackwater, Blackleg, Blackbook, Blackart, Blackdeath, Blackjack, Blackwog, Blackwatch, Blackguard, Blackeconomy, Blackshirts, Blackmass என்று வரும் சொற்களில் கறுப்பர் இனம் இழிவுபடுத்தப்படுவதாக கவிஞர் அவற்றிற்கெல்லாம் White எனப் பிரதியிடுகிறார். இந்த நகைச்சுவை மீறிய மனவருத்தம் தீவிரமாக வெளிப்படும் இடம் அதிகாரம் மிகுந்த Whitehouse கறுப்பு மாளிகை ஆவது. கவிதையும் குறிப்பும் தமிழில்: மனோன்மணி & பார்த்திபன்.

பெஞ்சமின் ஸெஃபானியா, புது எழுத்து, இதழ் 2

மொழிபெயர்த்தவர்களின் குறிப்பே, இந்தக் கவிதையை அணுகும் முறையையும் தெரிவிக்கிறது.

வாசித்துப் பல ஆண்டுகள் கழித்தும் என் நினைவில் தங்கியிருக்கக் காரணம், மிக நேரடியான தொனியில் பேசும் கவிதையில் வெளிப்படையாய்த் தெரியும் எள்ளல். கறுப்பு என்ற முன்னொட்டு கொண்ட ஆங்கிலச் சொற்களின் பரிச்சயம் இல்லாதவர்கள் தாமாகவே புரிந்துகொள்ள இயலாத பூடகத் தன்மை. அது புரிந்தபிறகு, உடனடியாகத் துலங்கும் அடக்கிய கோபமும் ஆதங்கமும். குறிப்பிட்ட தேசம், காலகட்டம் என்றில்லாது, ஒட்டுமொத்த வெள்ளையினத்தின் ஆழ்மனம் கறுப்பர்மீது காட்டிவந்த வெறுப்புமீதான விமர்சனம். கறுப்பின விரோதம் ஆங்கில மொழியின் சொல்லுருவாக்கத்தில் ஆதிக்கம் செலுத்திய விதம் சட்டென்று உறைக்கிறது. தமிழ் உள்ளிட்ட உலக மொழிகள் அனைத்திலுமுள்ள ஒவ்வொரு சொல்லையும் ஒருகணம் நின்று பரிசீலிக்க உந்துகிற கவிதை...

மறுதரப்பு இன்னதென்றே தெரியாதபடி, தற்கூற்றாக ஒலிக்கும் இன்னொரு கவிதையையும் சேர்த்து நினைவுகூரலாம்.

க.நா.சு.வுக்குப் பிறகு, தமிழில் புழங்கும் அந்நிய மொழிக் கவிதைகளும் கவிஞர்களின் பெயர்களும் அந்தரங்கமாக பிரம்மராஜனின் பெயரையும் சேர்த்தே ஒலிக்கின்றன. **மீட்சி** இதழ் மூலமும் தமது மொழிபெயர்ப்புகள் மூலமும், 1989இல் வெளியான **உலகக் கவிதை** தொகுப்பு மூலமும் தமிழ்க் கவிதைக்கு

அவர் ஆற்றியிருக்கும் சேவை மகத்தானது. மேற்சொன்ன தொகுப்பில் சில மாறுபாடுகள் செய்து, அவர் கொண்டு வந்திருக்கும் இரண்டாவது பதிப்பும் கவனத்துக்குரியது.

முதல் பதிப்பில் இடம்பெற்றிருக்கும் ஒரு கவிதை.

கட்டுதல்

ஓய்வுபெற்ற உட்படைக் கர்னல் ஒருவர்
தனது எல்லாப் பணத்தையும்
ஓய்வுநேரம் அனைத்தையும்
புத்தகங்களில் செலவிடுகிறார்

அவரின் சக பென்ஷன்தாரர்கள்
சிறிது மதுவருந்த நடந்து செல்ல
அழைக்கின்றனர் அவரை
வம்பிழுத்து கேட்கின்றனர்
அவ்வளவு படிப்பினால் என்ன பயன்

ஒரு காலத்தில் செங்கல் சுடுபவராயிருந்த கர்னல்
தனது நரைத்த தலையை சுட்டுவிரலால் தட்டுகிறார்

இந்தச் சட்டியை நான் பூமிக்கு
காலியாய்க் கொண்டு செல்ல விரும்பவில்லை.

வாஸ்கோ போப்பா, கட்டுதல், மொ/பெ பிரம்மராஜன்,
உலகக் கவிதை, மீட்சி வெளியீடு, பக் 26

ஓய்வுபெற்ற பிறகு புத்தகங்களில் செலவிடும் நேரத்தை, பணிக்காலத்தில் எதற்கு செலவிட்டார்; ஒரு காலத்தில் அவர் சுட்ட செங்கற்கள்தாம் யாவை; பணியிலிருந்த காலத்தில் அவருடைய 'சட்டி' காலியாய் இருந்ததா என்று கேள்விகள் அடுக்கடுக்காக எழுகின்றன. உபரியாக, இத்தனை காலமும் அழிப்பவராய் இருந்த உட்படைக் கர்னல், கட்டியெழுப்புகிறவராக எதிர்முனைக்கு நகர்ந்திருப்பதைக் குறிக்கும் தலைப்பு, ராணுவம் தொடர்பாகவும் அதன் செயல்பாடுகள் தொடர்பாகவும் ரகசியமாய் ஒலிக்கும் விமர்சனம் போன்றவை எழுப்பும் உப கேள்விகள்.

அரசியல் கவிதை என்று அடையாளப்படுத்தப்படும் வரை, அரசியல் கவிதையின் தோற்றமே காட்டாத நூதனம் கொண்ட கவிதை என்பது இதன் சிறப்பு.

23

போர்ச்சூழல் கவிதைகள்

எண்பதுகளின் இறுதியில் யாழ்ப்பாணமும் மதுரையும் இரட்டை நகரங்கள் என்கிற அளவு நெருக்கமும் ஒன்றுணர்வும் தமிழ்நாட்டில் நிலவியது.

அந்த நாட்களில் நான் கோவில்பட்டியில் வசித்தேன். ராமசாமி தாஸ் பூங்காவில் கோணங்கியுடன் அமர்ந்து உரையாடிக்கொண்டிருந்தபோது, அண்மையில் போரில் மாண்டிருந்த கேப்டன் சங்கர் பற்றிப் பதற்றமாகப் பேசினார். 'போனவாரம்தான்யா அவனெப் பாத்தேன். எவ்வளவு பெரிய கை தெரியுமா. இந்தக் கையாலேதான் அந்தக் கையெப் பிடிச்சுக் குலுக்கினேன்' என்று துக்கமாகப் புலம்பினார்.

அந்த அழுத்தம் சிறுகச் சிறுகத் தேய்ந்து, தற்சமயம், 'அண்டை நாட்டில் நிம்மதியற்ற சூழல் நிலவுகிறது; அவ்வளவுதான்' எனும் அளவு வீரியம் குறைந்திருக்கிறது. மாறிமாறி வரும் அரசியல் தலைமைகள், உலகளாவிய வாணிப தேசங்கள் – குறிப்பாகப் போர்த்தளவாட வியாபாரிகள் – எனப் பல்வேறு நேரடிக் காரணங்கள் மற்றும் மறைமுகக் காரணங்கள் தற்போதைய நிலைமைக்குக் கொண்டு வந்துவிட்டிருக்கின்றன. பத்திரிகைகள் மூலம் மட்டுமே ஈழநிலையை அறிந்து வைத்திருக்கும் தமிழகப் பொதுமனத்துக்குக் குழப்பமும், இனம் புரியாத துக்கமும் மட்டுமே மிச்சம்...

தமிழ்நாட்டில், தமிழ்க் கவிதைப் புலத்தில், போர்க்கால/போர்க்களக் கவிதைகள் புதிதல்ல.

புறநானூறு, கலிங்கத்துப் பரணி என்று அடுக்கிக்கொண்டே போகலாம்.

வாளில்வெட்டி வாரணக்கை தோளில் இட்ட மைந்தர்தாம்
தோளில் இட்டு நீர்விடுந் துருத்தியாளர் ஒப்பரே

கலிங்கத்துப் பரணி பாடல் 435

படை அணிவகுப்பின் விறைப்பான நடை தொனிக்கும் சந்தம் அமைந்த செய்யுள்; யானையின் துதிக்கையை வெட்டித் தோளில் போட்டுச் செல்லும் வீரர்கள், தோளில் குழாயைச் சுமந்து நீர்பாய்ச்சுகிறவர்கள் மாதிரி இருந்தார்கள் என்று உவமை சொல்லும் பாடல். தனக்கு சம்பந்தமே இல்லாத யுத்தத்தில் இறந்துபட்ட யானையைப் பற்றி ஒரு வார்த்தை பேச்சில்லை. பழங்கவிதைகளைப் பொறுத்தவரை, அவை பெரும்பாலும் வீரத்தை விதந்தோதுகிறவை; போரின் குரூரத்தை அழகியல் காட்சியாக மாற்றி மழுக்கிவிடும் பாடல்களே அநேகம்.

வென்றவர்களின் கவிதைகள் – அல்லது போரில் வீரமரணம் எய்தியவர்கள் பற்றியவை. தோற்றவர்கள் குறித்த கரிசனமோ, வீழ்ச்சியின் துயரமோ அறிவிப்பவை மிகமிகக் குறைவு. போருக்கு எதிரான அவ்வையின் பாடலும்கூட, புதுக் கருக்கு அழியாத ஆயுதங்களைச் சுட்டி, தேய்ந்த தளவாடங்கள் குவிந்து கிடக்கும் எதிரி மன்னனின் வெற்றிப் பெருமையை எடுத்துரைப்பதுதான்.

அவற்றின் இன்னொரு முக்கிய அம்சம், அந்தக் கவிதைகள் பதிவுசெய்யும் போர்கள் நேருக்குநேர் நின்று பொருதப்பட்டவை. தொலைவிலிருந்தும், மறைந்திருந்தும் தாக்கும் ஆயுதங்கள் உருவான பிறகு, போர் வெறும் மறம் சார்ந்த சமாசாரமல்ல, தான் புண்படாமல் எதிரிக்குப் பேரழிவை உருவாக்கும் வஞ்சகமும் தொழில்நுட்பமும் மட்டுமே ஈடுபடுவது என்ற ஞானம் முதிர்ந்துவிட்டது, மனித குலத்துக்கு.

தமிழில், நிகழ்காலப் போர்க்களக் கவிதைகள் தோற்பவன் தரப்பிலிருந்து பேசுகின்றன. போரைப் பெருமிதமாகக் கருதிய மொழிப்பரப்பில், போர் துக்ககரமானதாக உருமாறியிருக்கும் விதம் கவனிக்கத்தக்கது.

உலகப் போர்களும் இந்திய தேசியம் பங்கேற்ற போர்களும் தமிழ்நாட்டில் பிறப்பித்த கவிதைகளைவிட, இலங்கை மண்ணில் இன அழிப்பாகத் தொடரும் வன்மம் பிறப்பித்த கவிதைகள் அதிகம். நேரடி அனுபவம் இல்லாதபோதிலும், இழப்பின் பட்சம் நின்று பேசும் பொதுக்கவிதைகள்.

ஆகவே, இவை முன்னிலைப்படுத்துவது, களத்தில் நிற்கும் வீரர்களை அல்ல, யாரோ யாரிடமோ வீரத்தை, மேலாண்மையை

நிரூபிக்கக் கிளம்பியதில், போருணர்வே அற்ற சாமானியர்கள் இழப்பவற்றைக் கோத்துத் தருகிறவை. உண்மையில், போர் என்ற கொடுநிகழ்வு, உலோக ஆயுதங்களின் பயன்பாட்டி லிருந்து நகர்ந்து ரசாயனப் பரிமாணம் கொண்டதன் பலனாக, நேரடி எதிரியல்லாத, நேர்ப்பார்வைக்குத் தென்படாத, மக்கட்கொத்து அழிந்துபடுவதன் துயரத்தைச் சொல்கிறவை.

போருக்கு எதிரான குரலை அனுபவபூர்வமாக எழுப்பும் தமிழ்க் கதைகளும் கவிதைகளும் ஈழத்திலிருந்து வருபவை என்பது அனைவரும் அறிந்ததுதான். இன எதிர்ப்பை, இன அழிப்பை தனது முதன்மையான அக்கறையாய் வைத்திருக்கும் மொழிவாத அரசமைப்பை விமர்சிக்கிற கவிதைகள். இழப்பின் தரப்பை மட்டுமே முன்னிறுத்திப் பேசுகிற இந்தக் கவிதைகள், வாசக மனத்துக்கு, போர்க்களத் தகவல்கள் வெறும் செய்தி மட்டுமே அல்ல என்பதை உணர்த்தத் துடிக்கிறவை. பத்திரிகைச் செய்தி தூண்டவியலாத ஓர் உணர்வை நடைமுறை அனுபவ மாகத் தர முயல்பவை.

எண்பதுகளின் மத்தியில் சில இதழ்களே வெளிவந்து நின்றுவிட்ட அபாரமான பத்திரிகை, **'இனி'**யில் வாசிக்கக் கிடைத்த சேரன் கவிதை ஒன்று.

மே 21, 1986

நடு இரவில் வீடு எரிகிறது
நீ பார்த்துக்கொண்டிருக்கும்போதே
உனது மனைவியைக்
கத்தியால் குத்துகிறார்கள்
குண்டுவீச்சு விமானங்கள்
நிலைக்குத்தாய் வீழ்ந்து கிளம்புகையில்
சூரிய ஒளி பட்டுத் தெறிக்கக்
குண்டுகள் வீழ்கின்றன
எல்லாத் திசைகளிலும்
குழந்தைகள் அழுகிறார்கள்
பதுங்குகுழிக்குள் இறங்குகிற அவசரத்தில்
விழுந்து உடைந்த மூக்குக் கண்ணாடியைப் பற்றியே
அம்மம்மா இப்போதும் முணுமுணுக்கிறாள்
என்னிடமிருந்து இரத்தம்
பெற்றுக் கொள்வதற்கில்லை யென்று
பணிவுடன் சொல்கிறார்
இரத்த வங்கிப் பொறுப்பாளர்
சிநேகபூர்வமான துப்பாக்கிச்சண்டையில்
காணாமல் போனவனைத் தேடிக்கொண்டு போன

நண்பனைத் தேடிக்கொண்டிருக்கிறேன்
ஜனநாயகப் புரட்சியா சோஷலிஸப் புரட்சியா
என்று தர்க்கித்துக் கொண்டிருந்தவர்களில் சிலர்
பீரங்கிக் குண்டு பட்டுச் செத்துப் போகிறார்கள்
இரண்டு விமானத் தாக்குதல்களுக்கும்
இருபத்தேழு ஹெலிகொப்டர் தாக்குதல்களுக்கும்
தப்பிப் பிழைத்து
ஒரு குட்டி நாயுடன் மோதிக்
கணுக்கால் உடைந்து
கட்டிலில் கிடந்தபோது
"ஸென் புத்தமும் மோட்டார் சைக்கிள்
ஓட்டும் கலையும்" என்ற புத்தகத்தைக்
கொண்டு வருகிறார்
ஒரு 'இன்ரலெக்சுவல்' நண்பர்
வைத்தியசாலைக் கூரையில்
செஞ்சிலுவைக் குறி
பொறித்துக்கொண்டிருந்தவரும்
ஹெலிகொப்டர் சூடுபட்டு விழுகிறார்
எனினும்
காகம் இருக்கிறது; கடதாசி இருக்கிறது
கூடவே
இயந்திரத் துப்பாக்கி ஒலியும்
இப்போது எப்போதும் போலக்
காற்றில் இருந்து கொண்டேயிருக்கிறது.

சேரன், இனி, இதழ் 1, செப்டம்பர், 1986

நீண்டகாலம் தொடரும் போரின் அபாயகரமான துர்விளைவு, அது நடைமுறை வாழ்க்கையை ஒத்ததாக, தினசரி நிகழ்வாக, பொதுமனத்தில் சுவாதீனம் பெற்றுவிடுவதுதான். எண்பதுகளின் முதல் பாதியில் பஞ்சாபிலும், காஷ்மீரில் இன்றுவரையிலும் அன்றாடம் உயிரிழந்த/இழக்கிற குடிமக்களின் எண்ணிக்கை தட்பவெப்ப அறிக்கை போன்ற தொனியில் செய்திகளில் இடம்பெறும்போது அதிர்ச்சி ஏதுமின்றி அதைத் தாண்டிச் சென்ற/செல்கிற இந்தியப் பொதுமனத்தையும் நினைவு கூரலாம்.

இந்தக் கவிதையின் சிறப்பம்சம், வெறும் தகவல் அறிக்கையின் தொனியில் நிகழ்வுகளைக் கோத்துச் செல்வது. நண்பர் கொண்டு தரும் புத்தகம், செஞ்சிலுவைச் சங்க ஊழியர், இரத்த வங்கிப் பொறுப்பாளரின் கூற்று, ஆட்சிமுறை பற்றி சாவதானமாகத் தர்க்கித்தபடி போகும் நண்பர்கள், 'சிநேகபூர்வமான துப்பாக்கிச் சண்டை', தேடிப் போனவனும் காணாமல் போவது என்று ஒவ்வொரு வரியிலும் போர்ச்சூழலும், அதைப் பொருட்படுத்தாத அன்றாட வாழ்க்கையும் அருகருகே கிடத்தப்பட்டிருக்கின்றன – உணர்ச்சிபூர்வமான அழுத்தம் கொள்ளாத நேரடியான

நிலவைச் சுட்டும் விரல்

சொற்களும். அலாதியான வாசக இடைவெளிகளும் கொண்ட, சாய்வுமொழிக் கவிதை.

எத்தனையோ ஆண்டுகளுக்கு முன் வாசித்த கவிதை, அடிமனத்தில் வண்டலாகப் படிந்திருப்பதற்கு நேரடியான ஒரு காரணம் உண்டு – அந்த மூதாட்டி.

பதுங்குகுழிக்குள் ஓடும்போது, மீண்டுவருவோமா என்பதே தெரியாத சூழ்நிலையில், 'உயிரென்ன, போனால் போகிறது; மூக்குக் கண்ணாடியல்லவா முக்கியம்' என்று விசனப்படும் மூதாட்டி, யாரோ யார்மீதோ கொள்ளும் குரோதத்தின் விளைவாகப் போர்ச்சூழலுக்குள் தள்ளப்பட்ட தீன மனத்துக்கு மிகச் சிறந்த உதாரணம்.

போர் துவங்கிய நாள் முதலே, யார் கை ஓங்கியிருப்பினும், தான் தோற்றுத் தலைகுனிகிற, தன் வாழ்வின் பகுதியாகப் போரை ஏற்று புழுக்கமில்லாமல் இருக்கிற, பொதுமனத்துக்கும் மிகச்சிறந்த உதாரணமாகிறாள்.

உலகப் போர்களின் விளைவாக உயிர்த்தெழுந்த ஐரோப்பியக் கவிமனம் துக்கமயமானது. போர்க்கொடுமைக் கவிதைகளை வாசிக்கும்போது அவற்றில் படிந்திருக்கும் வெடிமருந்து நெடி, வாசிப்பவரின் மானசீகத்தில் நிரம்புகிறது. குறிப்பிடத் தகுந்த இன்னொரு அம்சம், ஆங்கிலம் வழி படிக்கக் கிடைக்கும் மேற்குலகக் கவிதைகளில், தன்னுடைய நாடு, எதிரி நாடு என்ற குறிப்பான புகார் இன்றி, போருக்கு எதிரான பொதுக்குரலாகவே அவை ஒலிக்கின்றன. உதாரணக் கவிதை ஒன்று:

மூவண்ணப் பதாகை

முதலாவது நிறம்? தண்டனை அறிவிக்கப்படும் தருணத்திய கைதியைப் போன்றது.
இரண்டாவது? மிருதுவான, பெரும்பெரும் குவியல்களாய் சரிந்து வீழும், தோல்வியுற்ற போர்வீரர்கள் போன்றது.
அப்புறம், மூன்றாவது? மூன்றாவதின் நிறம்
நீயேதான்.

அழகிய, மூவண்ணம் கொண்ட
என் பதாகையே!

ஹங்கேரியக் கவிஞர் ஜனோஸ் பிலின்ஸ்கி (1921–1981)

முதல் இரண்டு படிமங்களின் முன்னே உருவாகும் மூன்றாவது முன்னிலை, பரிதாபகரமானது. முந்தைய இரண்டுக்குமான

மௌனசாட்சியாக, செயலற்று இருப்பது. ஹங்கேரியின் தேசியக்கொடி மூன்று வண்ணம் கொண்டது என்பது கவனத்தில் கொள்ள வேண்டியது.

பதாகையைப் பற்றிய குறிப்பு ஒரு வரிக்கு ஈடான வெற்றிடத்துக்குப் பிறகுதான் வருகிறது. அந்த இடைவெளியில், கவிதைசொல்லி விளித்துப் பேசும் முன்னிலையாகத் தன்னையே உணரும் வாசக மனம் ஒரு கணம் திகைத்து உறையும். எந்த நாட்டின் எந்தக் காலத்திலும் நிலவும் 'நான்' மேற்படிக் கவிதைக்குத் தானும் விதிவிலக்கல்ல என உணர்ந்து பதறும்...

24

சுதந்திரத்தின் மென்னகை

பெண் கவிஞர் ஒருவரைப் பற்றி, 'தனது எல்லாக் கவிதைகளையும் சிலுவையில் தலைகீழாகத் தொங்கிக்கொண்டு எழுதுகிறவர்' என்று சொன்னார் ஒரு நண்பர். குழுமியிருந்தவர்கள் சிரித்துவைத்தோம். எனக்குள் ஒரு குறுகுறுப்பு. தமிழ் நவீன கவிதையில் பெருவாரியானவை அப்படியொரு துக்கத்தைச் சுமந்துதானே இருக்கின்றன – புகார்ப் பெட்டிபோல அல்லது கண்டனக் கணைகளாக. இதில் ஒரேயொரு வரை மட்டும் பிரித்து ஏன் பார்க்க வேண்டும்?

தவிர, ஆண் கவிஞர்களில் பலரும் தலைகீழாகத் தொங்கத்தானே செய்கிறார்கள்? பாதிக்கப் பட்டவராக, வஞ்சிக்கப்பட்டவராகத் தன்னை முன்னிறுத்தும்போது, கல்லாய்க் கிடக்கும் வாசக மனமும் ஒரு கணம் அசைந்து கொடுக்காதா! தான் மட்டுமே உத்தமம், மற்றவர்கள் தன்னை வதைப்பதற் காகவே பிறவியெடுத்தவர்கள் என்ற ரகசியப் பிரகடனத்தை சமகாலக் கவிதைகள் எந்தக் கூச்சமும் இன்றி ஒலித்தவாறிருக்கின்றன...

நவீன கவிதை என்பதும், நவீனத்துவ கவிதை என்பதும் ஒரே பொருள்தரும் சொற்றொடர்கள் அல்ல. அந்தந்தக் காலகட்டத்தின் சமகாலக் கவிதையை நவீன கவிதை என்று சொல்லலாம் என்றால், நவீனத்துவம் என்ற இலக்கிய வகைமை சார்ந்து எழுதப்படும் கவிதை நவீனத்துவ கவிதை. தமிழைப் பொறுத்தமட்டில், கவிதை விளக்கம் அல்லது விமர்சனம் என்ற பெயரில் உதிர்க்கப்படும் ஒவ்வொரு சொல்லையும் சொற்றொடரையும்

மீண்டுமொருமுறை நிர்ணயித்துக்கொள்ள வேண்டிய அவசியம் இருப்பதால் மேற்படி விளக்கமும் அவசியமாகிறது!

நவீனத்துவத்தின் வருகைக்கு அநேகக் காரணங்கள் சொல்கிறார்கள். அறிவியல் வளர்ச்சியின் காரணமாக நிகழ்ந்த தொழிற்புரட்சி; அதன் பின்விளைவுகளான நகர்மயமாதல், இயற்கையைவிட்டு மனிதன் விலகிப் போதல், தன்னை இயற்கையின் பகுதியாகக் காண்பதை விடுத்து, பருவுலகைத் தனது பயன்பாட்டுப் பொருளாகவே காணுதல் என்று ஏகப்பட்ட துயரகரமான காரணங்கள் ஒன்றுசேர்ந்து செவ்வியலின் இறுதிக் கட்டத்தைக் கொணர்ந்தன என்பது ஒரு வாதம்.

மனிதகுலம் கொஞ்சமும் கனவு கண்டிராத இரண்டு உலகப் போர்களும்; மனித ஆழ்மனத்தில் அவை படியவைத்த துக்கம் மற்றும் குற்றவுணர்வு ஆகியவையும் நவீனத்துவத்தின் பிறப்புக்குக் காரணம் என்பதும்தான்.

ஆனால், அதீத நம்பிக்கை வறட்சியை, ஒருவிதமான சிடுசிடுப்பை, தீராத புகார்ப் பட்டியலை, இலக்கியத்தின் ஆதார தொனியாக மாற்றியதில் நவீனத்துவத்துக்குப் பெரும் பங்குண்டு என்பதில் மாற்றுக் கருத்து இருக்க முடியாது.

தமிழில் நவீனத்துவ கவிதையின் வருகைக்கு மேற்கத்தியக் கவியுலகின் பாதிப்பு மட்டுமே காரணம் என்று கொள்ள வேண்டியதில்லை. இங்கே நிலவிய நீண்ட செவ்வியல் மரபுமே காரணமாக இருக்கலாம். அதிலிருந்து விடுபடும் வேட்கையே அவ்வையையும் காளமேகத்தையும் பிறப்பித்திருக்க வேண்டும்.

ஆமாம், நவீன சமூகம் மலர்வதற்காகக் காத்திருக்க வில்லை தமிழ் நவீனத்துவ கவிதை. மேற்சொன்ன இருவரோடு, சத்திமுத்தப் புலவர், இரட்டைப் புலவர்கள், ராமச்சந்திர கவிராயர் என்று தமிழ் நவீனத்துவ கவிதையின் ஆரம்பகர்த்தாக்கள் அநேகரைத் தனிப்பாடல் திரட்டில் காண முடியும்.

தனிமனித மனத்தின் விவேகம் அவ்வையில் உச்சம் கொண்டதென்றால், தனிமன விகாரங்களும் வசவுகளும் குறும்பும் அபாரமான மொழியறிவும் இயல்பாக வெளிப்படும் இடமாகக் காளமேகத்தைச் சொல்லலாம். இன்றைய நவீன கவிஞனின் பிரலாபமும் வேதனையுணர்வும் சத்திமுத்தப் புலவரிடம், எள்ளலும் பகடியும் ராமச்சந்திர கவிராயரிடம் காண முடியும்

இவர்கள் அனைவரிடமும் உள்ள சிறப்பம்சம் – அவர்களுடைய கவிதைகளில் வெளிப்படும் நகைச்சுவையுணர்வு. உதடு பிரியாத மென்சிரிப்புடன் வாசிக்கத் தகுந்த கவிதைகள் அவை.

தமிழில் இப்படியொரு மரபும் முன்னோடிகளும் இருந்தும், சமகாலக் கவிதைகளில் நகைச்சுவையே இல்லாது, துயரம் மண்டிவிட்டதற்குக் காரணம் என்ன என்பதை ஆராய்ந்து பார்க்கத்தான் வேண்டும். ஞானக்கூத்தனின் அநேகக் கவிதைகள், பிரமிள், தேவதச்சன் போன்றவர்களின் சில கவிதைகளில், பின்னர் வந்த தலைமுறைகளின் ஒரு சில கவிதைகள் தவிர, புன்சிரிப்புகூட இல்லாத ஒரு தீவிரம்தான் தமிழ் நவீன கவிதையின் முத்திரை யாக இருக்கிறது. பல சந்தர்ப்பங்களில் செயற்கையான தீவிரம்...

மேற்சொன்ன பின்னணியில் ஒரு கவிதை. **விஷ்ணுபிரசாத்** சமகால மலையாளக் கவிஞர். ஊட்டியில் ஜெயமோகன் ஏற்பாடு செய்த அரங்கத்தில் தன் கவிதைகளை வாசிக்க வந்திருந்தார். நூலாகத் தொகுக்கப்படாத, அச்சில் வராத கவிதைகள்; இணையத்தில் மட்டுமே வெளியானவை என்ற முன்குறிப்புடன் மலையாளத்திலும் தமிழ் மொழிபெயர்ப்பிலும் வாசிக்கப் பட்டன. முதல்முறையாகக் கேட்ட மாத்திரத்திலேயே கிளர்ச்சியடைய வைத்தன. விஷ்ணுபிரசாதின் இந்தக் கவிதை, கேட்ட நிமிடம் முதல் மனத்தைவிட்டு அகலாதிருக்கிறது.

பசு

ஒருநாளாவது
கட்டு அறுத்து ஓடாவிட்டால்
சுதந்திரத்தைப் பற்றி
தனக்கு ஒரு கனவும் இல்லை என்று
கருதிவிடுவார்களோ என்றெண்ணி போலும்
அடிக்கடி தும்பறுத்து
ஓடுவதுண்டு
மாமியின் பசு.
பசு முன்னே.
மாமி பின்னே.
முன்னாலுள்ளதையெல்லாம் கோர்த்துவிடுவேன்
என்ற பாய்ச்சல்.
யாரானாலும் ஒதுங்கி நின்றுவிடுவார்கள்.
பிடியுங்கள் தடுங்கள் என்றெல்லாம் மாமி
கூவுவதை புரிந்துகொள்வதற்குள்
மாமியும் பசுவும்
தாண்டிச் சென்றிருப்பார்கள்.
இரண்டு கிலோமீட்டர் ஓடினால்
தேவையான சுதந்திரம் ஆகிவிட்டது பசுவுக்கு.
மூச்சிளைத்து ஒரு இடத்தில் நிற்கும்.
'சனியன்பிடிச்ச பசு' என்று அதன் முதுகில்
ஒரு அடிவிழும்.
பிறகு இரண்டுபேரும்

சாவகாசமாக வீட்டுக்கு.
இத்தனை சாதுவான இரண்டு உயிர்களா
சற்றுமுன்பு அப்படி பாய்ந்தார்கள் என்று
அச்சு அண்ணன் கடையில் டீகுடிப்பவர்கள்
மூக்கில் விரல் வைப்பார்கள்
கயிறு அறுத்தோடிய
அந்த இரண்டு கிலோமீட்டரைத்தான்
பசு பிற்பாடு அசைபோடுகிறதுபோல.

உரைநடைக்கு மிக அருகிலிருக்கும் மொழி. பொதுவாக, கேரளத்தில் பங்கேற்கக் கிடைத்த கவிதை அரங்குகளில், இளவயது மலையாளக் கவிஞர்கள்கூட தங்கள் கவிதைகளைக் குரலெடுத்துப் பாடுவதைக் கேட்டிருக்கிறேன். அவை பெரும் பாலும் பாடல்கள் போலவே ஒலிப்பவை. உணர்ச்சியமயமான மெட்டுகள் கொண்டவை.

ஆரம்பத்தில் ஒருவிதமான அசவுகரியத்தைக் கொடுத்தாலும், ஒவ்வொரு வரியையும் இரண்டிரண்டு தடவை ஒப்பிக்கிற கவியரங்கப் பண்பாட்டுக் களத்திலிருந்து வருகிறவனுக்கு, ராகமெடுத்துப் பாடுவதைப் புகார் சொல்ல என்ன அருகதை இருக்கிறது என்று சமாதானமும் கிளம்பும்.

விஷ்ணுபிரசாதின் கவிதையில் எனக்கு சிறப்பாகப் படுவது அதன் தொனி. சுதந்திரம் பற்றிய வேட்கை தன்னுள் இயல்பாகவே ஊறாதபோதும், பிறர் ஏதும் தவறாக நினைத்து விடக் கூடாதே என்பதற்காகத் தும்பறுத்து ஓடும் பசு! இரண்டு கிலோமீட்டர் ஓடினால் தேவையான அளவு சுதந்திரம் கிடைத்து விடுகிறது. இந்த இரண்டு செய்திகளையும் கோத்துக்கொடுக்க உதவிபுரியும் இணைப்பு வரிகள் வழி ஒரு குறுங்கதையாகத் திரளும் கூற்று, கடைசி மூன்று வரிகளின் மூலம் கவிதையாக எழும்பிவிடுகிறது.

கயிறு அறுத்தோடிய இரண்டு கிலோமீட்டரைப் பிற்பாடு பலதடவை அசைபோட்டாலும், பிறர் தவறாக நினைத்து விடக் கூடாதே என்பதற்காக மட்டுமே தும்பறுத்து ஓடுகிறது என்ற விவரிப்பில், எப்பேர்ப்பட்ட ஆதங்கம் ஒளிந்திருக்கிறது!

முன்னொரு கட்டுரையில் மேற்கோள் காட்டப்பட்ட, ‘என்று மடியும் எங்கள் அடிமையின் மோகம்?’ என்ற உக்கிரமான சுயவேதனைக்கு மட்டுமே பழகிய தமிழ் மனத்துக்கு ஒரு மென்மை யான, ரம்மியமான, மாற்றாக விளங்கும் கவிதை அல்லவா இது!

25

கவிஞனின் சுதந்திரம்

நண்பர்கள் கூடி உரையாடிக்கொண்டிருந்த மற்றொரு சந்தர்ப்பத்தில், அண்மையில் வெளியாகி யிருந்த கவிதைத் தொகுதி ஒன்றைப் பற்றிப் பேச்சு வந்தது. அதில் இருந்த கவிதைகளில் சமச்சீரற்ற தன்மை இருப்பதாகக் கண்டறிந்து சொன்னார் ஒரு நண்பர். அந்தத் தொகுப்பு பற்றி எனக்கும் அதே கருத்துதான். இன்னொரு நண்பர் உடனடியாகப் பதிலளித்தார்:

அதுதானே கவிஞனின் சுதந்திரம்?!

இதை மிகவும் குதூகலமாகச் சொன்னார். பொலிவின்மையைச் சுதந்திரம் என்று கொண்டாடும் காலம் வந்திருப்பது அத்தனை மகிழ்ச்சியான விஷயம்தானா என்று சற்றுக் குழம்பினேன். ஆனால், மனம் வேறொரு பக்கம் திரும்பியது.

கவிஞனின் சுதந்திரம் உண்மையாகவே நிபந்தனைகளற்றதா என்று ஒரு கேள்வி உதித்தது. கவிஞனின் சுதந்திரம் என்பதும் கவிதை அனுமதிக்கும் சுதந்திரம் என்பதும் ஒன்றேதானா என்ற உப கேள்வியும் உதித்தது.

இந்தக் கேள்விகளைத் தொடர்வதற்கு முன்னால், ஒரு விஷயத்தைத் தெளிவுபடுத்திக் கொள்ளலாம் என்று தோன்றுகிறது.

கவிதை சமூக மீட்சிக்கான ஓர் உபகரணம் என்ற நம்பிக்கை கொண்டவர்கள் அனுபவிக்கும், கவிதை சார்ந்த சுதந்திரம் ஒருவிதத்தில் அளப்பரியது. கவிதையியலின் கோட்பாட்டுச் சிக்கல்களை

எதிர்கொள்ள வேண்டிய நிர்ப்பந்தம் அவர்களுக்குக் கிடையாது. விஷயத்தை, அதில் பொதிந்திருக்கும் செய்தியை மாத்திரம் அழுத்தமாகவும் அலங்காரமாகவும் சொல்லித் தீர்த்தால் போதுமானது. சமகால நிகழ்வுகளின்மீதான அபிப்பிராயத்தை நேர்த்தியாகக் கையாளத் தெரிந்தால் இன்னும் உத்தமம். உரத்ததாகவோ மேலோட்டமானதாகவோ, பல வேளைகளில் ஒரு சார்புள்ளதாகவோ, எப்படி இருந்தாலும் கவலையில்லை.

மாறாக, கவிதையைக் கலைப்பொருளாக மதிக்கும் தரப்பை முன்னிட்டே பின்வரும் சமாசாரங்களைப் பற்றிப் பேசியாக வேண்டும். இந்த அடிப்படையில், கலை என்ற சொல்லின் ஒரு தனித்துவமான உட்பகுப்பாக மாத்திரமே கவிதை என்ற தளம் பொருள்கொள்ளும்.

கவிஞன் எதிர்கொள்ளும் முதல் தளை, அவன் மொழியில் கவிதைமொழி கடந்து வந்திருக்கும் கடந்தகாலம். அவனுடைய மரபில் கவித்துவம் எவ்விதமாக இனங்காணப்படுகிறது, எந்தவிதமான கருவிகளின் மூலம் வனைந்துவரப்பட்டிருக் கிறது என்பது பற்றிய கவனம் மிக முக்கியமானது. தமிழ் நவீன கவிதையின் முன்னோடிகள் கையாண்ட அதே மொழியை இன்று வரும் புதிய கவிஞன் சுலபமாகக் கையாண்டுவிட முடியாது. பழமையின் புழுக்கை வாசனை அதில் இருந்தே தீரும்.

இரண்டாவது தளை, கவிதை என்ற உருவம் முன்வைக்கும் நிபந்தனை. கவிதையைக் கலைப்பொருளாகப் பாவிக்கிற கவிமனம், அனுபவத்தைத் துல்லியமாகப் பதிவுசெய்துவிட்டு விலகிக்கொள்வதையே முக்கியப் பணியாகக் கருதுகிறது. யாவருக்குமான பொது அனுபவமானாலும் சரி, கவிஞன் மாத்திரமே உய்த்துணரும் பிரத்தியேக அனுபவமானாலும் சரி, இதுவரை மனிதகுலம் எதிர்கொண்டிராத நூதன அனுபவமானாலும் சரி, அதைப் பதிவுசெய்வதில் உருவத்தின் பங்கு பிரதானமானது. முறிந்த முனைகளோ, உபரியாக நீட்டிக் கொண்டிருக்கும் அங்கங்களோ கவிதையின் உருவ லட்சணத்தைக் குலைத்துவிடுவன. நவீனத்துவ கவிதை இந்த அம்சத்தில் காட்டும் பிடிவாதம் அலாதியானது!

மூன்றாவது, சொல் தேர்வு. ஒவ்வொரு சொல்லும் தன்னளவில் ஒரு முழுமையான கருத்துருவமே. புழங்கித் தேய்ந்த சொற்களைப் பயன்படுத்தும்போது, கவிதையில் நாள்பட்ட எண்ணெய்ப் பதார்த்தம்போலச் சிக்கு வாடையடிக்கும். அதே சமயம், கவிஞன் தானே உருவாக்கும் புதிய சொற்களை, சொற்றொடர்களைப் பயன்படுத்தும்போது, புரியாத்தன்மையின்

சிடுக்கு இன்னும் கூடும். ஆம், சொற்தொகுப்பு என்பது இருபுறமும் கூராகத் தீட்டப்பட்ட கத்தி.

இன்று தமிழில் எழுத வரும் கவிஞனுக்கு உள்ள சிக்கல், இன்னும் கடுமையானது. மரபின் மிகப் பழைய உபகரணங்களான உவமை, உருவகம் இவற்றின் வரிசையில், தமிழ் நவீன கவிதைக்குள் பிரக்ஞைபூர்வமாக வந்து சேர்ந்து நூறு ஆண்டுகள்கூட ஆகியிராத படிமமும் சேர்ந்துகொண்டுவிட்டது. வெறும் படிம அழகு மாத்திரம் கொண்டு கவிதையை எழுப்பி நிறுவிவிட முடியாது என்பதை, சமகாலத்தில் எழுதப்படும் கவிதைகளே நிறுவிக் காட்டுகின்றன.

அடுத்த இடர், கவிதையை நகர்த்திச் செல்ல வேண்டிய பாதை. உண்மையில், மிகப்பெரிய சவாலை முன்னிருத்தும் சிக்கல் இது. அறிவார்த்தத்தின்வழி நகர்வதா, உணர்ச்சிப் பெருக்கின்வழி நகர்வதா. இந்தக் குழப்பத்தைத் தீர்த்துக் கொள்ளாமல் ஒரு அடிகூட எடுத்துவைக்க முடியாது. அறிவார்த்தக் கவிதையின் உட்புறம் கண்ணீர்த் துளியின் சிறு கசிவு இருப்பதற்கும் வாய்ப்பில்லை. உணர்ச்சிப்பெருக்கின் மார்க்கத்திலோ விசாரணையின் ஆழம் குன்றிவிடும் சாத்தியம் இருக்கிறது. இருபுறக் கூர்கொண்ட இன்னொரு கத்தி!

இவ்வளவும், வெளிப்பாடு சார்ந்த சுதந்திரத்தைப் பற்றித்தான். கவிதையைத் தரிப்பதற்கான சுதந்திரம் பற்றிப் பேசுவது இன்னும் சிக்கலான விஷயம். அந்தப் பிராந்தியத்தில் கவிஞனின் சுதந்திரம் விரிவு கொள்ளும் அதே அளவுக்கு, வாசிப்பின் லகுத்தன்மையும் இதமும் குறையவே செய்யும்.

காண்பிரபஞ்சத்தின் சொல்லப்பட்ட அலகுகளையும், புலன் எல்லைகள் வகுத்துத் தந்த தர்க்கத்தையும் மாத்திரமே தன் பிரதான கவனமாக வைத்திருக்கும் கவிதைகளுக்கு மிகவும் தீர்க்கமான ஆயுள் இருக்கிற மாதிரித் தெரியவில்லை.

மாற்றுத் தர்க்கத்தைக் கையிலெடுக்கும் கவிதைகளுக்கு இரண்டு மகா நிபந்தனைகள் உள்ளன. ஒன்று, அந்தத் தர்க்கத்துக்கான நியாயத்தை, குறிப்பிட்ட கவிதைக்குள்ளேயே நிறுவிக் காட்டியாக வேண்டும். இரண்டாவது, வாசக மனம் அலுப்புற்றுவிடாத வண்ணம், அழகியலின் ஆரோக்கியத்தையும் பேண வேண்டும். மூன்றாவது கத்தி!

கடைசியாக, சமகாலத்தில் நிலவும் அரசியல் சரித்தன்மைக்கு ஈடுகொடுப்பதா வேண்டாமா என்பது. இந்தக் கட்டுரையிலேயே ‘கவிஞன்’ என்ற சொல், பாலின அடையாளம் சார்ந்ததாக இன்றி, பொதுப்பெயராகவே பயன்பட்டபோதிலும், ஆண்பால் விகுதியை ஏன் போட வேண்டும் என்ற கேள்வி எழத்தானே செய்யும்!

இவ்வளவும் பேசியபிறகு, கவிஞனின் சுதந்திரம் அவ்வளவு வசீகரமாகவும் பொறாமைப்படத் தக்கதாகவும் தென்பட வில்லை. !

இணையத்தில் எதையோ தேடும்போது, யுவான் ஷெங்மிங் என்றும் அழைக்கப்படுகிறவரான சமகால சீனக் கவிஞர், **மைக் யுவான்** என்பவரின் கவிதையொன்று வாசிக்கக் கிடைத்தது. நான் எப்போதோ எழுதி, காலச்சுவடில் வெளியான சிறு கட்டுரையின் நினைவு மேலெழுந்தது. அதன் விரிவாக்கமே மேலே உள்ளது.

வலசை போகும் மனம்

முட்புதர்களில் குந்தியிருக்கும் சில
புதைந்து வரும் சுரங்கப்பாதையில் தவழும் சில
துருப்பிடித்த தண்ணீர்க்குழாய்க்கடியில்
மூச்சுத் திணறும் சில
தகிக்கும் பாலையில் தடுமாறும் சில
அடர்ந்த மழைக்காட்டில் ஓடுவதில்
பெரும் போராட்டம்
நகரும் மூடிய கூண்டில்
கடுமையான சிறையிருப்பு
முஷ்டிகள், வளைதடிகள், கத்திகள்
துப்பாக்கிக் குண்டுகளின்
கடும் அச்சுறுத்தல்
ரணங்களோடு அவமானங்கள் பற்றி
உள்ளூர நமட்டும் வேதனை
ஆனாலும்
கடவுச்சீட்டும் இசைவுச்சீட்டும் தேவையற்று
இச்சையை இறக்கையாய்க் கொண்ட
புலம்பெயரும் பறவைபோல
மேல்நோக்கிப் பறந்துகொண்டே
யிருக்கிறேன்
பொன்னிற சூரியனை நோக்கி.
கனத்த
என் நிழலை
வெகுதொலைவுக்குப் பின்தள்ளிவிட்டு.

சுதந்திரம் தொடர்பான வேட்கை, கவிஞனுக்கு மட்டுமே உரியதா என்ன! இல்லை, தனிமன சுதந்திரத்துக்கான விழைவுதான் ஒரு மனத்துக்கும் இன்னொரு மனத்துக்கும் வேறுபடுமா...

26

உலகாயதம்

இலக்கிய விமர்சனத்தில் பெரிதும் பயன்படும் சொற்களில் ஒன்று மிகையுணர்வு. யதார்த்தவாத எழுத்தின் ஆதரவாளர்கள் வசவாகப் பயன்படுத்தும் சொல் இது; கவிதையிலும் யதார்த்தவாதத்தை வலியுறுத்துபவர்களுடையது. எழுபதுகளில் தீவிரமாகச் செயல்பட்ட வானம்பாடி இயக்கத்தின் மீது சுமத்தப்பட்ட புகார்களில் முதன்மையானது.

ஆனால், 'உள்ளதை உள்ளபடியே சொல்வதற்குக் கலை என்ற தளம் எதற்கு?' என்பது மற்றைய தரப்பின் கேள்வி.

படைப்பியக்கத்துக்குள் மிகையுணர்வு நிலவலாமா, கூடாதா என்பதற்கு நிரந்தரமான வரையறை எதுவும் இருக்க முடியாது. அதிலும் கவிதைக்குள் நிலவலாமா என்ற கேள்விக்கு அறுதியான பதில் ஏதும் இருக்க முடியுமா. கவிதை என்பதே நேரடியான சொல்முறையை விட்டு விலகியதுதான் அல்லவா? ஆகவே, கவிதையின் புலத்தில், 'மிகையுணர்வு' என்ற சொல்லுக்கு அறுதியான பொருள் இல்லை. என்னளவில், 'மென்னுணர்வு' என்ற சொல்லைப் பயன்படுத்த விரும்புவேன். மென்னுணர்வுக் கவிதைகள், கொஞ்சம் சாத்வீகமானவை; கொஞ்சம் அலங்காரமானவை; 'தளுக்கு' என்று சொல்லிவிடும் அளவுக்கு நளினம் கொண்டவை. பெருமளவுக்கு, ரஞ்சகமானவை.

யுவன் சந்திரசேகர்

இதெயெல்லாம்விட, தனிமனத்தின் நுண் இடுக்குகளில் சேர்ந்திருக்கும் ஒட்டடையின்மீது கவனம் ஈர்ப்பது மட்டுமே போதும்; அதுபற்றிய விசாரணையோ, துடைத்துச் சுத்தம் செய்வதோ கவிதையின் வேலை அல்ல என்ற நம்பிக்கையைக் கடைப்பிடிப்பவை.

முன்னரே குறிப்பிட்ட ‘மயிர்நீப்பின் உயிர்வாழாக் கவரிமான்’ என்ற உவமைக்குள் உயிரியல் ரீதியாக நிறுவப்படாத தகவல் இருக்கிறது. நிச்சயம் மிகைக்கூற்றுதான். ஆனாலும், காலந்தாண்டி நிற்பதில் எந்தத் தடையுமற்ற உவமான – உவமேயமே அதற்கான வலுவைத் தருகிறது. வாசிக்கும் மனத்தின் கவனம் குவிவது, ‘மானம் வரின் உயிர்நீப்பவ’ரின்மீதுதானே!

மிகையுணர்வுக் கவிதைகள் கவிதையின் ஒரு வகை. அவற்றின் பொதுக் குணம், அதீதத் தழுதழுப்பு அல்லது வீராவேசம் என்று சொல்லலாம்.

இரந்தும் உயிர் வாழ்தல் வேண்டின் பரந்து
கெடுக உலகியற்றியான்.

திருக்குறள், குறள் 1062

என்று கடவுளுக்கு சாபம் விடுவதும் இதன் சான்றுதான்.

தனியொருவனுக்கு உணவில்லையெனில்
ஜகத்தினை அழித்திடுவோம்

என்ற வீராவேசம் இன்னொரு சான்று. ‘ஆடிவரும் தேனை’யும் சேர்த்துக்கொள்ளலாம்...

சமகாலத்தில் எழுதப்படும் கவிதைகளில் மிகையுணர்வு இல்லாதவை சொற்பமே. உரத்துச் சொல்வதும் மிகையுணர்வும் ஒன்றல்ல. பிரசாரத் தொனியும் நோக்கமும் உள்ள கவிதைகளில் இவை இருப்பதைப் பற்றிப் புகார் சொல்ல முடியாது. ஆனால், புலம்பல்களை, பிரலாபங்களை மட்டுமே வடித்துக் கொட்டுவது எந்த மொழிக் கவிதைக்கும் அநீதிதான். மிகையுணர்வுக்கும் அதற்கேயான தர்க்கம் இருக்கவேண்டுமல்லவா. ஒரு வகையில், வானம்பாடிகளை விமர்சித்து ஒதுக்கியவர்களின் வாரிசாகத் தம்மை விளம்பிக்கொள்கிறவர்கள், வானம்பாடிக் கவிதைகளை விடவும் மிகையான தொனியில் சமாசாரங்களை எழுதும் முரண்நகையின் காலகட்டம் இது!

தன்னுணர்வோடு எழுதப்படும் பட்சத்தில், மிகையுணர்வு/ மென்னுணர்வுக் கவிதைகள் நிச்சயம் கவனிக்கப்பட வேண்டியவை. மறுக்க முடியாத பெறுமானம் கொண்டவை. குறிப்பிட்ட வகை

சார்ந்தவை என்றாலும் அவை அனைத்தும் ஒரே விதமானவை அல்ல.

சுந்தர ராமசாமியின் கவிதையொன்று. கவிதையையும், கவிஞனையும் ஒருசேர மிகைப் பிம்பங்களாகக் கட்டியமைக்கும் கவிதை.

எனது தேவைகள்

கொஞ்சம் முகம் பார்த்துத் தலைசீவ ஒரு சந்திரன்
லோஷன் மணக்கும் பாத்ரூம்
என் மனக் குதிரைகள் நின்று அசைபோட ஒரு லாயம்
என் கையெழுத்துப் பிரதியில் கண்ணோட
முகங்கொள்ளும் ஆனந்தச் சலனங்கள்
நான் காண ஒரு பெண்
சிந்திக்கையில் கோத ஒரு வெண்தாடி
சாந்த சூரியன்
லேசான குளிர்
ஆழ்மனத்தில் கவிதையின் நீரோடை.

சுந்தர ராமசாமி, சுந்தர ராமசாமி கவிதைகள்,
காலச்சுவடு, பக் 63

கவிதையின் முதல் வரியை எழுதுமுன்பே ‘ஆனந்தச் சலனங்கள் கொள்ளும் முகம்’ தேவைப்படுவது சுவாரசியமானது. லோஷன் மணக்கும் பாத்ரூம் கவிதையின் திணையை நிறுவுகிறது என்றால், காண்பதற்கு அவசியப்படுகிற பெண், கவிதை சொல்லியின் பாலினத்தை உறுதிசெய்கிறாள். கோதுவதற்கு வெண்தாடி கொண்ட கிழவருக்கும், காண்பதற்கு மட்டுமாவது அவள் தேவைப்படுகிறாள் என்பதையும்தான்! உண்மையில், நிலையறிவித்தல் போன்றே ஒலிக்கும் இக்கவிதையின் அடியோட்ட மான பகடிதான் எத்தனை சூட்சுமமானது!

கவிதையை எழுதத் தூண்டுகிறவற்றில், கடைசி அம்சமாகவே ‘ஆழ்மன நீரோடை,’ தேவைப்படுகிறது என்பதையும் கவனிக்க வேண்டும்! சுந்தர ராமசாமியின் புனைகதைகளில், பார்வையில் ரகசிய உள்ளோட்டமாக நிலவும் பகடியும் சுய எள்ளலும் அவருடைய முதல்கட்டக் கவிதைகள் பலவற்றிலும் உள்ள அம்சம். ‘மந்த்ரம்’ கவிதை சிறந்த எடுத்துக்காட்டு.

இந்தக் கவிதையில், நிஜமான தேவைகளை அடுக்குவது போன்ற தொனியில், கவிதைசொல்லி யாரோ ஒரு சமகாலக் கவிஞரைக் கேலி செய்கிறார் என்றே படுகிறது! யாரோ ஒரு மிகையுணர்வுக் கவிஞரைத்தானோ என்னவோ!

கவிதைசொல்லியும் கவிஞரும் ஒரே நபர் அல்ல என்ற தெளிவு கிடைத்திருக்காத ஒருவர், இந்தக் கவிதையில் ஒளிந்திருக்கும் பகடியைப் பற்றிவிட முடியுமா!

மறுமுனையில் நகுலனின் கவிதை. முழுக்க முழுக்க மானசீகமான, கனவுக்கு நிகரான புலத்தை விவரிக்கும் சுந்தர ராமசாமி கவிதைக்கு நேர்மாறாக, 'தரையில் மட்டுமே நிகழ்வேன்' என்ற பிடிவாதம் கொண்டது. முற்றிலும் நடைமுறையான தேவைகளைப் பட்டியலிடுவது.

சுருதி

ஒரு கட்டு
வெற்றிலை
பாக்கு சுண்ணாம்பு
புகையிலை
வாய் கழுவ நீர்
ஃப்ளாஸ்க்
நிறைய ஐஸ்
ஒரு புட்டிப்
பிராந்தி
வத்திப்பெட்டி/ஸிகரெட்
சாம்பல் தட்டு
பேசுவதற்கு நீ
நண்பா
இந்தச் சாவிலும்
ஒரு சுகம் உண்டு.

நகுலன், நகுலன் கவிதைகள், காவ்யா, பக் 188

பட்டியலில் உள்ள எதுவுமே ஆதாரமான உணவுப்பொருள் அல்ல என்பதும், சாவை விரைவுபடுத்தும் லாகிரிக் கருவிகள் என்பதும் கவனத்துக்குரியவை! கவிதைசொல்லி நண்பனுடன் பேச விழைவதுதான் என்ன என்பது குறிப்பிடப்படாமலே இருப்பதும், 'சுகமான சாவு' என்று அவர் சொல்வது, பௌதிக மரணத்தையேதானா என்று எஞ்சும் குழப்பமும் இந்தக் கவிதையை நகுலன் கவிதையாக ஆக்குகின்றன!

உரையாடல் யாருடன் நடக்கிறது, நேரடிப் பிரசன்னத் துடனா, மானசீகத்துடனா என்ற கேள்வியும் எழுகிறது. முதலாவது கவிதை வாழ்வைக் கேலியாக மிகைப்படுத்தும்போது, மற்றையது சாவைப் பற்றிய மிகைத் தழுதழுப்பை முன்வைப்பது இன்னொரு சுவாரசியம்.

இருவரும் ஒரே திணை சார்ந்தவர்கள். நகர்சார் கவிதை சொல்லிகள். அவருக்கு லோஷன் என்றால், இவருக்கு ஃப்ளாஸ்க் நிறைய ஐஸ்...!

ஒரு குறிப்பிட்ட தலைமுறையில் கவிதையின் போக்கும், கவிதை பற்றிய பார்வையும் என்னவாக இருந்தன என்பதற்குச் சான்றுகளாக இரண்டு கவிதைகளையும் சொல்லலாம்; பொது ஒட்டக் கவிதைகள்மீதான ஏளனம் என்றும் கொள்ளலாம்.

மேற்சொன்ன இரண்டையும் எழுதிய தலைமுறையில் 'கவிதை பற்றிய கவிதைகள்' மண்டியிருந்தன என்பதற்கும் இவை சான்றுகள். தமிழ் நவீன கவிதையின் ஆரம்ப நாட்கள் என்பதால், கவிதை தன்னைத் தானே கண்டறியும் முயற்சியில் ஈடுபட்டிருந்த காலகட்டம் அது.

இன்றைய கவிஞர்களிடம் தனது மற்றும் தன்னுடைய கவிதையின் தேவைகள், உத்தேசங்கள் என வெளிப்படையாகப் பட்டியலிடும் மனோகரக் கவிதைகள் வெகுவாகக் குறைந்து விட்டன. கவிதை எழுதத் தூண்டுகிற காரணிகள் என்னென்ன என்று தற்காலக் கவிஞர்களிடம் கேட்டால், வெளிப்படக் கூடிய பட்டியல்கள் என்னவாக இருக்கும் என்று அறிவதற்கு ஆவலாய் இருக்கிறது!

மாநகரவாசியான கவிஞரிடம் கேட்டுப் பார்த்தேன் – நண்பர் என்பதால்! 'மின்சார ரயிலிலும், நகர்ப் பேருந்திலும் வியர்வை கசகசக்கும் நெரிசலில் அலுவலகம் சென்று மீண்டு, புறாக்கூட்டுக் குடியிருப்பில் ஓராள் நிற்க மட்டுமே இடமுள்ள குளியலறைக்குள் உச்சந்தலையில் நீரூற்றிக் குளிர்ந்த மாத்திரத்தில், எழுதுவதற்கான மனநிலை எழுச்சி கொண்டுவிடுகிறது' என்றார்.

'குளிக்கிறீர்கள் – உறுதியாகிவிட்டது; லோஷன் உண்டா' என்றேன். சிரித்தார். 'குடிப்பீர்களா' என்று கேட்டேன் – அதற்கும் சிரித்துவிட்டு, 'அது இல்லாமலா' என்று பதில் சொன்னார்!

தேவைகள் பற்றிப் பேசும் வண்ணநிலவன் கவிதையொன்று. ஆகச் சுருக்கமான வார்த்தைகளில், ஆகப் பெரிய மெய்யியல் கேள்வியை முன்னிருத்தும் கவிதையின் தலைப்பு, 'மெய்ம்மை' என்றே இருப்பது எத்தனை பொருத்தமானது!

மெய்ம்மை

மனவெளியில் அலைந்துருகும்
கருங்காக்கை

முகந் திருப்பிப் பார்த்தாலோ
அகங்காரக் கரைச்சல்
(நின்றாலும் கொத்திப் பிடுங்கும்)

என்னூர் என் தேசமென
உவப்பற்றுத் திகழும்
வாழ்வியல் மெய்ம்மையே... ஏ...ஏ...

அப்பாவுக்குப் பிண்டச்சோறும்,
குழந்தைக்குப் பீத்துணியும்,
எனக்குப் பொருத்திக்கொள்ளவொரு
யோனி முடுக்கும்
போதுமோ ?

வண்ணநிலவன், வண்ணநிலவன் கவிதைகள்,
மீனாள் பப்ளிகேஷன்ஸ், பக் 16

வேறொரு பதிப்பில் இதன் தலைப்பு 'மெய்ப்பொருள்' என்று இருந்ததாக ஞாபகம். பதிப்பின் பெயர் நினைவில்லை. தற்போதையதைவிட அந்தத் தலைப்பு பொருத்தமாக இருந்தது என்றே படுகிறது. 'உவப்பற்ற' என்ற சொல்லும், மூலத்தில் 'உவப்புற்று' என இருந்திருக்குமோ என்று ஐயம்...

இரண்டாவது பத்தியில் வரும் இரண்டு ஏகாரங்களின் ஓலம், கவிதை முடிந்தபிறகும் வாசக மனத்தில் அலையடிக்கக் கூடியது. பாரதியின் 'அக்கினிக்குஞ்சு' கவிதையின் இறுதியில் இடம்பெறும்'தத்தரிகிட தத்தரிகிட தித்தோம்'என்ற தாளக்கட்டுக்கு நிகரானது.

எண்ணங்களைத்தான் கருங் காக்கை என்கிறாரோ. காக்கையே கறுப்புதானே, அண்டங்காக்கையைச் சொல்கிறாரோ. காக்கையினத்திலேயேகூட கீழ்த்தட்டைச் சேர்ந்ததாக, கவுரவக் குறைச்சலாகக் கருதப்படுகிற பறவையல்லவா அது? உண்மையில், உலகாயதத்தின் தேவைகள் அத்தனையும் மூன்றே பிரிவுகளுக்குள் அடங்கிவிடுவது எத்தனை ஆச்சரியகரமானது! வேதனைக்குரியது?

உடலுக்கும் மனத்துக்குமான தேவைகள் ஒன்றுவிடாமல் பூர்த்தியாக வாய்ப்புண்டா? ஒருவேளை பூர்த்தியாகிவிட்டாலும், பின்னர் கவியக்கூடிய வெறுமை பற்றிப் பேசுகிறதா இந்தக் கவிதை? முந்தைய இரண்டு கவிதைகளையும் வேறொரு வெளிச்சத்தில் காட்டுகிறதோ?

27

கவிதையின் உரையாடல்

பல வருடங்களுக்கு முன்பு, சேலம் சென்றிருந்தேன். நண்பர்கள் சிலர் சேர்ந்து காலை நடை போனோம். அனைவருமே கவிதை வாசிப்பு உள்ளவர்கள். ஓரிருவர் கவிஞர்களாகப் பின்னாளில் மலர்ந்தவர்கள். கவிதைபற்றித் தன்னிச்சையாகப் பேசிக்கொண்டே நடந்தோம்.

எங்கெங்கோ அலைந்து சென்ற உரையாடல். முந்தைய கட்டுரைகளில் குறிப்பிடப்பட்ட தேவதச்சனின் ‘எப்பவாவது’ கவிதையையும், ஆனந்தின் ‘முதல் அம்பு’ கவிதையையும் வந்து அடைந்தது. (நினைவூட்டுவதற்காக – ‘எப்பவாவது ஒரு கொக்கு பறக்கும்’ என்று தொடங்கும் ஆறு வரிக் கவிதை; மற்றது, மலையுச்சியில் கிடக்கும் அம்பு பற்றியது)

இரண்டு கவிதைகளையும் தாம் புரிந்துகொண்ட விதம் பற்றி ஒவ்வொருவருமே சொன்னார்கள். என்னென்ன பேசினோம் என்பது துலக்கமாக நினைவில் இல்லை.

‘கவசமும் வாளும் உருகி ஓடிவிட்ட அந்த ஆசாமிக்காகத்தான் இந்த அம்பு காத்திருக்கிறது – பன்னெடுங்காலமாக’ என்று நான் சொல்லி முடித்தது நினைவிருக்கிறது. கவிதை பற்றிய அகலமான உரையாடலில் இப்படி ஓர் இடத்தை வந்தடையக் கிடைத்தது என்பதோடு, அந்தக் கணத்தில் எனக்குள் ஊறிய கிளர்ச்சியும் பரவசமும் அலாதியானவை என்பதால் மறக்கமுடியாத விதத்தில் எனக்குள் பதிந்திருக்கிறது.

குறிப்பிட்ட கவிதைகள் இரண்டும் பல ஆண்டுகள் இடைவெளியில் எழுதப்பட்டவை; நானும் பல ஆண்டுகள் முன்பே படித்திருந்தேன். என்றாலும், அன்றைய உரையாடலின் போதுதான் மேற்படிச் சமன்பாட்டை எட்டினேன். வேறொரு சந்தர்ப்பத்தில் இரண்டு கவிதைகளுமே வேறு கவிதைகளுடன் தம்மை இணைத்துக்கொண்டிருக்கக் கூடும் என்றும் தோன்றுகிறது.

கவிதையின் பரப்பில், கவிஞர் மேற்கொள்ளும் உரையாடல் மூன்று பட்டைகள் கொண்டது.

1. தான் வாழும் காலத்தின் மொழிப்பிரயோகம் மற்றும் கவிதைப் போக்குகளுடன் நிகழ்வது.

2. நிகழ்காலத்தின் விளிம்பெல்லைகளுக்கு அப்பால், அதாவது, கடந்த காலத்தின் அல்லது வரவிருக்கும் காலத்தின் கவிப்புலத்தோடு கொள்ளும் உறவின் சலனங்கள். சற்று அலங்காரமாகச் சொன்னால், 'காலத்துடன் உரையாடுவது'.

3. தன் அந்தரங்கத்தின் நமைச்சலாகத் தொடரும் தேடல்வழியின் மைல் கற்கள் மற்றும் சின்னங்களை முன்னிறுத்திப் பேசுவது.

இவை தவிர, எடுத்தாளுதலும், போதபூர்வமான மறுப்புக்குரலும் உண்டு. எடுத்தாளுதல் என்ற சொற்றொடரை, 'திருடுதல்' என்ற பொருளில் மட்டுமே கொள்ள வேண்டியதில்லை. உதாரணமாக, 'செங்கையில் வண்டு கலின் கலினென்று ஜெயம் ஜெயமென்றாட' என்ற குற்றாலக் குறவஞ்சிப் பாடல், **ஆதிபராசக்தி** என்ற தமிழ்த் திரைப்படத்தில், அபிராமி பட்டர் நிலவை வரவழைக்கப் பாடும் பாடலாக மாறியது – கடைசி வரியை மட்டும் மாற்றியவுடன்! புராணப் படத்துக்கான பாடலின் மொழி பழைமையானதாக, பொருத்தமாகவும் நயமாகவும் இருந்தது.

தற்காலக் கவிதைகளில் பெரும்பாலானவை பேசும் தொனி தன்மை ஒருமையிலானது. கவிஞரும் கவிதைசொல்லியும் ஒருவரேதானோ என்ற மயக்கத்தை ஏற்படுத்துவது. நவீனத்துவக் கவிதையில் இந்தக் குரலே பிரதானமாக ஒலிக்கிறது – கவிஞன் தன்னுடைய நிலைப்பாட்டை உரத்து அறிவிக்கிற மாதிரி. கவிதைசொல்லியின் தொனி, தனக்குத்தானே பேசிக்கொள்வதை உரத்த குரலில் வெளியிடுவது என்று ஆகிவிட்டது.

கவிதையில் அடையாளம் கொள்ளும் 'நான்', எப்போதும், கவிதைசொல்லியுடையதே. ஆனால், கவிதைக்குள் எதிர்ப்படும்

'நீ' நிலையான ஒரே நபர் அல்ல; மற்றது அல்லது பிறிதான அந்த இன்னொரு ஆளுமை பற்றி கவிதைசொல்லியின் மனத்துக்குள் இருக்கும் பிம்பமே அது. ஒருவகையில், மானசீகமான, நிழல் யுத்தம் போன்ற, தன்னுரையாடலே கவிதையாக வெளிப்படுகிறது.

1

உலகை நிரப்பி
வழிந்து
வா
மரங்களில் மலர்களாய் மலர
மலையிலிருந்து அருவியாய் உதிர.

ஆனந்த், அவரவர் கைமணல், ழ வெளியீடு, பக் 31

2

இருந்த இடத்தில்
இருந்தபடியே
நீ இரு

நான் வருவேன்
உன் கால்களை வருடிச் செல்லும்
நீரெல்லாம் கழிந்த பின்னே.

ஆனந்த், அவரவர் கைமணல், ழ வெளியீடு, பக் 36

இரண்டும் ஒரே தொகுப்பில் உள்ள கவிதைகள். கவிஞரின் நிலைப்பாடு மாறியதன் காரணமென்ன. அதைவிட, இரண்டு கவிதைகளிலும் உள்ள 'நீ' ஒரே நபர் அல்லது ஆளுமைதானா!

கவிதைசொல்லி தனக்குத்தானே இரண்டு ஆளுமைகளாக இருக்கும் சந்தர்ப்பங்களும் உண்டு. கவிதைகள் மூலமாகத் தன்னுடைய பிரத்தியேக உலகத்தைக் கட்டமைக்கும் கவி, வெளியில் ஓசை கேட்காத கண்ணாடிக் கூண்டுக்குள் எந்நேரமும் தன்னோடு பேசிக்கொண்டிருப்பவர். இதை உளச்சிதைவு, இரட்டை ஆளுமை என்கிற அளவுக்கு விரித்துப் பார்க்க வேண்டியதில்லை – அவ்வாறானதொரு அகநிலையை, மனோதளத்தை வெளிப்படுத்தும் கவிதைகள், பிற மொழிகளில் இருக்கும் அளவு இல்லாவிட்டாலும், தமிழிலும் கணிசமாக இருக்கின்றன என்றபோதிலும். இப்போதைய பேச்சு, பிரக்ஞைபூர்வமாக, தனக்குள் உருவாகும் நிழல் பிம்பத்துடன், கவிதைசொல்லி உரையாடுவது பற்றி.

தமக்குள் உரையாடலில் ஈடுபடும் இரண்டு ஆளுமைகளில் எதனுடன் தம்மை அடையாளப்படுத்திக்கொள்வார் அவர் என்பதும் சுவாரசியமான கேள்விதான்!

முதல் ஆளுமையின் குரலைக் கவனமாக வெளிப்படுத்தும் கவி, தம்மை மீறிய ஒரு நிலையில் இரண்டாம் ஆளுமையை உரத்துப் பேச வைத்துவிடுவது நிகழத்தான் செய்கிறது. '...முரண்... முரண்... கையும் களவுமாய்ப் பிடித்துவிட்டேன் பார்!' என்ற விமர்சனக் கூச்சல் வாசக மனத்தில் உடனடியாக எழுவதற்கும் வாய்ப்புண்டு! ஆனால், தன்னிலை என்பது, எதிர்நிலையின் வாயிலாகவே உருவாகவும் நிலைபெறவும் முடியும் – இருளில் மட்டுமே கைவிளக்கின் சுடர் பிரகாசமாய்த் தெரியும் என்பதுபோல.

ஒரே கவிஞருக்குள் நடக்கும் தொடர் உரையாடலில் அவரே எதிரெதிர்த் தரப்பாக மாறி நிலைகொள்ளும் விந்தை சுவாரசியமானது.

வழி

யாரோ ஒருவன் கவணில்
அடிபட்ட கிளி ஒன்று
என் கையில்.
எடுத்து சிகிச்சை செய்தேன்.
சொல்வதையே திருப்பிச் சொல்லும்
அழகான கிளி
கூண்டில் அடைத்து பழக்கச்
சொன்னார்கள் அண்டை வீட்டுக்காரர்கள்.
சிறகுகளை வெட்டி பத்திரப்படுத்தச்
சொன்னார்கள் நண்பர்கள்.
சிகிச்சைக்குப் பின்
பறந்து சென்றது கிளி
தன் வழியில்.

அப்பாஸ், வரைபடம் மீறி, சமி வெளியீடு, பக் 20

அதே கவிஞரின் அதே தொகுப்பில் இடம்பெற்ற, இன்னொரு கவிதை. தலைப்பில்லாதது.

பின்பு ஒரு போதும்
அது உன் வெளியில் பறக்காதிருக்குமானால்
அந்தப் பறவையை சுட்டு வீழ்த்து.

அப்பாஸ், வரைபடம் மீறி, சமி வெளியீடு, பக் 32

தன் வெளியில் பறக்காத பறவையைச் 'சுட்டு வீழ்த்துவது' எங்ஙனம், இனி அது இங்கே வந்து பறக்கப்போவதில்லை என்பதை முன்கூட்டியே அறிவது எங்ஙனம் என்பவை தர்க்கம் விளைவிக்கும் கேள்விகள். முந்தைய சந்தர்ப்பத்தில் 'தன் வழியில்' பறந்து செல்லும் பறவைக்கு, இன்ன இடத்தில்தான் பறந்தாக வேண்டும் என்று நிபந்தனை விதிப்பது எப்படி, பறவையிடம்

அதைத் தெரிவிப்பது எப்படி. பறவை தானாய் உணர வேண்டும் என்றால் அதற்குத் தேவையான அம்சங்கள் என்னென்ன...

எப்படியோ, கவிதைசொல்லியின் இரண்டு வெவ்வேறு நிலைப்பாடுகள், பறவை வெறும் பறவை அல்ல என்று நிறுவவில்லையா !

பறவையைக் குறியீடு என்று கற்பித்துக்கொள்ளும் பட்சத்தில், இரண்டு கவிதைகளுக்குமிடையில் உள்ள தொலைவும், கவிமனத்தின் நிலைப்பாட்டு மாற்றமும் இன்னும் சுலபமாகப் பொருள்படக்கூடும்...

ஒரே கவிஞரின் இரண்டு கவிதைகள் ஒன்றுக்கொன்று மாறுபடுவதையும்; அதன் காரணமாக, அவர் தன் கவிதைகளின் வழி நிறுவ முயலும் அக உலகத்தின் நம்பகத்தன்மையின் பெறுமானமும் மாறுபடுவதையும் உணரக் கிடைத்தபோது, சற்றுத் திகைப்பாய்த்தான் இருந்தது. எனக்கு முன்னால் போய்க்கொண்டிருப்பது குறிப்பிட்ட ஒரு கவிதையோ, ஒரேயொரு கவிஞரோ அல்ல, ஒட்டுமொத்தமாக கவிதை என்னும் தளமே என்றும் தோன்றியது.

உண்மையில், மேற்சொன்ன உணர்வை வருவிப்பதுதான் கவிஞன் கட்டமைக்க முயலும் கவியுலகத்தின் பெறுபலனோ? தம்மளவில் ஒவ்வொரு கவிஞரும் கவிதை என்னும் மாபெரும் பொதுத்தளத்தை நோக்கியே தன் உரையாடலை நிகழ்த்துகிறார். இந்த உரையாடல் நிகழாத கவிதைகளின் உரத்த தொனியையும் மேம்போக்கான வசனங்களையும் தமிழ்ப் பொது ஒட்டக் கவிதைகள் சுவீகரித்துக்கொண்டு விட்டன.

இன்னொரு சிறகில், ஒரு கவிஞரின் கவிதைக்கு எதிர்வினை யாக மற்றொருவரின் கவிதை திகழ்வதை உணர்ந்த தருணங்களும் நினைவில் வந்தன. அவை ஒன்றையொன்று ஆமோதிப்பதையும் நிராகரிப்பதையும் பார்க்க முடிந்தது. மிகப் பெரிய பட்டியல் அது ! ஆனால், இரண்டு கவிஞர்களுக்கிடையிலான, போதமற்ற ஆமோதிப்பும், மறுப்பும்கூட வாசகமனம் தானாகவே உருவகித்துக்கொள்ளும் கற்பனைச் சித்திரம்தானோ என்று கேட்டுக்கொண்டேன் – எனக்குள்ளேயேதான் !

28

இரட்டுற மொழிதல்

தமிழ் நவீனத்துவ கவிதை ஆரம்பிக்கும் இடம் என தனிப்பாடல் திரட்டைச் சொல்லலாம் என்று முன்பே குறிப்பிட்டேன். தனிநபர்த் துயரங்களும் ஆற்றாமைகளும் எதிர்மறை உணர்வுகளும் ஏச்சு களும் எள்ளலும் கொட்டிக் கிடக்கும் கிடங்கு அது. பொதுமனத்தின் பிரதிநிதியாய் இருந்த புலவன், கூட்டத்திடமிருந்து விலகி, தன்னிலையின் குரலில் பேசத் தொடங்கியதன் சாட்சியம். செய்யுள்கள் குறைந்து கவிதைகளின் எண்ணிக்கை அதிகரிப் பதற்கு 'புதுக்கவிதை' இயக்கம் ஆரம்பிக்கும்வரை காத்திருந்தது தமிழ்ச்சூழல்.

தனிப்பாடல் திரட்டு எண்ணற்ற புலவர்கள் இடம்பெற்றிருக்கும் தொகுப்பு. அவர்களில் கவிஞர்களாக எழும்பி வருபவர்கள் மிகவும் சொற்பம். மிகச் சிறப்பான இடம் அவ்வைக்கும் காளமேகத்துக்கும் உண்டு. அவ்வை என்பது தனித்ததொரு பெண்மனம் அல்ல என்று கருத்துகளும் ஆய்வு முடிவுகளும் நிலவுகின்றன. அவ்வையின் பெயரால் விளங்கும் பாடல்களில், செய்யுள்களில், பக்திக் கவிகளில், சங்கப் பாடல்களில் என வெவ்வேறு அவ்வைகளின் தடயத்தை சாதாரண வாசகனால் உணரவும் முடியும். ஒரு காலகட்டத்தில், எழுத வந்த பெண்கள் அத்தனைபேருமே அவ்வை என்று அழைக்கப்பட்டதாக எங்கோ வாசித்த நினைவு என்றும் முன்பே குறிப்பிட்டிருக்கிறேன்!

காளமேகத்துக்கு அந்தச் சிக்கலே கிடையாது. ஒரே நபர்தான். அவரது பாடல்களும் ஒரே மனத்தின் பாய்ச்சல்களாக, ஒரே கவித்திறனின் தூல வெளிப்பாடுகளாக இருப்பவை. அவை அனைத்துமே வெண்பாக்கள் என்பது இன்னொரு சான்று.

தமிழ்ச் சிறுகதையில் புதுமைப்பித்தனுக்கு உள்ள ஸ்தானத்துக்கு நிகரானது என்று செய்யுளில் காளமேகத்தின் இடத்தைச் சொல்வேன். இவரைப் படிக்கும்போது அவரும், அவரைப் படிக்கும்போது இவரும் எனக்கு நினைவு வருவார்கள். சமூகத்தின்மீது கேலியும் விமர்சனமுமாகப் பாய்வது மட்டுமல்லாமல், சுய எள்ளலும் கோபமும் அங்கதமும் நையாண்டியும் தாராளமாய்ப் புழங்கிய படைப்புலகங்கள் அவர்களுடையவை. எதற்கும் கட்டுப்படாத, மட்டற்ற சுதந்திரம் கைவரப்பெற்ற படைப்பாளிகள்.

காளமேகத்தின் இன்னொரு சிறப்பம்சம், இறையுலகத்துடனான அவருடைய உறவு. இறையுணர்வை மறுக்கும் தொனி கொஞ்சம்கூட இல்லாத பாடல்கள். அதற்காக, மரபான பக்தியுணர்வையும் பீய்ச்சியடிக்காதவை. விலங்குகளுக்கும் பறவைகளுக்கும் மனிதார்த்தம் வழங்கிய ஈசாப் கதைகள்போல, இறை பிம்பங்களை மனிதர்களாக வனைந்து அவர்களைக் கூர்மையாகக் கிண்டல் செய்யும் காளமேகப் பாடல்கள் அலாதியான வாசிப்பின்பம் தருபவை.

புதுமைப்பித்தனின் கதைகளில் 'அவன் மனைவிக்கொரு நீதி; மற்றவன் மனைவிக்கு இன்னொரு நீதியா' என்று கோபமாகக் கேட்கும் அகலிகையும், 'இப்போதெல்லாம் சுத்த சைவம்' என்று கந்தசாமிப்பிள்ளையிடம் சுயவிளக்கம் தரும் கடவுளும் காளமேகம் கற்பிக்கும் கடவுளரின் சாயல் கொண்டவர்களே. தரையிறங்கி நடக்க நேர்ந்தவர்கள். மானுட வாழ்வின் நடைமுறை வேதனைகளை அனுபவம் கொள்ள விதிக்கப்பட்டவர்கள். கையறு நிலையின் நடமாடும் பிம்பங்கள்.

சிலேடை என்ற வடிவத்தை, காளமேகம் அளவு அதிகம் பயன்படுத்தி வெற்றியும் கண்ட இன்னொரு புலவர் உண்டா என்று யாராவது தமிழறிஞரிடம்தான் விசாரித்தறிய வேண்டும். ஒன்றுக்கொன்று நேரடித் தொடர்பு இல்லாத இரு வேறு சங்கதிகளை – சிலவேளை மூன்றுகூட – அருகருகே அமர்த்திப் பேசும் வித்தையில் காளமேகத்தை விஞ்சியவர் யாருமில்லை என்பதை விசாரிக்காமலே அறியலாம்.

எண்ணெய்க்கும் நாகப்பாம்புக்கும் சிலேடையாக அவர் எழுதியிருக்கும் பாட்டு, நினைவிலிருந்து நீங்காமல் இருக்கிறது. காளமேகத்தின் சிலேடை மேன்மைக்கு உதாரணமாக எப்போதும் நினைவிலெழும் வெண்பா அது.

ஆடிக் குடத்தடையும் ஆடும்போ தேயிரையும்
மூடித் திறக்கின் முகம் காட்டும் – ஓடி மண்டை

பற்றிற் பரபரெனும் பாரிற்பிண் ணாக்குமுண்டாம்
உற்றிடுபாம் பெள்ளெனவே யோது.

காளமேகப் புலவர் தனிப்பாடல்கள், புலியூர்க்கேசிகன்,
மங்கை வெளியீடு, பக் 35

'ஆடும்போதே இரையும்' என்ற காட்சிபூர்வமான விவரிப்பு, காளமேகம் என்ற புலவனைக் கவிஞனாக உருப்பெருக்கிக் காட்டும் வரி. தானே ஆடும் பாம்பையும், செக்கின் இயல்புக்கு ஒத்து ஆடும் எண்ணெயையும் ஒரே சரத்தில் கோப்பது கற்பனையின் உச்சம்!

சமூகத்துடனான உறவை, தமது அரசியல் பார்வையை கேலியும் கிண்டலும் கட்டுப்பாடு கொண்ட சீற்றமுமாக நவீன கவிதையில் வெளிப்படுத்தியவர் ஞானக்கூத்தன். மரபுக் கவிதையில் ஆழமான பிடிப்பு உடையவர். நவீன கவிதை, உருவ இலக்கணத்தை உதிர்த்தால் போதும்; சந்தத்தை முழுவதுமாகத் துறக்கவேண்டியதில்லை என்று நம்பியவர். அவருடைய தொடக்ககாலக் கவிதைகளில் தொடர்ந்து நிலவும் ('அம்மா இங்கே வாவா' என்பதுபோல ஒலிக்கும்) மூன்றடுக்குச் சந்தம் அவருக்கேயுரிய பிரத்தியேகச் சொல்முறையாக நிறுவப்பட்ட ஒன்று.

முறையான யாப்பிலக்கணப் பயிற்சி உள்ளவர் என்பது ஞானக்கூத்தனின் கூடுதல் சிறப்பு. மரபான கவியுருவங்களை நவீன கவிதைக்குள்ளும் செயல்படுத்தும் வல்லமை கொண்டவர் என்பதற்கும் எடுத்துக்காட்டுகள் சொல்ல முடியும்.

'மிகப் புதிய ஒன்றில் மிகப் பழைய ஒன்றின் அழுத்தமான சாயல் இருக்கும்; அப்போது மட்டுமே அது பெறுமான முடையதாகும்' என்று ஒரு வாதம் உண்டு.

காளமேகத்தின் பல அம்சங்கள் ஞானக்கூத்தனிடமும் உள்ளன என்றே கருதிவந்திருக்கிறேன். என்ன, அவருடைய இயல்பான மூர்க்கம் இவரிடம் ஒருபோதும் வெளிப்பட்ட தில்லை. காளமேகத்தின் குரல் வலுச்சண்டைக்கு இழுப்பது; ஒதுங்கிப் போக அனுமதியாதது. மாறாக, சன்னமானதும், வெளிப்படையாக ஏசாததுமான குரல் ஞானக்கூத்தனுடையது.

காளமேகத்தையும் அவருடைய சிலேடை வித்தையையும் ஒருங்கே நினைவுபடுத்தும் ஞானக்கூத்தன் கவிதையொன்று.

தொலைகாட்டிக் கல்

மஞ்சள் குங்குமம் சந்தனம் பூசி
சாமந்தி மல்லிகை கதம்பம் சாத்தி

உன்னையும் தெய்வமாகக்
கூறிவிடு வார்கள் மூடர்கள் என்று
ஒருவர் சொன்னதாய்க் கேள்விப் பட்டேன்
மைல்கல்லே மைல்கல்லே...

நீற்றுப் பட்டையும் சந்தனப் பொட்டும் விளங்கும்
தேக்குக் கடவுளைக் காட்டிலும்
துதிக்கப்பட்ட எலுமிச்சைப்
பழத்தைப் பலிகொண்டு
முதலோட்டம் தொட்ட கார்க்கடவுளைக் காட்டிலும்
நல்ல தெய்வம் நீ. அல்லவோ?
திண்டுக்கல் எத்தனை தூரமென்று
செங்கல்பட்டில் தெளிவாய்க் கூறும்
உனது
தீர்க்கதரிசனம் பரதெய்வம் காணுமோ

புயலோ அல்லது பேய்மழையோ
இடியோ அல்லது மின்னலோ உன்மேல்
புட்டம் கழன்று பெருமரம் வீழ்ந்தாலும்
அசைவறியாமல் இருப்பாய் அல்லவா நீ?

காட்டுச் செடிகள் நித்ய பூஜை செய்யக்
குன்றிமணிகள் கம்பளம் நிரப்பக்
களாப்பழங்கள் நிவேதனமாக
சவுக்கைத் தோப்பின் மந்திரம் கேட்டு
எழுந்தருளியுள்ள மைல்கல் தெய்வமே.

நான்கு வேண்டாம் ஒரு கை உண்டா
தலையும் இல்லை வாலும் இல்லை
இதுவும் தெய்வமா என்று
கேட்பவர் கேட்கட்டும் மைல் கல்லே
எனக்குக் கண்ணில் நீ மகாலிங்கம்
ஆனால் கொஞ்சம் சப்பட்டை.

ஞானக்கூத்தன் கவிதைகள், ஆழி பதிப்பகம், பக்.175

மைல்கல்லின் வழிபாட்டு நியமங்கள் பட்டியலில், சவுக்கைத் தோப்பின் மந்திரம் ஒப்புமையின் கவித்துவ உச்சத்தைத் தொடுகிறது. மரபான சிலேடைக் கவிதை ஒற்றுமைகளை மட்டும் வரிசைப்படுத்தும். வித்தியாசங்களையும் எடுத்துச் சொல்லி, ஆனாலும் இரண்டும் நிகர் என்று நிறுவும் நவீன கவிதை இது.

காளமேகத்தை நினைவூட்டுவது, சிலேடை என்ற அம்சத்துக்காக மட்டும் அல்ல; 'மகாலிங்கமானாலும், ஆள் கொஞ்சம் சப்பட்டை' என்று கடவுளரை வம்புக்கிழுப் பதனாலும்தான்!

29

பிரிவாற்றாமை

தேசாந்திரிகளுக்குக் குறைவற்ற தேசம் இது. வடக்கே சூதர்களும், தெற்கே பாணர்களும் பெரும் எண்ணிக்கையில் நடமாடி வந்திருக்கிறார்கள். அந்தந்தப் பிராந்தியங்களில் புழங்கிய மொழி களுக்குக் கவிச்செழுமை சேர்த்திருக்கிறார்கள். அவர்களில் அநேகர் இல்லறத்தில் நுழையாதவர்கள்.

விடுதலையுணர்வின் காரணமாக வீட்டை விட்டு வெளியேறுகிறவர்களுக்கும்; பிழைப்புக்காக, பொருளீட்டுவதற்காக, பணி நிமித்தம் பிரிந்திருக்க நேர்பவர்களுக்கும் உள்ள வேறுபாட்டைச் சொல்லித் தெரியவேண்டியதில்லை. இரண்டாம் வகையினர், செல்லுமிடமெல்லாம் வீட்டைச் சுமந்து செல்லும் நத்தையை ஒத்தவர்கள். ஆனாலும், இரு நிலைகளுமே கவிதை யாத்தலுக்கு ஏதுவான தாது கொண்டவை – பிரிவாற்றாமை. முன்னதில் வேதாந்தமும், பின்னதில் துயரமும் மண்டியிருப்பது இயல்பே.

இடைக்காலத்திலும்கூட தமிழ்ப் புலவர்கள் ஊர்ஊராய்ச் சென்று கவிபாடிப் பிழைத்திருக் கிறார்கள். அவ்வை, காளமேகம், இரட்டைப் புலவர் போன்ற உதாரணங்கள் அநேகம்.

தனிப்பாடல் திரட்டின் நட்சத்திரக் கவிதை களில் ஒன்று '**நாரைவிடு தூது**'.

நாராய் நாராய் செங்கா னாராய்
பழம்படு பனையின் கிழங்கு பிளந்தன்ன
பவளக் கூர்வாய் செங்கா னாராய்
நீயுமுன் மனைவியுந் தென்றிசைக் குமரியாடி
வடதிசைக் கேகுவீ ராயின் எம்மூர்ச்

சத்திமுத்த வாவியுட் டங்கி
நனைசுவர்க் கூரை கனைகுரற் பல்லி
பாடுபார்த் திருக்குமெம் மனைவியைக்கண்டு
எங்கோன் மாறன் வழுதி கூடலில்
ஆடையின்றி வாடையின் மெலிந்து
கையது கொண்டு மெய்யது பொத்திக்
காலது கொண்டு மேலது தழீஇப்
பேழையுளிருக்கும் பாம்பென வுயிர்க்கும்
ஏழை யாளனைக் கண்டன மெனுமே

சத்திமுத்தப் புலவர், தனிப்பாடற்றிரட்டு,
எம். வீரவேற்பிள்ளை 1940, பக். 234

கவிதைக்குள் புழங்கக் கிடைக்கும் இடம் அத்தனை விசாலமானது அல்ல என்று சத்திமுத்தப் புலவர் உணர்த்தும் செய்யுள் இது. காட்சியை நிறுவுவதற்கு ஏகப்பட்ட சொற்களும் விவரணைகளும் தேவையில்லை என்பதையும் அறியத் தருகிறார்.

'நனைசுவர்க் கூரை கனைகுரல் பல்லியின் பாடு பார்த்திருக்கும்' என்ற ரத்தினச் சுருக்கத்தில் குடும்பத்தின் பொருளாதாரநிலையும், பல்லி சொல்லும் சகுனத்துக்காக ஏங்கிக் காத்திருக்கும் மனைவியின் உளநிலையும் ஒருங்கே வெளிப்படுகிறது! 'கையது கொண்டு மெய்யது பொத்தி – காலது கொண்டு மேலது தழீஇ' என்ற இரண்டே வரிகளில், சுருண்டு கிடக்கும் மனித உருவம் முழுமையாகக் காட்சியாகிறது. ஒரு போர்வைக்குக்கூட வழியற்ற வறுமையும்தான்...

கடுங்குளிரில், சத்திரத்தில் படுத்திருக்க நேர்ந்த சூழ்நிலையிலும், 'பழம்படு பனையின் கிழங்கு பிளந்தன்ன பவளக் கூர்வாய்' என்று நாரையை வர்ணிப்பதில் தமிழ்ப் புலவனின் அலங்கார உருவக வேட்கைக்குச் சான்று கிடைக்கிறது. அத்தோடு, எதிரிலுள்ளவர் உயர்திணையோ அஃறிணையோ, முகத்துதியில் அவனை விஞ்ச ஆளில்லை என்பதற்கும்தான்!

ஆனால் முந்தைய காலங்களில் இசையை, மொழிப் புலமையை மட்டுமே மூலதனமாகக் கொண்டு புலவர்களால் நாடோடிகளாக இலங்க முடிந்திருக்கிறது. நவீன காலத்தின் வாழ்முறை அவ்வளவு ஆசுவாசமானது அல்ல. கவிதை மட்டும் எழுதி வாழ்க்கை நடத்துவது – சீரிய கவிஞனாக இருக்கும் பட்சத்தில் – சாத்தியமா என்ன. மெட்டுக்குப் பாட்டெழுதிப் பிழைக்கலாம் – கவிதை எழுதி அல்ல.

பிரிவாற்றாமையைப் பதிவுசெய்ய நவீனகாலக் கவிமனம் தேரும் அடையாளங்கள் என்னென்ன, அதனுடைய குரல்

எப்படி ஒலிக்கிறது என்பதற்குச் சிறந்த உதாரணமாகத் திகழ்வது விக்கிரமாதித்தியனின் 'பொருள்வயின் பிரிவு'. எண்ணற்ற முறைகள் மேற்கோள் காட்டப்பட்ட, எண்ணற்ற இடங்களில் பிரசுரம் கண்ட கவிதை. ஆனாலும், மீண்டுமொருமுறை முழுசாகப் படிக்கலாம் – இல்லாவிட்டால் இந்தக் கட்டுரை பூரணமாகாது.

ஒருபோதும் பழசாக முடியாத துயரத்தைச் சுமந்த கவிதை. பஞ்சம் பிழைக்க வெளியேறும் வறியவர்க்கு மட்டுமல்ல, மென்பொருள் நிறுவனங்களில், விகிதப் பொருத்தமற்ற அபார சம்பாத்தியத்தில், அயல்நாடு சென்று உழைக்கும் செல்வந்த மனங்களுக்கும் பொருந்தக்கூடிய துயரத்தைச் சுமந்திருப்பது – அவை குடும்ப உறவுகளில் தோய்ந்தவை என்னும் பட்சத்தில்.

பொருள்வயின் பிரிவு

அன்றைக்கு
அதிகாலை இருள் பிரிந்திருக்கவில்லை
நிசப்தம் காடாக விரிந்து கிடந்தது
சாரல் மழைபெய்து
சுகமான குளிர் வியாபித்திருந்தது

அயர்ந்து
தூங்கிக்கொண்டிருந்தான் பெரியவன்
அரவம் கேட்டு விழித்த சின்னவன்
சிரித்து விளையாடிக்கொண்டிருந்தது
சித்திரமாக இருக்கிறது கண்ணுக்குள்

இவள்
வெந்நீர் வைத்துக் கொடுத்தாள்
வெளுத்த துணிகளை எடுத்துவைத்தாள்
வாசல்வரை வந்து
வழியனுப்பிவைத்தாள் தாய்போல.

முதல் பேருந்து
ஓட்டுநர் இருக்கைக்கு பின்புற ஜன்னலோரம்
பிழைப்புக்காக
பிரிந்து வந்துகொண்டிருந்தேன்
மனசு கிடந்து அடித்துக்கொள்ள.

விக்கிரமாதித்யன், கொங்குதேர் வாழ்க்கை 2, தமிழினி, பக் 189

முழுக்கத் திறந்திருக்கும் கவிதை. முதன்முதலாகக் கவிதை வாசிப்பவருக்கும்கூட உடனடியாகப் பொருள்பட்டுவிடும் எளிமையும் நேரடித்தன்மையும் கொண்டது. ஒவ்வொரு வரியிலும் பிரலாபிக்கப்படுவது, வருமானம் தேடி ஊர் நீங்கும் குடும்பஸ்தனின் விசனம். தேசாந்திரியின் குரல்போல வறண்டது

அல்ல. அதுவே, இந்தப் பிரிவுக்கு அழுத்தமும் அர்த்தமும் பளுவும் கூட்டுகிறது.

கவிதைசொல்லி தானொரு கவிஞன் என்பதற்கான தடயத்தையும் கவிதைக்குள் பொதிந்திருப்பது கவனிக்கத்தக்கது. நிசப்தம் காடாக விரிந்து கிடப்பதாகச் சொல்வது; மனம் துயரத்தில் அமிழ்ந்திருக்கும்போதும், சாரல் மழையினால் வியாபித்த குளிர் சுகமாக இருந்தது என உடலும் மனமும் ஒன்றுக்கொன்று நேரெதிராக இயங்கும் இரட்டைநிலையைப் பதிவுசெய்வது போன்றவை கவிமனத்துக்கு மட்டுமே வாய்க்கும் அவதானங்கள்.

தவிர, இவ்வளவு சிக்கனமான சொற்களில், இவ்வளவு துல்லியமாகத் தன் வேதனையை, பிரிவின் துக்கத்தை, வாழ்வின் சுமையைப் பதிவுசெய்வது கவிமனத்தின் ஆழமன்றி வேறென்ன... விலகி வரும்போதும் அண்மைச் சுட்டாக 'இவள்' என்று மனைவியைக் குறிப்பிடும்போது, ஒருபோதும் நீங்காத அந்த மாதரசியின் அருகாமை தெரியவருகிறதல்லவா!

மேற்சொன்ன இரண்டு கவிதைகளும் குடும்பத்தைப் பிரியும் துயரைச் சொல்கின்றன. ஜென் கவிதைகளில் அநேகமும் துறவிகளால் எழுதப்பட்டவை. பின்வரும் கவிதை, கவிதை சொல்லி யார், தன் இடத்தைவிட்டுத் தொலைவில் இருக்கக் காரணமென்ன, பிரிவுக்காலத்தின் நீளம்தான் என்ன என்பது போன்ற எந்தத் தகவலுமே இல்லாமல் பேசுவது. கவிதைசொல்லி துறவியா, குடும்பஸ்தரா என்ற குறிப்புகூட இல்லாதது.

ஜப்பானியக் கவிதை. **ஷிமஸாக்கி டோஸன்** எழுதியது – ஷிமஸாக்கி ஹாருக்கி என்ற இயற்பெயர் கொண்டவர். 1872இல் பிறந்து 1943வரை வாழ்ந்தவர்.

தேங்காய்

எனக்குப் பெயர் தெரியாத தொலைதூரத் தீவிலிருந்து
அடித்து வரப்பட்டிருக்கிறது ஒரு தேங்காய் நெற்று.

உனது பூர்விகக் கரையிலிருந்து பிரிந்த நீ
எத்தனை மாதங்களாய் அலைகளில் உழன்றாய்?

அந்தப் பழைய மரம் இன்னமும் உயிரோடிருக்கிறதா
இன்னமும் தழைக்கிறதா,
இன்னமும் நிழல் தருகிறதா அதன் கிளைகள்?

கடற்புறமாய்த் தலைவைத்துப் படுக்கிறேன்,
தனித்துச் சஞ்சரிக்கும் தேசாந்திரியான நான்.

தேங்காய் நெற்றை அள்ளி என் நெஞ்சோடு பதிக்கிறேன்
தேசாந்திரியின் துக்கம் புத்துருக் கொள்கிறது.

கடலுக்குள் சூரியன் அடங்குவதைக் காண்கிறேன்,
அந்நிய மண்ணில் கண்ணீர் பொங்க.

என்னோடு துயரத்தைப் பகிர்ந்தவாறு
முடிவற்று இயங்கும் அலைகளே,
என்றேனும் நான்
வீடு திரும்புவேனா ?

பிரிவுத் துயர் அஃறிணைகளுக்கும் உண்டு என நிறுவ முயலும் கவிதை. தன்னோடு இணைந்து முடிவற்றுத் துயருறும் அலைகள், 'அடங்கும்' சூரியனை அவதானித்தல், பூர்விக ஊரின் மரத்தை மட்டுமே விசாரித்தல் (தேங்காயிடம் மனிதர்களைப் பற்றி என்ன விசாரிக்க!) என்று தனிமனத் துயரத்தை வேறு தளத்துக்கு விஸ்தரிக்கும் கவிதை இது. உரத்த புலம்பல் தொனிக்காமல், ஜென் கவிதைகளின் தத்துவ அமைதியும் கொள்ளாமல் இருப்பது இதன் தனித்துவம்.

காலகட்டமும் தேசமும் மொழியும் சார்ந்து அளப்பரிய வேறுபாடுகள் கொண்ட மூன்று கவிதைகளிலும், கவிதைக்கே யான சூத்திரத்தன்மையும் பூடக மொழிதலும் இன்றி நேரடியான எளிய குறுங்கதைச் சாயல் இருப்பது கூடுதல் சுவாரசியம்.

30

குறுங்கவிதை என்னும் சாகசம்

பத்துப் பதினைந்து ஆண்டுகளுக்கு முன் ஓர் உரையாடலில்,

தமிழில் ஹைக்கூ கவிஞர்களின் எண்ணிக்கை, ஜப்பானில் உள்ளதைவிட, அதிகம்!

என்றார் குறும்புக்கார நண்பர். அந்தச் சமயத்தில் தமிழ்க் கவிதையில் நிலவிய சூழ்நிலை அது.

தமிழில் பீய்ச்சியடிக்கும் ஹைக்கூ கவிதைகளின் எண்ணிக்கை விண்மீன்களின் எண்ணிக்கைக்கு நிகரானது; பிற இந்திய மொழிகளில் இத்தகைய சாகசம் நிகழ்ந்திருக்கிறதா என்று விசாரித்துப் பார்க்க வேண்டும்!

என்று தொடர்ந்தார்! நல்லவேளை, இன்று நிலைமை வெகுவாக மாறிவிட்டது. ஆனாலும், நண்பரின் கரிசனம் புறக்கணிக்கக்கூடியதல்ல. ஏனென்றால், பத்திரிகைகளில்தான் குறுங்கவிதைகள் காணக் கிடைக்கவில்லையே தவிர, ஃபேஸ்புக்கில் இன்னமும் பிரவாகமெடுக்கத்தான் செய்கின்றன. ஆனால், அவை பெரும்பாலும் ஹைக்கூவைப் போலி செய்வதில்லை என்பது பெரும் ஆறுதல்!

நண்பர் கேலியாய்ச் சொன்னாலும், 'சாகசம்' என்ற சொல் வெகு பொருத்தமானது என்றே படுகிறது. புனைகதையோ அபுனைவுகளோ கொண்டிருக்குமளவு விசாலமும் தாராளமும்

யுவன் சந்திரசேகர்

கொண்டது அல்ல கவிதை. அதிலும், குறுங்கவிதை என்பது எழுதுகிறவர்களுக்கு விசேஷ நெருக்கடி அளிப்பது. ஆமாம், கொடுக்கப்பட்ட மூன்று நான்கு வரிகளில், அதிகபட்சம் பத்துக்கு மிகாத சொற்களில், ஒரு முழுமையான அனுபவத்தை, குறிப்பிட்ட கவியுலகின் ஒரு பெரும்பரப்பை நிர்மாணிக்க வேண்டிவரும்.

ஆனால், அதே குறுங்கவிதை, வாசிக்கிறவருக்கு அபரிமிதமான சுதந்திரம் அளிக்கக்கூடியது என்பதுதான் சுவாரசியம்! வரிகளுக்குத் தன்னிச்சையாகப் பொருளேற்றுவதும், ஒவ்வொரு சொல்லுக்கும் சிறப்பு அழுத்தம் அளிப்பதுமாக, வாசகருக்குப் பெரும் கோலாகலம்! 'நிலவைச் சுட்டும் விரல்' என்ற ஜென் கவிப்புலச் சொற்றொடர், ஒரு குறுங்கவிதைக்கு ஈடானது. இந்த மூன்றே சொற்கள் விளைவிக்கும் காட்சி எத்தனை முழுமையானது! அதன் உறுபொருள்தான் எத்தனை மகத்தானது! இதேவிதமான சாகசத்தையே குறுங்கவிதைகள் நிகழ்த்த முயல்கின்றன. ஆமாம், குறுங்கவிதைதான், உண்மையான 'நிலவைச் சுட்டும் விரல்'!

எந்தவொரு கவிதை உருவமும் அந்தந்த மொழிச்சூழல், அதன் பாரம்பரியம் விளைவிக்கும் பண்பாட்டு அலகு, அந்தந்தக் காலகட்டக் கவிஞர்களின் முனைப்பும் ஆர்வமும் எனப் பல்வேறு காரணிகளால் உருவாவது. நாலடியில் வெண்பாவும், ஒன்றேமுக்கால் அடியில் குறளும் விளைந்திருக்கும் தமிழ்ப் பரப்பில் ஹைக்கூ போன்ற பாவனைகள் எதற்காக என்பது தவிர்க்கவியலாத கேள்வி. தமிழ்க் கவிதைப் பரப்புடன் பரிச்சயம் உள்ள பிறமொழிக் கவிஞர்கள் எவரும்கூட, தங்கள் மொழியில் வெண்பாவோ குறளோ எழுதிப் பார்க்க முயன்றார்களா என்று தகவல் இல்லை!

ஹைக்கூ என்பது மிகவும் கறாரான இலக்கண வரையறைகள் உள்ள பா வகை. மூன்றுவரிகளில் எழுதப்பட்ட காரணத்தாலேயே ஒரு வெற்றுத் துணுக்கு ஹைக்கூ ஆகிவிடாது.

ஆனால், குறுங்கவிதை என்னும் வகைமை தமிழுக்குப் புதிது அல்ல. நவீன கவிதை உருவானதற்குப் பிறகும், எண்ணற்ற சிறு, சின்னஞ்சிறு கவிதைகள் எழுதப்பட்டிருக்கின்றன – தனியாகத் தொகுக்கவியலாத அளவு, மிகப்பெரிய எண்ணிக்கையில். கவிதையின் பெறுமானம் அதன் அளவையோ உருவத்தையோ பொறுத்தது மட்டுமா என்ன!

முன்னரே குறிப்பிட்ட முந்தைய தலைமுறைக் கவிஞரான நீலமணியின் குறும்புத் துணுக்குகள் நினைவில் வருகின்றன. உதாரணம்:

நிரோத் உபயோகியுங்கள்
நிரோத் உபயோகியுங்கள்
என்று விளம்பரங்கள் வலியுறுத்துகின்றன
வாயேன்.

நீலமணி, கசடதபற இதழ் 9, ஜூன் 1971

அவருடைய காலகட்டத்தில் சிறப்பான கவனமும் சிறுபத்திரிகை அங்கீகாரமும் பெற்ற கவிஞர். இன்றுவரை மறவாதிருக்கும் வரிகளை எழுதியவர். ஆனால், இதுபோன்ற கவிதைகளில் சாகசம் இருக்கும் அளவு கவிதை இருக்கிறதா என்று கேட்டுக் கொள்ளத்தானே வேண்டும்.

காலம் தாண்டும் கவிதாம்சம் இருக்கட்டும்; மேலோட்டமாகவேகூட, அரசின் விளம்பரமும், குறிப்பிட்ட பெயர் தாங்கிய ஆணுறையும் வழக்கொழிந்து போகும்போது, தானும் அழியக் காத்திருந்த துணுக்குதானே இது. தவிர, இணை பற்றிய கரிசனத்தைக் கொஞ்சமும் வெளிக்காட்டாத விடலைத் துணுக்குபோலத்தானே தொனிக்கிறது! விளம்பர யுகத்தின்மீதான கேலி, தனிமனித அந்தரங்கத்தில் அத்துமீறும் அரசாங்க, வணிக, யுக்திகள் மீதான நையாண்டி என்றெல்லாம் அடையாளப் படுத்திய பிறகும்கூட, கவிதை அனுபவம் என்று ஏதும் கிடைப்பதற்குண்டா!

எண்பதுகளில் படிமக் கவிதைப் போக்கு பிரதானமாய் இருந்தது. அந்த மோஸ்தரையொட்டி எழுதப்பட்ட ஒரு கவிதை:

முட்டிமுட்டிப்
பால்குடிக்கின்றன
நீலக் குழல் விளக்கில்
விட்டில்பூச்சிகள்

பாலகுமாரன், கசடதபற இதழ் 2, நவம்பர் 1970

ஆனால், படிமம் என்பது ஆழ்ந்த உட்பிரதி கொண்ட தனித்துவமான காட்சி. மேற்சொன்ன கவிதையில் காட்சி இருக்கிறதேயொழிய, உட்பிரதி இல்லை. உட்பிரதி இல்லாத வர்ணனை, வாசகரை எங்கும் கொண்டுசேர்ப்பதில்லை.

விட்டில் பூச்சி x விளக்கு என்பது காலங்காலமாக வழக்கில் புழங்கி நைந்துபோன சமன்பாடு. ‘ஏமாறும் விட்டில்கள்’ என்று யாராவது சிபாரிசு செய்யலாம் – ஏமாற்றமும், அவ்வாறு மெனக்கெட்டுப் பொருள் வருவிப்பதும்கூடத் தேய்வழக்குகளே. ‘பால் குடிக்க முனைகின்றன’ என்று பொருளறிவித்தாலாவது

விட்டில்களின் அறியாமையை அல்லது வெகுளித்தனத்தைச் சுட்டும் உட்பிரதி உருவாகியிருக்கும். மற்றபடி, வெறும் காட்சித் துணுக்காகவே மீந்து நிற்கிறது.

தவிர, தலைகீழாக மாற்றிப் போடப்பட்ட வரிகளை, ‘நீலக் குழல் விளக்கில் விட்டில்பூச்சிகள் முட்டிமுட்டிப் பால் குடிக்கின்றன’ என நேராக்கும்போது, தட்டையான உரைநடை வாக்கியமாக மீந்து நிற்பதையும் காணலாம்.

மெற்சொன்ன இரண்டு கவிதைகளும் வெளியான அதே **கசடதபற**வில் வெளியான, பின்னர் ஒரு கட்டுரையில் மேற்கோளாகவிருக்கும், கலாப்ரியாவின் **விதி** கவிதையில்,

எனக்கதன் கூடும் தெரியும்
குஞ்சும் தெரியும்
இருந்தும் எனக்கதன்
பாஷை புரியவில்லை.

என்ற இறுதி ஐந்து வரிகளை மட்டுமே முழுமையான குறுங்கவிதையாகக் கொள்ள முடியும். கூடு, குஞ்சு என்ற இரண்டே சொற்களில் தியானம்போல மறைந்திருக்கும் பறவை எத்தனை பத்தாண்டுகளாகப் பறந்து பறந்து தேடிக்கொண்டு இருக்கிறது! கவிதைசொல்லி, வெறும் பார்வையாளன் அல்ல; கவிதையின் நிகழ்வுக்குள் பதற்றமாகப் பங்கேற்பவன் என்றும் புலப்படுகிறது.

மிகுந்த நம்பிக்கை தருபவராக எழுதப் புகுந்து, மிகச் சீக்கிரமே காணாமல் போன **திருமேனி**யின் கவிதை ஒன்று.

ஆனாலும் போனேன்
அக்கரைக்குத்தானே
இக்கரை பச்சை.

திருமேனி, காலச்சுவடு இதழ் 4, அக்டோபர்–டிசம்பர் 1988

பிரசித்திபெற்ற பழமொழி ஒன்றைப் புரட்டிப்போட்ட மாத்திரத்தில், பழமொழிக்குள் இருக்கும் சமன்பாடும் நடுநிலையும் வேதாந்தமும் அகன்று, ‘அப்படித்தான் போவேன்’ என்ற பிடிவாதமும், இருக்கும் இடத்தின்மீதான எதிர்மறையுணர்வின் தகிப்பும் எவ்வளவு எளிதாகத் தொற்றிவிடுகின்றன!

நுட்பமான உளவியல் சித்தரிப்பு கொண்ட அநேகக் கவிதைகள் காமத்துப் பாலில் இடம்பெற்றிருக்கின்றன.

யான் நோக்கும் காலை நிலன் நோக்கும் பின்
தான் நோக்கி மெல்ல நகும்.

திருக்குறள், குறள் 1094

யாரினும் காதலம் என்றேனா ஊடினள்
யாரினும் யாரினும் என்று.

திருக்குறள், குறள் 1314

எந்தவிதமான விளக்கமும் தேவைப்படாத, முழுமையான உளவியல் சித்திரங்கள். அத்தனை பழமை வாய்ந்த பிரதியில், இத்தனை அதிநவீனமான மொழியும் சொல்முறையும் சொற்சுருக்கமும் இயல்பாக இடம்பெற்றிருப்பது தமிழின் இன்னொரு பெருமை, வல்லமை!

முன்னரே சொன்ன மாதிரி, கவிதை எழுதுவது என்பதே சிடுக்கான விஷயம்தான். இதில் குறுங்கவிதை என்பது இன்னும் சிக்கலான சங்கதி. தீப்பெட்டிக்குள் மடித்துவைக்கக் கூடிய மஸ்லின் துணிபற்றிய தொல்கதை இருக்கிறதல்லவா – குறுங்கவிதை, மஸ்லின் சமாசாரமேதான். குறுகத் தரித்த குறளின் நவீன வடிவம் இது. எல்லாக் கவிஞர்களுக்கும் கைவரக் கூடியது என்று தோன்றவில்லை.

ஆனால், எல்லாக் காலத்துக்குமான முன்மாதிரிக் குறுங் கவிதை ஒன்று இருக்கிறது. ஒவ்வொருமுறை வாசிக்கும்போதும் புத்தம்புதிதாகத் தென்படுவது. சின்னஞ்சிறிதிலிருந்து பென்னம்பெரிதுக்கு மின்னல் வேகத்தில் விரியும் கவிதை. எத்தனையோ முறை மேற்கோள் காட்டப்பட்டுவிட்டது என்றாலும், தின்று தீர்த்த மிட்டாயின் தித்திப்பு அடிநாக்கில் மீந்திருப்பதுபோல, ஒவ்வொரு முறை நினைவு வரும்போதும் கிளர்ச்சி தருவது! பல வேளைகளில், இனம் புரியாத பெரு மூச்சை விளைவிப்பது.

காவியம்

சிறகிலிருந்து பிரிந்த
இறகு ஒன்று
காற்றின்
தீராத பக்கங்களில்
ஒரு பறவையின் வாழ்வை
எழுதிச் செல்கிறது.

பிரமிள், பிரமிள் கவிதைகள், அடையாளம், பக் 107

தீராத வரிகளில் எழுதப்பட்ட தீராக் கவிதை!

ஹைக்கூவிலிருந்து ஆரம்பித்ததை, ஹைக்கூவின் தாயகமான ஜப்பானின் குறுங்கவிதை ஒன்றுடன் முடிக்கலாம்

என்று தோன்றுகிறது. யோஸா நோ பூஸன் என்ற இயற்பெயர் கொண்டவரும், ஓவியரும், பெருங்கவிஞர் மட்ஸுவோ பாஷோ மற்றும் கொபயாஷி இஸ்ஸா ஆகியோரின் சமகாலக் கவிஞரும், ஜப்பானிய ஜென்குருவுமான **யோஸா பூஸன்** *(1716–1784)* எழுதிய கவிதை. முதல் முத்தம்போல எனக்குள் நிரந்தரமாகத் தங்கியிருக்கும் கவிதை!

> ஆலயமணிமேல்
> ஓய்வெடுக்கும்
> வண்ணத்துப் பூச்சிக்கு
> நல்ல உறக்கம் –
> மணி ஒலிக்கும் வரை.

'பெயரற்ற யாத்ரீகன்' என்ற தலைப்பில் நான் மொழிபெயர்த்த ஜென் கவிதைத் தொகுப்பில் உள்ள கவிதை இது. அப்போது 'கோவில் மணி' என்று மொழிபெயர்த்திருந்தேன். இப்போது 'ஆலயம்' என்ற சொல்லே பொருத்தமானது என்று படுகிறது. இந்தச் சொல்லினடியாக மணியின் பிரம்மாண்டமும் விஸ்தாரமான வளாகமும் சேர்ந்தே வாசக மனத்தில் சித்திரமாகுமல்லவா! முன்னரே சொன்னபடி, கவிதையில் இடம்பெறும் ஒவ்வொரு சொல்லும் எத்தனை முக்கியமானது என்பதற்கான இன்னொரு சான்று இது...

அத்தனை பெரிய பரப்பில், சாதாரணமாகச் செவிகளை எட்டாத, வளாகத்தின் அமைதியைச் சற்றும் குலைக்காத சிறகடிப்பும்; நெடுந்தொலைவுவரை ஒலிக்கும் ஆலாட்ச மணியின் பேரோசையும், நீண்டநேரம் ரீங்கரிக்கும் அதன் அதிர்வும் கொள்ளும் எதிர்மை அனிச்சையாக நினைவில் எழுகிறது. உலோகமணியின் ஆயுள் நீட்சியும், வண்ணத்துப் பூச்சியின் குறுகிய ஆயுளும்கூட.

தன்னை மறந்து உறங்கும் பட்டாம்பூச்சிக்கு, முதல் மணியோசை பூமி அதிர்ச்சிபோலவே இருக்கக் கூடும். பூகம்பங்களுக்குப் பெயர்போன ஜப்பானில் உள்ள பட்டாம் பூச்சி என்பதால், அது இயல்பு நிகழ்வாகவும் இருக்கலாம்!

ஆனாலும், பூச்சியின் உறக்கம் கலையும்வரை மணி ஒலிக்காதிருக்கட்டும் என்று புத்த பகவானை இறைஞ்சத்தான் செய்கிறது என் மனத்தின் வாசகப் பகுதி!

31

வெற்றுக் கவிதை (அ) திறந்த கவிதை

நகுலனின் கவிதைகள் மீது எனக்குப் பேரபிமானம் உண்டு.

அவரது கவிதைகளின் சிறப்பம்சமாக நான் கருதுவது, அவை உரைநடைக்கு வெகு அருகில் இருந்தபடியே கவிதை அனுபவத்தைத் தடையின்றி நிகழ்த்தக்கூடியவை என்பது. கவிதைக்கும் உரைநடைக்குமான இடைக்கோட்டை சர்வசகஜமாக அழித்துக்காட்டியவர் நகுலன். இதன் காரணமாக, தொடர்ந்து கவிதை வாசிக்கும் பழக்கம் இல்லாதவர்களுக்கு, இவற்றின் கவிதாம்சம் என்ன என அறிவதும், உணர்வதுமே பெரும் சவாலாக இருக்கும்.

இன்னொரு சிறப்பு, கவிதை இயங்குவதற்கான உபகரணங்கள் இன்னின்ன என்று நாளதுவரை விளங்கும் பொதுக் கோட்பாட்டுக்கு மிக விலகி தமது கவிதையியக்கத்தை நிகழ்த்திக் காட்டியவர். *Plain poetry* என்ற மேற்கத்திய வகைமையின் தமிழ் உதாரணங்களை நகுலனிடம் சரளமாகக் காண முடியும் – ஆனால், மேற்குலகின் இயல்புக்கு எளிதில் அகப்படாத வேதாந்த மனநிலையைத் தம் கவிதைகளில் எழுப்பியவர். கசப்பும் புகாரும் இல்லாத கவிதைகள்.

நகுலனின் இரண்டு கவிதைகள் வழியாக, என்னளவில் ஒரு கவிதைக் கோட்பாட்டை எட்டினேன். பொதுவாகவே கவிதைக்குள் இரண்டு

காலவெளிகள் செயல்படுகின்றன. ஒன்று இறந்தகாலம் சார்ந்தது. நிலைத்திருப்பது. மற்றது, நிகழ்காலத்தது; முந்தைய நிகழ்வின் பெறுபொருளாவது; **தற்போது** நிகழ்ந்துகொண்டிருப்பது; கவிதை வந்தடையும் இடமாக, அழைத்துச் செல்ல உத்தேசிக்கும் புள்ளியாகத் திகழ்வது...

நகுலன் கவிதைகளில் எனக்கு மிகவும் பிடித்த ஒன்றைப் பற்றிப் பேச ஆசையாய் இருக்கிறது. முதலில், கவிதை.

அலைகள்

நேற்று ஒரு கனவு
முதல் பேற்றில்
சுசீலாவின்
கர்ப்பம் அலசிவிட்டதாக
இந்த மனதை
வைத்துக் கொண்டு
ஒன்றும் செய்ய முடியாது

கோட்ஸ்டாண்ட் கவிதைகள், ழ வெளியீடு, பக் 15

முதல் பார்வைக்கு ஒன்றெனவே தென்பட்டாலும், இரண்டு பகுதிகளாகப் பிரிந்திருக்கும் கவிதை இது. மேற்பகுதியில் ஒரு நிகழ்வு. கீழ்ப்பகுதியில், அந்த நிகழ்வுக்கான எதிர்வினை என்று அமைந்திருப்பது.

அலசிய முதல் கர்ப்பமாகத்தான் இருக்க வேண்டுமென்பதில்லை – நெருங்கியவர்களின் மரணம் முதல், தெரியாதவர்கள் இறந்துபட்ட குண்டுவெடிப்புச் செய்திவரை; வரைபடத்தில் மட்டுமே பார்க்கக் கிடைத்த நாட்டின் இனக்குழு மோதலில் உயிரிழக்கும் அப்பாவிகள்வரை; கனவின் தன்மைகொண்ட போர்க்களத்தில் மாளும் வீரர்கள் முதல், பிழைப்பிற்காக மேற்கொண்ட படகுப் பயணத்தின் நடுவே, இன்னதென்றே விளங்காத அரசியல் அல்லது மிருகத்தன்மை காரணமாக குண்டுபட்டு நடுக்கடலில் மரணமுறும் மீனவர்கள்வரை; பள்ளிசெல்லும் பிராயத்திலுள்ளோரின் சின்னஞ்சிறு இழப்புகள் முதல், இளமையை முற்றாக இழந்து ஏங்கும் முதியோரின் காதல் நினைவுகள்வரை என – முதற்பகுதியில் இடம்பெறும் நிகழ்வை வேறொன்றாக மாற்றியமைத்த பின்னும், இரண்டாம் பகுதியின் எதிர்வினை மாறாமல் இருக்கும் சாத்தியமுண்டு.

இந்தக் கவிதையின் சிறப்பம்சமாக நான் காணும் இன்னொன்றும் உண்டு. நடந்தது துயர நிகழ்வாகத்தான் இருக்க வேண்டுமென்பதில்லை. தலைகால் புரியாத மகிழ்ச்சியை

விளைவித்த ஆனந்த நிகழ்வாகவும் இருக்கலாம். நடைபாதை வாசியாக வாழ்வைக் கழிக்கும் ஒருவர் அடுத்தநாள் காலை கண்விழிக்கும்போது கடற்கரையோர மாளிகையின் உரிமையாளராகத் தன்னைக் கண்டால் என்ன ஆகும்! அப்போதும் கவிதையின் கீழ்ப்பகுதி மாறாதிருக்கும்!

ஆக, நகுலன் இட்டுச்செல்ல முனையும் இடம் 'இந்த மனதை வைத்துக்கொண்டு ஒன்றும் செய்ய முடியாது' என்பதுதான் போல. வேறொரு மனத்தைத் தேர்வு செய்யும் சாத்தியம் இருக்கிறதா என்பது சுவாரசியமான கேள்வி. தவிர, மனதை 'வைத்துக்கொண்டு' எதையோ செய்யும் நபர் அல்லது வியக்திதான் யார்!

இந்தக் கவிதையின் இன்னொரு சிறப்பு – சுசீலா என்ற பாத்திரத்துக்கும் கவிதைசொல்லிக்குமான உறவுநிலை என்ன என்பது விவரிக்கப்படாதிருப்பது. நகுலனின் படைப்புலகுடன் முன்பரிச்சயம் உள்ள வாசகரிடம் சுசீலா பற்றிய பிம்பம் ஒன்று இருக்கவே செய்யும். நகுலனின் இந்தக் கவிதையை மட்டுமே படிக்கும் வாசகருக்குக் கிடைக்கும் புதிர் இன்னும் காத்திரமானது; ஆழமும் சிடுக்கும் கொண்டது. ஆமாம், நிர்ணயமாகாத சுசீலாவை நகுலனின் கவிதையுலகத்தில், அல்லது வாசிப்பவரின் தனியுலகத்தில் எங்கே பொருத்துவது என்ற தீராப் புதிர் எஞ்சி நிற்கும். அந்தப் பெண்மணியின் முதல்கர்ப்பம் அலசியதில் கவிதைசொல்லி கொள்வது என்னமாதிரியான உணர்வு, அதன் தீவிரம் எத்தகையது என்கிற அனைத்தும் வாசக யூகத்துக்கு விடப்படுகிறது.

நகுலனின் இன்னொரு கவிதை. கவிதைக்குள் பயன்படும் சொற்களின் பெறுமானம் பற்றிய ஆச்சரியத்தை வழங்குவது.

சந்தை

செத்த வீட்டில்
துக்கம் விசாரிக்கச்
சென்று திரும்பியவர்
சொன்னார்
'செத்த வீடாகத்
தெரியவில்லை
ஒரே சந்தை இரைச்சல்'

சுருதி, தாரணி பதிப்பகம், – பக்.29

கவிதைக்கு வெளியில் புழங்கும் சொற்கள், கவிதைக்குள் நுழைந்த மாத்திரத்தில் சிறப்பான பொருள் கொள்ள முனைகின்றன.

ஒரு குறிப்பிட்ட சொல்லைக் கவிஞர் பயன்படுத்துவது காரணமேயற்ற தற்செயல் அல்ல; சொற்கள் பற்றிய அதீதக் கவனம் இன்றி ஒரு கவிஞன் எப்படிச் செயல்படக்கூடும்! இந்தக் கவிதையில், 'துட்டி வீடு' என்றோ 'சாவு வீடு' என்றோ குறிப்பிடாமல் 'செத்த வீடு' என்று சொல்வதில் மேலதிக அர்த்தம் இருக்கிறதோ என்றுகூட யோசிக்கலாம்!

தவிர, இந்தக் கவிதையைப் பொருத்திப் பார்க்க வேண்டிய கால – வெளிச் சட்டகம்தான் என்ன. கவிதை நிகழும் இடம் எது, 'செத்த வீடா', துக்கம் விசாரிக்கச் சென்று திரும்பியவர் தகவல் உரைக்கும் இடமா. பெறப்பட்ட தகவலை கவிதை சொல்லி வாசகருக்குத் தெரிவிக்கும் சந்தர்ப்பமா.

செத்த வீட்டுக்குச் சென்று திரும்பியவர் தன்னிடம் சொன்னதை கவிதைசொல்லி நம்மிடம் சொல்லும்போது தான் உணர்வது என்ன; நமக்கு உணர்த்த விழைவது என்ன. உண்மையில், கவிதைசொல்லியிடமிருந்து உணர்வுக் குறிப்புகள் ஏதும் தரப்படவில்லை என்பதால், விவரிக்கப்படும் காட்சியுடன் வாசகமனம் அனுபவரீதியாக நெருக்கம் கொள்கிறது. செத்த வீடு 'சந்தை இரைச்சலு'டன் இருப்பது குறித்து உடன்பட்டோ உடன்படாமலோ, வாசக மனம் தன்னியல்பான உணர்வு நிலையைச் சென்றடைய முடியும்.

மரணம் பற்றிய முன் – பின் குறிப்புகள் ஏதும் இல்லாததால், 'மரணம்' என்பதே கவனத்துக்குள்ளாகிறது. பொதுக் கவனத்துக்கு அர்த்தமெதுவும் தராத, சிதறிய ஒலிக்குறிப்புகளில் 'மரணம்' பின் தள்ளப்பட்டு, உறவுநிலைகள் சம்பிரதாயங்கள் மேலோட்டமான துக்கங்கள் மற்றும் வியாபாரக் கணக்குகள் போன்றவை 'சந்தை இரைச்சலா'கத் தோற்றம் கொள்கின்றன.

'எளிமையான கவிதை' என்பது, நேரடியாகச் சொல்லப் பட்ட, உடனடியாகப் புரிகிற கவிதை என்றே பரவலாகப் பொருள் கொள்ளப்படுகிறது. நகுலன் கவிதைகள் வேறுவிதமான எளிமை கொண்டவை. பரப்பிலும் ஆழத்திலும் தீவிரமான விளிம்புகளுக்கு வாசக மனத்தின் விசாரணையை நகர்த்த மிகக் குறைந்தபட்ச உபகரணங்களை, மிக எளிதாகப் பயன் படுத்துகிறவை.

மேற்சொன்ன கவிதைகள் இரண்டையும் ஒருங்கே நினைவுபடுத்தும் இன்னொரு கவிதை. தென் கொரியக் கவிஞர் **கோ உன்** (பிறப்பு 1933) எழுதியது. முதல்பார்வைக்கு, காலியாக இருப்பது. வெற்றுக் கவிதை என்றால், 'காலியாக

மட்டுமே இருக்கும் கவிதை' என்று அர்த்தமில்லை என நிகழ்த்திக் காட்டுவது. வெறும் ஐந்து வரிகள், குறிப்பாக எதையுமே சொல்லாமல் விடுவதால், ஏகப்பட்ட சிற்றலைகளை எழுப்புவதையும்தான்!

"நான் வந்துவிட்டேன், கண்ணே
கொடுமையான குளிர்காலம்
முடிந்துவிட்டது இப்போது"

அவனது மனைவியின் கல்லறை
மௌனமாய்ச் சிரிக்கிறது.

கோ உன் – 'ஒரு தருணத்தின் மலர்கள்' தொகுப்பு.
மொ/பெ யுவன் சந்திரசேகர்

குளிர்காலம் முடிந்தது யாருக்கு? கவிதைசொல்லி 'வந்துசேர்ந்த' இடம் எது, கல்லறைக்கு அருகாமையிலா; கல்லறைக்குள்ளா!

கல்லறை ஏன் சிரிக்க வேண்டும்? சிரித்தது கல்லறைதானா? கல்லறைக்குள் என்றோ புதைந்த மற்ற உடலின் ஆன்மாவா? வாயெழாமல் ஏன் சிரிக்க வேண்டும்? வெகுநாள் காத்திருப்பு முடிவுறப்போகும் ஆனந்தமா? அல்லது, இவனோடு வாழ்ந்தகாலமும் வதைபட்டதும் போதாதா என்ற கைப்பா?

இன்னொருபுறம், கல்லறைக்கு வெளியிலான வாழ்வு 'கொடுமையானதாக' ஏன் இருந்தது? குளிர்மட்டும்தான் காரணமா? பிரிவாற்றாமையும்தானா?

குளிர்காலம் முடிந்த பிறகு வருவது வசந்தம்தானே? அப்படியானால், மரணம் என்பது, அறியப்பட்டதுபோல, முடிவு இல்லையா? உல்லாசமான புதியதொன்றின் தொடக்கமா? மரணத்தை வசந்தகாலம் என்கிறானா கவிதைசொல்லி?

32

பிரபஞ்சமும் மாற்றுப் பிரபஞ்சமும்

பிரபஞ்சம் (*universe*) என்ற சொல்லுக்கும் பேரண்டம் (*cosmos*) என்ற சொல்லுக்கும் பெரும் வேறுபாடு இருக்கிறது. ஆனால், இரண்டுமே இடம் மாற்றிப் புரிந்துகொள்ளப்படும் சந்தர்ப்பங்கள் அநேகம். பேரண்டம் என்பது தரைக்குமேலே முடிவற்ற வெளியாகத் திறந்துகிடக்கும், கோள்களும் அவற்றின் உபகோள்களும் அநேக சூரியன்களும் விண்மீன்களும் திரியும் பால்வீதி அந்தரத்தில் மிதக்கும் தளம். பிரபஞ்சம் என்பது, அகண்டாகாரம் ஒன்றைச் சுட்டும் அதே வேளையில், தரையில் உலவும் 'உயிர்க்கூட்டம்' என்னும் பொருளையும் உணர்த்துவது.

ஆங்கிலத்தில் மானுடப் பிரபஞ்சம், அறிவியல் பிரபஞ்சம் போன்ற சொற்றொடர்கள் புழங்குகின்றன. புவிவாழ்வின் ஒவ்வொரு அலகும், அவை கோக்கப்பட்ட ஒவ்வொரு தொகுப்பும் தன்னளவில் முழுமையானது; மற்றதுடன் பொதுஉறவு கொள்வது என்பதை உணர்த்தும் சொற்றொடர்கள் அவை.

காண்உலகானது, உயிர்ப் பிரபஞ்சம், ஜடப் பிரபஞ்சம் என இரண்டு பெரும் தொகைகளாகப் பிரிந்திருக்கிறது. உயிர்ப் பிரபஞ்சம் தன் பங்குக்கு உயர்திணை, அஃறிணை என்ற பகுப்புகளைக் கொண்டிருக்கிறது. இவை ஒவ்வொன்றுடனும் ஒரு தனிமனம் கொள்ளும் உறவு அதனுடைய பார்வையின் நோக்கை, வீச்சை நிர்ணயிக்கிறது.

'வையகத்தே சடவஸ்து இல்லை' என்கிற அத்வைதப் பார்வையும், 'காக்கை குருவி எங்கள் சாதி' என்ற உயிர்நேயப் பார்வையும், 'மேற்படிப் பிரிவுகள் முன்னரே நிறுவப்பட்டிருக்கலாம்; ஆனால், அவை எனக்கொரு பொருட்டேயல்ல' என்று பிரகடனம் செய்யும் சஹிருதய உணர்வினடியாகப் பிறந்தவை.

உண்மையில் இன்று புவியின் சகல பகுதிகளிலும் தனிமனங்களில் அளவற்று ஊற்றெடுக்கும் சுயநலத்தை, இயற்கையின் பல்வேறு அலகுகளை முறையும் வரையறையும் அற்று சீரழிக்கும் போக்கை, கரிசனமிழந்துவரும் மானுட உளவியலின் சான்றாகவே காணமுடியும். ஆன்மிகச் சமநிலையை நிலைநிறுத்த வேண்டிய மதாசார நோக்கங்களும்கூட தமது குழுவைத் தவிர பிற குழுக்கள் அனைத்தும் அழிந்தால் தேவலை என்று எண்ணுகிற அளவுக்குக் குறுகிவிட்டதும்; சொத்துக் குவிக்கும் முனைப்பில், அனைவருக்கும் பொதுவான இயற்கையைச் சுரண்டுவதும்; மதத்தின் ஆதாரமான இறையுணர்வு, மிக மேலோட்டமான சடங்குகளாகச் சுருங்கிவிட்டதும்கூட மேற்சொன்ன உளவியல் பிறழ்வின் நீட்சி என்றே கொள்ளலாம்.

'யாதும் ஊரே யாவரும் கேளிர்' என்று ஒரு மனித மனம் இயற்றிய வரிக்கு நியாயம் செய்யக்கூடிய இன்னொரு மனித மனத்தை பூமிப் பரப்பெங்குமே காண்பதற்கில்லையோ என்று துக்கமாக இருக்கிறது – வலசை போகும் பறவைகளும் பருவம் சார்ந்து இடம்பெயரும் விலங்குகளும் மட்டுமே மேற்சொன்ன கருத்தை மெய்ப்படுத்துகிறவை, இன்றுவரை. அவற்றின் வலசைப் பாதைகளை மறித்துத் துன்புறுத்தும் நற்காரியங்களும் மனிதத் தரப்பில் தொடர்கின்றன.

ஆனால், பசுமையையும் வளத்தையும் கனிம, நீர் வளங்களையும் மனிதகுலம் சூறையாடுவதை; குறிப்பாக, பின்தங்கிய நாடுகளில் தமது பரிசோதனைகளை வரையறையின்றி நிகழ்த்திப் பார்க்கிற, அந்நாடுகளை தாட்சண்யமேயின்றிச் சுரண்ட முற்படுகிற மேட்டிமை நாடுகளின் வணிக மற்றும் அரசியல் நிறுவனங்கள் காட்டும் வேகத்தைப் பார்த்தால், மேற்சொன்ன பிராணி வர்க்கங்கள் போக்கிடமின்றித் தவிக்கும் நாள் வெகுதொலைவில் இல்லை என்றே படுகிறது. மனிதர்கள் மட்டுமே மண்டிய நிலப்பரப்பாக பூமியைக் கற்பனையில் காண்பதுகூட எத்தனை பயங்கரம்!

மனிதமையவாத அணுகுமுறையினால் பூமி இழக்க நேர்பவை பற்றிய விசனம் நேரடியாகத் தொனிக்காதபோதும்,

தானே பருப்பொருள் உலகத்தின் எஜமானன் என்று மனித குலம் ஓங்கியுரைப்பதற்கு எதிரான குரலாக, பின்வரும் இரண்டு கவிதைகளையும் குறிப்பிடலாம்.

பரிணாமப் பயன்பாடுகள்

பெயர் தெரியாத பூச்சி
பருப்பு டப்பாவுக்குள் இருந்தது

அதன் தாய்தந்தை யார் எதுவரை
படித்திருக்கிறது அதன் லட்சியம் என்ன
சாதனை என்ன வீட்டுப் பொறுப்பை
செவ்வனே செய்கிறதா பூர்ஷ்வாவா
கஞ்சா பிடிக்குமா
சமூகப் பிரக்ஞை உண்டா
கல்யாணம் ஆனதா லெபனான்
போர் பற்றி அதன் அபிப்பிராயம் என்ன
ஒன்றும் தெரியாது

சாம்பல் நிறத்தில் வரிவரியாக
இத்தினியூண்டு மீசையுடன்
ஓடிக்கொண்டிருக்கிறது

சமயவேல், காற்றின் பாடல், பக்கம் 16

இதற்கு வெகு அருகில் இருக்கும் பசுவய்யா கவிதையொன்று.

என் வெட்கம்

ஒரு மரத்திற்கு
அது விட்டிருக்கும் இலைகளின் எண்ணிக்கை தெரியுமா?
வானம் என்ற கண்ணாடியில்
தன்னைப் பார்த்துக்கொள்ளும் அபிலாஷை அதற்கு உண்டா?
மழை பெய்யும்போது என்ன நினைக்கிறது அது?
தன் குழந்தைகளைப் பறிக்கும் கரங்களைப் பற்றி
அதன் அபிப்பிராயம் என்ன?
நிலாக் காய்வதில் அதற்கு சந்தோஷம் உண்டா?
பறவைகளுக்கு என்ன சம்மதங்கள் அது அளித்திருக்கிறது?
எனக்குத் தெரியவில்லை.

வெட்கமாக இருக்கிறது எனக்கு.

சுந்தர ராமசாமி கவிதைகள், காலச்சுவடு, பக்கம் 92

தனக்குள் நிலவுவதுபோன்ற சிந்தனையோட்டம் பூச்சிகளுக்கு உண்டா என்று விசனிக்கும் முதல் கவிதையும், மரத்துக்கு மனிதார்த்தக் கவலைகளை ஏற்றிப் பாடும் இரண்டாவது கவிதையும் கிட்டத்தட்ட ஒரே அக்கறையைப் பிரதிபலிக்கிறவை என்றே படுகிறது.

நடமாடித் திரியும் உயிர்ப்பொருளான பூச்சியிடம் கொள்ளும் நேசபாவத்தைவிட, சலனமற்ற ஜடப்பொருளாகத் தென்படும் மரத்திடம் கொள்ளும் நேசம் மேலதிக நுண்மை கொண்டது. ஆனால், கவிஞனின் உணர்வை வெளிப்படையாகச் சொல்லாத காரணத்தால், சமயவேலின் கவிதையில் ரகசியம் கூடுதலாக இருக்கிறது. அது அளிக்கும் கவிதையனுபவமும் ஒரு மாற்றுக் கூடுதலாக இருக்கிறது என்று தோன்றுகிறது.

இதே வகையில், என்னைக் கவர்ந்த இன்னொரு கவிதை. எனது சொந்த வார்த்தைகளில், வரிகளின் சொந்த அடுக்குமானத்தில் என்னுள் நிரந்தரமாகப் பதிந்திருக்கும் கவிதை. எத்தனையோ சந்தர்ப்பங்களில், எத்தனையோ உரையாடல் களில் மேற்கோள் காட்டியிருக்கிறேன். பிரசுரமான விதத்திலேயே இங்கே தருகிறேன்.

விதி

அந்திக் கருக்கலில்
இந்தத் திசை தவறிய
பெண் பறவை,
தன் கூட்டுக்காய்,
தன் குஞ்சுக்காய்,
அலைமோதிக் கரைகிறது.
எனக்கதன்
கூடும் தெரியும்,
குஞ்சும் தெரியும்.
இருந்தும் எனக்கதன்
பாஷை புரியவில்லை

கலாப்ரியா, கசடதபற 8, மே 1971

மூன்றுமே, கவிதையின் மொழி எத்தனை சுருக்கமானது; அழுத்த மானது என்று காட்டுகிற கவிதைகள். முதல் இரண்டிலும் பூச்சி மற்றும் மரத்தின் சிந்தனையோட்டத்தைப் பற்றிய விசாரம் ஓங்கியிருக்கும்போது, கலாப்ரியாவின் கவிதையில் சக உயிரின் பரிதவிப்பைக் கண்டு தானும் வாடும் உணர்ச்சி ஒலிக்கிறது.

முந்தைய கவிதைகளில் கருத்துருவமாக வெளிப்படும் ஒருமையுணர்வைத் தாண்டி, பறவையை நோக்கி மானசீகமாக நீளும் கவிதைசொல்லியின் விரல்கள் கலாப்ரியா கவிதையின் மேலதிக சிறப்பம்சம். அதன் உலகம் தனக்குப் புரியவில்லை என்பதோடு நின்றுவிடாமல், தன்னால் உதவ முடியவில்லையே என்ற ஆற்றாமையும், அதை 'விதி' என்று தலைப்பில் நொந்து

கொள்வதும், இந்தக் கவிதையை ஓரிரு படிகள் மேலே நிறுத்துகிறது.

என்னைப் பொறுத்தவரை, நான் வாசிக்கும் கவிதைக்குள் 'நான் இருக்கிறேனா' என்ற கேள்வி முக்கியமானது. என்னுடைய பிரசன்னத்தைக் காட்டும் கவிதையிடம் மட்டுமே எனக்கு அனுபவ நெருக்கம் உண்டாகும். கலாப்ரியாவின் கவிதையில் அது நிகழ்கிறது. ஒரு பலவீனமான தருணத்தில், நானே அந்தப் பறவை என்று உணர்ந்ததும் உண்டு.

பெரும்பாலும், சிறுநகர வாழ்க்கையையே தமது கவிதைகளின் களமாக வைத்திருக்கும் கலாப்ரியா, இதில் காட்டும் காட்சியும்கூட சிறுநகரத்தின் பகுதியாகவே இருக்க முடியும் – ஆனாலும், தன் பௌதிக விளிம்புகளுக்கப்பால், ஒரு முழுப் பிரபஞ்சத்தின் சாரமான பகுதியாகத் தென்படுகிறது!

33

வெவ்வேறு களங்கள்

யதார்த்தவாத எழுத்துக்கு இயல்பிலேயே ஒரு போதாமை இருக்கிறது. நடைமுறை யதார்த்தம் மாற்றமுறும்போது, படைப்புக்குள்ளும், பழமையின் லேசான புழுக்கை வாசனை படர்ந்துவிடும். சென்னையில் ட்ராம் வண்டிகள் இப்போதும் ஓடுவது புதுமைப்பித்தனின் கதைகளுக்குள் மட்டும்தான். ஆனால், புதுமைப்பித்தன் கதைகளின் பெறுமதி புறத்தகவல்களின்மீது மட்டுமே அமர்ந்திருப்பது அல்ல என்பதையும் சேர்த்துக்கொள்ள வேண்டும்.

எனவே, யதார்த்தவாதத்தில் பதிவுபெறும் சமகாலம் என்பது, கதையாய் இருந்தாலும் கவிதையாய் இருந்தாலும், அடுத்த காலகட்டத்தின் சமகாலம் அல்ல. கிராமங்கள் சிறு நகரங்களாகி, சிறு நகரங்கள் பெருநகரங்களாகி, பெருநகர்களை ஒட்டிய கிராமங்கள் புறநகர்களாகும் பொற்காலத்தில் படைப்புக்குள் நிகழும் புறச்சூழல் மட்டும் நிறமும் குணமும் மாறாமல் தொடருமா என்ன!

தமிழ் யதார்த்தவாதக் கவிதையின் உச்சங்களில் ஒன்று பழமலய்யின் கவியுலகம் என்று சொல்லலாம். உரைநடைக்கு வெகு அருகில் சென்றுவிடும் கவிதைமொழி. சிறுகதையில் அமரர் கி ராஜநாராயணன் கட்டியெழுப்பிய உலகத்துக்கு நிகரானது பழமலய்யின் கவியுலகம். பெரும்பாலும் சம்பவங்களை விவரிக்க முனைகிற கவிதைகள். 'கல்குதிரை'யின் ஆரம்பநாள் இதழொன்றில் பிரசுரமானபோதே மிகப் பெரிய கவனத்தையும் வரவேற்பையும் ஈட்டிய, அவருடைய கவிதை ஒன்று,:

அம்மா – ஆயி இறந்துவிட்டாள்

மணிமுத்தா நதி மணலில்
பிடி சாம்பல்,
மக்கி எங்கோ உருண்டிருக்கும்!

எடுத்து எடுத்துக் காத்து வந்த
கைத்தடி,
எங்கு, என்ன, ஆனதுவோ?

பெருவாழ்வு,
வாழ்ந்துவிட்டுப் போய்விட்டாள்.

சோத்துக்கும் குழம்புக்கும்
சொல்லிச் சொல்லி... சொல்லிச் சொல்லி
வேற்று மனைஏறி வீதி சிரிக்க வைத்தாள்.
செவிட்டுப் பிணம் –
அவள் சீர்கேடு அவலந்தான்.
குழுமூரில் வறியவர்க்குக்
கூழ் உருண்டை மோர் கொடுத்தாள்.
விருத்தாசலம் கோயில்
பிச்சையும் தான் எடுத்தாள்.

சிறுமை, பெருமை –
எல்லாம் செய்தியாய் நிற்கிறது.

உடம்பை உருவி,
என்மேல், 'ஊரார் கண்பட்டது' என்று
தன் செவுளில் கைந்நெரிப்பாள்.

செத்ததுவும் மெய்தானா!

இடைவேளை மணி அடிக்கும்.
குழாயடியில் நீர் குடிப்போம்.
காத்திருக்கும் குருடிக்குப் பேரன் முகம் தெரியும்.
தனிமைக்கு எனைப் பிரித்து,
மடி அவிழ்த்துக் கைத்திணிப்பாள்.

நண்பனுக்குத் தரும்போது,
"நீ தின்னு–"
எனச் சுளிப்பாள்.

பங்கு வைத்து,
மாமிதரும் இட்டிலியால், பேரன் பசி ஆறும்.

இதயம் உடையவர்கள்,
வயிற்றை அறிவார்கள்.

முடிச்சிருந்து கால் – அரையை
முகம் மலரத் தருவாள்.

நிலவைச் சுட்டும் விரல்

அத்தை வீட்டில் தங்கிப் படிப்பவனைத்
தெருக்களைத் தடவிப்
பார்க்க வந்து விடுவாள்.

"பழமல இருக்கானா. . .?
பாத்துட்டுப் போவ வந்தேன்."
இந்தக்
குரலை எரிப்பதற்கு நெருப்பால் முடியாது!

த பழமலய், சனங்களின் கதை, பக் – 32

ஆரம்பகாலத்திலிருந்து தமிழ் நவீனகவிதை பயன்படுத்திவந்த உபகரணங்களுக்காக மெனக்கெடாமல், மனப்போக்கில் கவிதையை நிகழ்த்துவதே பழமலய்யின் பாணி. ஆனாலும், சொற்சிக்கனத்தை மிக அக்கறையாய்க் கடைப்பிடித்தவர். 'தனிமைக்கு எனைப் பிரித்து/மடி அவிழ்த்துக் கைதிணிப்பாள்' என்ற பத்தி எத்தனை ரத்தினச் சுருக்கமானது; அது வழங்கும் காட்சிதான் எத்தனை முழுமையானது!

பழமலய்யின் கவிதைகள் குறித்து, நவீன கவிதையின் ஆசாரமான ஆராதகர்களும் பூசாரிகளும் முகம் சுளிப்பதை நேரிலேயே கண்டிருக்கிறேன். கவிதையை 'அறிதல்முறை'யாய்க் கண்டவர்கள் அவர்கள். கலை நிகழ்த்திக் காட்டும் அனுபவம், அறிவார்த்தமானதாகத்தான் இருக்க வேண்டும் என்ற நிர்ப்பந்தம் உண்டா என்ன! பழமலய் நிர்மாணித்த கவியுலகம் ரத்தமும் சதையுமானது. அசலானது. தமிழ்க் கவிதையில் அதுகாறும் பதிவாகாதது. அவரது அநேகக் கவிதைகள் கதைச் சாயல் கொண்டவை. பேச்சுவழக்கின் ஒலியமைப்பைக் கவிதைக்குள் நிகழ்த்த முயன்றவை.

நீரில் சிந்திய எண்ணெய்ப் படலம்போல நகரங்கள் விரிவடையும் வேகமும், கடும் ஒப்பனைமூலம் தம் உருவத்தை மாற்றிக்காட்ட கிராமங்கள் மேற்கொள்ளும் அவசர முனைப்பும், இரண்டுக்குமிடையிலான இடைவெளியை கிட்டத்தட்ட இல்லாமல் ஆக்கிவிட முயல்கின்றன. ரசவாதம்போன்ற இம் மாபெரும் சலனத்துக்குப் பின்னால் உள்ள உந்துவிசைகள், அவற்றின் நோக்கம் என்பதெல்லாம் தனிக்கட்டுரைக்குரியவை. மரபிலக்கியத்தில் உள்ளதுபோல துல்லியமான திணைக் குறிப்புகளை நவீன கவிதையில் காண்பதற்கில்லை என்பது மட்டும் உறுதி.

ஆனாலும், தமிழ் நவீன கவிதையின் பெரும்பகுதி, நகர்சார் தருணங்களை, ஏற்கனவே நிறுவப்பட்ட கவிதைக் கருவிகளைப் பயன்படுத்தி உருவானதே. நயமான கிராமியப் பின்னணியில்,

நவீன கவிதையின் புறத்தோற்றமும் உள்வெளியும் கொண்ட கவிதைகளைத் தேடித்தான் பார்க்க வேண்டும்...

புற வடிவில் வேறுபாடுகளை இழந்து வந்தாலும், உள்ளூரத் தனித்தனியாய் இருக்கிற, தம்மளவில் தனித்துவம் கொண்ட இரண்டு தளங்களும் ஒன்றிலொன்று படிவது அபூர்வம். இது நிகழ்ந்த கவிதையுலகம் ஒன்றும் இருக்கிறது.

தொண்ணூறுகளில் எழுத ஆரம்பித்து, தொண்ணூறுகளி லேயே நிறுத்திக்கொண்டவர் (என்று நினைக்கிறேன்) மலைச்சாமி. அவரது கவிதை ஒன்று:

எரிதல் இனிது

வெயில் குவிந்த பொட்டல்காடு
தலைமுறைகளின் பாதங்கள் பலியாகின
விறைத்த குட்டிச் சுவரின் அனாதியில்
அதன் கிறுக்கல்கள் பற்றிய சித்திரம்
இருண்ட மூலைகளில்
முளைத்த ஆல்
பாம்புகள் விளையாடும் கருவேலம்புதர்
கனவுகளைத் தொலைத்துவிட்ட வெளி
எரியும் நிமிடங்களுக்கொரு சேதி
எரிதல் இனிது
எரிக்கப்படுதல் கொடுமை

மலைச்சாமி, விலக்கப்பட்ட திருடன், உயிர்மை, பக் – 48

'பொட்டல் காடு, ஆல், பாம்புகள், கருவேலம்புதர்' என்னும் பிரத்தியேக அலகுகள் வழி கிராமத்தை விவரிக்கும் கவிதை. இந்தப் பட்டியலை நகர்சார் அடையாளங்களால் மாற்றி யமைத்த பின்னும், கோடையின், கடும் வறட்சியின் துயரம் மாறாது என்பது இந்தக் கவிதையின் சிறப்பம்சம். 'குட்டிச் சுவரின் அனாதி, கனவுகளைத் தொலைத்துவிட்ட வெளி' போன்ற தொடர்கள், மானசீகமான படிமங்களைக் கட்டியெழுப்பும் போது, கிராமமென்றும், நகரமென்றும் இலங்கும் பேதங்களின் மேலோட்டத் தன்மை புலனாகிறது.

பின்புலத்தின் நேரடி அர்த்தத்தை உதறியெழும் கடைசி வரிகள் இரண்டும் நவீன கவிதையின் சாய்வுமொழியில் அமைந்தவை. மேற்சொன்ன தொகுப்பில் இதைவிடவும் அழுத்தமான கிராமச் சூழல் கொண்ட கவிதைகள் அநேகம் இருக்கின்றன. இடவசதி கருதி, மிகச் சிறிய கவிதையொன்றைக் கோத்திருக்கிறேன்.

நண்பர் சொன்னதை அப்படியே வழிமொழிகிறேன். இந்தக் கட்டுரை பிறக்கக் காரணமே, பல ஆண்டுகளுக்கு முன்னால் அவர் கூறிய ஒரு வாக்கியம்தான்.

அசலான கவிஞர்களைப் புறக்கணிப்பதற்கும், போலிகளைக் கொண்டாடவும் தமிழ்ச் சூழல் சிறப்புப் பயிற்சி பெற்றிருக்கிறது.

'கவிஞர்களை மட்டுமா, பிற கலைகளில் என்ன வாழ்கிறதாம்?' என்று யாராவது கோபமாகக் கேட்டாலும், ஆமோதிக்கத்தான் வேண்டும்!

34

இரு தலை உயிரி

உரைநடைக்கும் கவிதைக்குமான வித்தியாசங்களைப் பேசித் தீராது. முன்னரே ஒரு கட்டுரையில் அவற்றில் ஒரு பரிமாணத்தைப் பேசியிருக்கிறேன். பல நூற்றாண்டுப் பாரம்பரியம் கொண்ட கவிதைக்கும், பிறந்து சில நூற்றாண்டுகளே ஆன உரைநடைக்கும் இடைப்பட்ட வடிவமாக, கதைக் கவிதைகள் கிட்டத்தட்ட அனைத்து மொழிகளிலுமே எழுதப்பட்டிருக்கின்றன. குறிப்பாக, எந்த மொழியின் நீள்கவிதையிலும் கதைக்கூறுகள் இருக்கவே செய்யும்.

உரைநடைக் கவிதைக்கும் கதைக் கவிதைக்குமான வேறுபாடுதான் என்ன? நாடகத்துக்கும் நாட்டிய நாடகத்துக்குமான ஒப்பீடு பொருத்தமாக இருக்கும் என்று படுகிறது.

நாடகத் தன்மை அல்லது அரங்கத் தன்மை இரண்டுக்குமான அடிப்படை ஒற்றுமை. கதாபாத்திரங்கள், அவற்றுக்கிடையான உணர்வு நெருக்கடி, அது முற்றித் தீர்வது அல்லது படீரென்று வெடிப்பது என நாடகம் என்ற வடிவத்தின் அனைத்துப் பொது அம்சங்களுமே இரண்டிலும் இருக்கும். வெளிப்பாட்டு முறை மட்டும் மாறுபடும். நாடகத்தில் நடைமுறையான வசனங்கள், நடைமுறையான பேச்சுமொழி புழங்கும். செந்தமிழ் வசனங்களிலும்கூட, பேச்சுமொழியின் ஏற்ற இறக்கங்கள் இருந்தாக வேண்டும். நாட்டிய நாடகம் என்பது பாடல்களும் நடனமும் கதையும் பிணைந்த வடிவம்.

இதையே கதைக் கவிதைகளுக்கும் பொருத்திப் பார்க்கலாம். கவிதையுணர்வை விளைவிக்கிற, ஆனால் கதையின் தன்மையில் சொல்லப்படுகிற நூதன வடிவமே கதைக்கவிதை. பாரதியின் பாஞ்சாலி

சபதத்தில் தொடங்கி, பின்னாளில் சி.சு. செல்லப்பா, சி. மணி என்று பலரும் தமிழில் வெற்றிகரமாகக் கையாண்டு பார்த்த உருவம் இது. மிகச் சிறந்த, உதாரணக் கவிதை ஒன்று:

சைக்கிள் கமலம்

அப்பா மாதிரி ஒருத்தன் உதவினான்
மைதானத்தில் சுற்றிச் சுற்றி
எங்கள் ஊர்க் கமலம் சைக்கிள் பழகினாள்

தம்பியைக் கொண்டு போய்ப்
பள்ளியில் சேர்ப்பாள்
திரும்பும் பொழுது கடைக்குப் போவாள்
கடுகுக்காக ஒரு தரம்
மிளகுக்காக மறு தரம்
கூடுதல் விலைக்குச் சண்டை பிடிக்க
மீண்டும் ஒரு தரம் காற்றாய்ப் பறப்பாள்

வழியில் மாடுகள் எதிர்ப்பட்டாலும்
வழியில் குழந்தைகள் எதிர்ப்பட்டாலும்
இறங்கிக் கொள்வாள் உடனடியாக

குழந்தையும் மாடும் எதிர்ப்படா வழிகள்
எனக்குத் தெரிந்து ஊரிலே இல்லை

எங்கள் ஊர்க்கமலம் சைக்கிள் விடுகிறாள்
என்மேல் ஒருமுறை விட்டாள்
மற்றப் படிக்குத் தெருவில் விட்டாள்

ஞானக்கூத்தன், ஞானக்கூத்தன் கவிதைகள்,
ஆழி பதிப்பகம், பக்.33

காட்சியின் இயக்கத்தை மட்டுமே விவரிக்கிற, பெறுபொருளாகக் குறிப்பான எதையும் உணர்த்தாத, நிகழ்வின் பெறுமானத்தை முழுக்க வாசக யூகத்துக்கே விட்டுவிடுகிற, ரகசியம்கொண்ட கவிதை. கமலத்தை சைக்கிள்விடப் பழகும் சிறுமி என்றே வெகு காலம் நினைவில் வைத்திருந்தேன். ஓர் உரையாடலின்போது,

> சைக்கிள் கமலம் ஒருமுறை தன்மீது விட்டபிறகு, கவிதைசொல்லிக்கும் அவளுக்குமான உறவு என்ன ஆகிறது என்பது சுவாரசியமான யூகங்களுக்கு வழியமைக்கிறது...

என்று ஒரு நண்பர் கருத்துரைத்தார். உடனடியாக, இந்தக் கவிதை யின் உள்ளடக்கம் மேலதிக மர்மம் கொண்டதாக ஆகிவிட்டது எனக்கு; இதில் ஒரு கதை ஒளிந்திருப்பதும் புலப்பட்டது! சமயம் வாய்க்கும்போதெல்லாம், கமலம் சைக்கிள்விட்டது போலவே, நானும் இந்தக் கவிதையைச் 'சுற்றிச் சுற்றி' வருவேன்!

கவிதையில் கமலத்தின் வயதோ பருவமோ குறிப்பிடப்படுவ தில்லை. பள்ளியில் தம்பியை விட்டுவிட்டுத் திரும்புகிறாள்;

கூடுதல் விலைக்குச் சண்டை பிடிக்கும் பிராயத்தினள் என்பதில், அவள் பள்ளிப்படிப்பை முடித்தவள் என்ற குறிப்பைப் பெற முடியும்.

வேடிக்கை பார்க்கும் கவிதைசொல்லியின் பிராயமும் சொல்லப்படவில்லை, சைக்கிளோடு அவள் வெளிப்பட்ட மாத்திரத்தில் கவனிக்கத் தொடங்கிவிடுகிறானே; 'அப்பா மாதிரி' உதவுகிறவரை ஏன் 'அன்' விகுதியிட்டுக் குறிப்பிடுகிறான்; அதற்குக் காரணம் காழ்ப்பு அல்லது பொறாமை போன்று எதிர்மறையான ஒன்றா; தன் போக்கில் சைக்கிள் பழகும் பெண்ணின் ஒவ்வொரு அசைவையும், அவள் கடைக்குப் போவதற்கான காரணத்தைக்கூட அவன் ஏன் உன்னிப்பாகக் கவனிக்க வேண்டும்; ஒருமுறை தன்மீது விட்டது குறித்த அவனது உணர்வு என்ன; கமலம் 'மற்றபடி'க்குத் தெருவில் விட்டது சைக்கிளையா, ஒருதலையாய்க் கவனித்துவந்த கவிதைசொல்லியையா என்றெல்லாம் யூகிக்க வைக்கும் கவிதை இது. ஆமாம், 'தெருவில் விடுவது' என்ற பிரயோகத்துக்கு வேறு அர்த்தங்களும் உண்டுதானே!

வாசிக்கும் ஒவ்வொருவருக்கும் அவரவர் யூகங்களை வழங்குவதும், அவற்றின் எண்ணிக்கையும் மர்மமும் தீர்வதற்கே யில்லை என்பதும், சொல்வதற்கு எவ்வளவோ சமாசாரங்கள் இருக்க, ஒரு பெண் சைக்கிள் பழகுவதை இவ்வளவு மெனக்கெட்டு கவிதைசொல்லி ஏன் விவரிக்கவேண்டும் என்பதும் இதைக் கவிதையாக உணர வைக்கிற அம்சங்கள்.

மிகச் சுருக்கமான, மிக முன்மாதிரியான கதைக் கவிதை.

இன்னும், 'விட்டுப் போன நரி', 'அழிவுப் பாதை', 'பாண்டூர் மாமியின் தமிழ்ப் பற்று', போன்று கவிதானுபவத்துக்கு நிகராகவே கதைவிரித்தலும் நடந்திருக்கும் ஞானக்கூத்தன் கவிதைகள் உடனடியாக நினைவுக்கு வருகின்றன. ஒவ்வொரு கவிதையும் சிறுகதைக்கு நிகரான உள்ளடக்கம் கொண்டிருப்பது; வெவ்வேறு விதமாக மொழியப்பட்டிருப்பது.

அந்நியதேசக் கதைக்கவிதை ஒன்று. நாவலாசிரியர், சிறுகதாசிரியர், கட்டுரையாளர், மொழிபெயர்ப்பாளர் என்று பல முனைகளில் செயல்பட்ட அர்ஜெண்டீனியரான **ஜூலியோ கொர்த்தஸார்** (1914–1984) எழுதிய ஸ்பானியக் கவிதை.

ஓவியச்சீலைக்கான கரு

படைத்தலைவனிடம் எண்பதுபேர் மட்டுமே இருக்கிறார்கள்.
எதிரியிடம் ஐயாயிரம். தனது கூடாரத்துக்குள் தலைவன்
புலம்பி அழுகிறான். பிறகு, உத்வேகமளிக்கும் பிரகடனத்தை
எழுதுகிறான். அதன் பிரதிகளை வளர்ப்புப் புறாக்கள் எதிரி

வட்டாரத்தின்மேல் பொழிகின்றன. இருநூறுபேர் இவன் தரப்புக்கு இடம்பெயர்கிறார்கள். அப்போது தொடங்கும் சிறு மோதலில் தலைவன் எளிதாக வெற்றிபெறுகிறான். இரண்டு படையணிகள் இவன் பக்கம் வருகின்றன. மூன்று நாள் கழித்து, எதிரியிடம் எண்பது பேர், இவனிடம் ஐயாயிரம் பேர் என்று ஆகிறது. இன்னொரு பிரகடனம் எழுதுகிறான். எழுபத்தொன்பது பேர் இந்தப் பக்கம் சேர்கிறார்கள். ஒரேயொரு எதிரி மட்டுமே எஞ்சியிருக்கிறான். தலைவனின் படை சூழ்ந்திருக்க, அமைதியாகக் காத்திருக்கிறான். இரவு கழிந்துவிட்டது, ஆனாலும் அந்த எதிரி இந்தத் தரப்புக்கு வந்துசேரவில்லை. தலைவன் தனது கூடாரத்துக்குள் புலம்பி அழுகிறான். வைகறை வேளையில், எதிரி தன் வாளை நிதானமாக உருவிக்கொண்டு தலைவனின் கூடாரத்தை நெருங்குகிறான். உள்ளே சென்று படைத்தலைவனை நோக்குகிறான். தலைவனின் போர்ப்படை கலைகிறது. சூரியன் எழுகிறான்.

CCCO அனைத்துலகக் கவிதைத் தொகுப்பு, பக் 204

நேரடியான, உரைநடை மொழியில் சொல்லப்பட்ட கவிதை. கதைபோலவே விவரிக்கப்படுவது. இறுதி நிகழ்வு அறுதியாக விளக்கப்படாமல், வாசக யூகத்துக்கு விடப்பட்டிருப்பதும், தலைப்பில் ஒளிந்திருக்கும் சிறு மர்மம் காரணமாகவும் கவிதையின் தளத்தை எட்டுகிறது. ஆமாம், கவிதையின் வசீகர மான அம்சங்களில் ஒன்று, மெல்லிய புதிர்த்தன்மையும்தான்.

மேற்சொன்ன கவிதையின் வாதம்தான் என்ன என்பது இறுதிவரை உரைக்கப்படுவதில்லை. முதல் வாசிப்பிலேயே என்னை ஈர்த்த கவிதை.

தமிழ்ச் சூழலில், விளம்பரங்களும் வணிக சினிமாவும்கூடத் தமது அழகியலை உருமாற்றியும் பெருக்கியும் வளர்த்தும் வந்திருக்கின்றன. தொழில்நுட்ப வளர்ச்சியின் முழுப் பலனை யும் சுவீகரித்திருக்கும் சூழல். ஆகவே, கவிதையையும், அல்லாததையும் பிரித்தறியும் வாசகப் பொறுப்பு மிகவும் கனமானதாகவும் கடினமானதாகவும் ஆகியிருக்கிறதுதான்.

ஆனால், தாலாட்டிலும் ஒப்பாரியிலும்கூடக் கவிதாம்சம் நிறைந்த வரிகளை இயற்றியும் இயல்பாகப் பாடியும் பழகிய சமூகத்துக்குக் கவித்துவம் பற்றிய அறிதல் இருக்கத்தான் செய்யும் – அதை சோதித்துப் பார்த்துக்கொள்வதற்கான சந்தர்ப்பங்கள் வெகுவாகக் குறைந்துவிட்டன என்றபோதிலும்.

இருந்தபோதிலும், கவிதை என்ற துலக்கமான வடிவத்தை அணுகுவது வேறொரு பயிற்சியின் பாற்பட்டது.

35

உரைநடைக் கவிதை

உரைநடைக்கும் கவிதைக்குமான வேறுபாடுகளை எத்தனை பேசியபிறகும், அவை இரண்டும் அத்தனை கறாரான, கறுப்பு – வெள்ளையான, பிராந்தியங்கள் அல்ல என நிரூபிக்கும் சான்றுகள் இரண்டு வடிவங்களிலுமே வெளியாகிக்கொண்டுதான் இருக்கின்றன. உரைநடையும் கவிதையும் இணைந்து பெற்ற குழந்தையான 'உரைநடைக் கவிதை' என்ற வடிவம் சுவாரசியமானது! கவிதையின் தாதுவும், உரைநடையின் உருவமும் செயல்பட்டிருக்கும் வடிவம் அது.

அதாவது, தமிழிலும், பிற மொழிகளிலும் புழங்குகிற, நவீன கவிதைக்கான வரிவடிவத்தை ஒட்டி அமையாதது; புனைகதை போன்று, நேரடியான வாக்கியங்களாகவே தென்படக் கூடியது. ஒலியழகை முற்றாக நிராகரித்த வடிவம்.

இவ்வகைக் கவிதைகள், கவிதை வாசித்துப் பழகிய மனங்களுக்குக் கவிதையாகவும், பழக்கமில்லாத மனங்களுக்கு உரைநடையாகவும் தென்படுகிறவை. அவற்றைப் பற்றிய உரையாடலில்,

பாம்புக்கு வாலும் மீனுக்குத் தலையுமாக இருக்கிற வடிவம் அது!

என்றார் நண்பர். போர்ஹேயின் *The Book of Imaginary Beings* நினைவு வந்தது எனக்கு!

உரைநடைக் கவிதைகள் தமிழுக்குப் புதிதல்ல. 'வசன கவிதை' என்ற தலைப்பில் பாரதி எழுதிய கவிதைகள் பிரசித்தி பெற்றவை. உண்மையில், முற்று வாக்கியங்களால் வடிக்கப்பட்ட வசன கவிதைகளின் ஒவ்வொரு வரியிலும் கவிதானுபவம் நிகழ்வது பாரதியின் தனித்துவம். 'காட்சி' என்ற தலைப்பும், 'முதற்கிளை: இன்பம்' என்ற உபதலைப்பும் கொண்ட கவிதையின் 'தீ இனிது நீர் இனிது நிலம் இனிது' என்ற ஒரு வரி கிளர்த்திவிடும் சலனம் அத்வைதக் கோட்பாடுவரை பாயக்கூடியது! ஒரே வரியின் மூன்று அலகுகளில், முதல் இரண்டும் ஒன்றுக்கொன்று எதிரானவை யாக, முதலாவதைத் தவிர்த்த பிற இரண்டும் தமக்குள் எதிரிடை களாக அமைக்கப்பட்டதன் விந்தை, கவியுடைய மேதைமையின் சான்று!

இவ்வாறு, உரைநடையின் புறத்தன்மையை இழக்காமலே கவிதையின் தாழ்வாரத்துக்குள் நுழைந்துவிடும் வல்லமை கொண்ட வரிகள் அநேகம் உண்டு, பாரதியின் வசன கவிதையில். 'தமிழ் நவீன கவிதையின் பிதாமகர்' என்றே கருதப்படும் ந. பிச்சமூர்த்தியுடைய கவிதைகளின் முழுத்தொகுப்பில், முதல் கவிதை இப்படித் தொடங்குகிறது:

மாந்தோப்பு வஸந்தத்தின் புத்தாடை உடுத்தியிருக்கிறது.

என்னவொரு பூரணமான முற்று வாக்கியம்! ஆனாலும், உரைநடையின் வரிகள்போல அந்தரத்தில் தொங்காமல், அடுத்தடுத்த கண்ணிகளை வேண்டி நிற்கும் வாக்கியம் இது.

இதன் மறுபகுதியாக, கவிதைபோன்ற மயக்கத்தை அளிக்கும் உரைநடைப் பகுதிகளும் இருக்கின்றன. கவித்துவ உயரமும், கவிதையின் பாவனையும் கொண்டிருந்தாலும், கவிதை யாக முழுமையுறாத பத்திகள் என்றே அவற்றைச் சொல்ல வேண்டும்.

நிக்கோஸ் கஸாந்த்ஸாக்கிஸின் 'ஸோர்பா எனும் கிரேக்கன்' நூலில் ஒரு பத்தி:

> **மேய்ப்பர்:** என் உணவு தயாராக இருக்கிறது. என் குடிசையின் கதவு மூடப்பட்டு, என் தீ மூட்டப்பட்டிருக்கிறது. வானமே, நீ விரும்பும்வரை இனி பொழியலாம்.
>
> **புத்தர்:** எனக்கு உணவோ பாலோ இனி தேவையில்லை. காற்றே என் இருப்பிடம். என் தீ அணைந்துவிட்டது. வானமே நீ விரும்பும்வரை இனி பொழியலாம்.

நிக்கோஸ் கஸாந்த்ஸாக்கிஸ், ஸோர்பா என்ற கிரேக்கன், மொ/பெ: கோ. கமலக்கண்ணன், தமிழினி, பக் 27,

முதன்முறையாக ஆங்கிலத்தில் வாசித்தபோது, அலாதியான கிளர்ச்சியை அளித்த பகுதி இது. ஆனால், தன்னளவில் முழுமையான கவிதை என்று இதை வகைப்படுத்த முடியாது என்றே இப்போது தோன்றுகிறது. காரணம், தத்துவ விவாதம் சார்ந்த அறிதல் ஒன்று நயமாகப் பதிவாகியிருக்கிறதே தவிர, கவிதையனுபவம் சித்திக்கவில்லை என்று படுகிறது. இரண்டு வெவ்வேறு துருவங்களில் இருக்கும் இருவருக்குள்ளும் மழை பொழிவது குறித்து ஒரேவிதமான சலுகை நிலவுவதும்; புறவய, அகவய வேறுபாடுகளுக்கு அப்பால், ஒரேவிதமான உணர்ச்சிச் சமநிலை நிலவுவது ஒரு கணிதச் சமன்பாடுபோல விவரிக்கப்படுவதும் காரணமாய் இருக்கலாம்.

இதே பொருள்தரும் அடுத்தடுத்த அலகுகள் கொண்ட பத்தி இது. முதல் அலகே தன்னளவில் முழுமையாய் இருந்த போதும் சிறு சிறு மாறுபாடுகளை வழங்கும் இன்னும் நான்கு அலகுகள் உண்டு. இந்த இயல்பே இது கவிதையல்ல என்று உணர வைக்கும் இன்னொரு சான்று!

உரைநடைக் கவிதையிலும் இதே மாதிரியான உதாரணங்கள் உண்டு. தம்மளவில் முழுமையுற்றுவிட்ட பத்திகளுக்கு அப்பாலும் தொடர்ந்து பேசும் பத்திகள் கொண்டவை. வடிவப் பிரக்ஞை எனும் அளவிலும்கூட, கவிதையைவிட உரைநடையை அதிகம் நெருங்கி இருப்பவை. இன்னொரு கட்டுரையில் குறிப்பிடப்பட்ட மலையாளக் கவிஞர், கல்பற்றா நாராயணனின் மற்றுமொரு கவிதை:

மொழிமீறல்

மேஜைக்கு ஸ்பானிஷ் மொழியிலும் மேஜைதான்.
கவனியுங்கள், மேஜை என்று மட்டும் கூறும் அந் நொடியில்
ஸ்பானிஷ்காரர்கள் மலையாளிகள்தான். அடுத்த சொல் வரை.
உறங்கும்போது குருடன் குருடனல்லாதாவது போல.

கல்பற்றா நாராயணன், இன்றைய மலையாளக் கவிதைகள்,
மொ/பெ ஜெயமோகன், தமிழினி, பக். 96

தலைப்பிலேயே தொடங்கிவிடும் கவிதை, மூன்றாவது வரியில் பிரமாதமான உவமையுடன் முழுமை பெற்றுவிட்ட பிறகும், தான் சொல்ல வந்த விஷயத்தை இன்னும் அழுத்தமாகச் சொல்லும் பேராவலில், இன்னும் நிறையச் சொல்கிறது.

மேலதிகமாகச் சில ஷரத்துக்களைக் கோப்பது மூலம்தான் கவிதையனுபவத்தை முழுசாகக் கடத்த முடியும் என்றால், அதன்

சார்புநிலை உரைநடையை ஒட்டியதுதான் என்றே சொல்ல வேண்டும்.

'நவீனத்துவ கவிதையின் இலக்கணத்தை எல்லா வகைமை களுக்கும் பொருத்திப் பார்க்கலாமா' என்ற ஆதங்கக் குரலும் கேட்கத்தான் செய்கிறது. 'கவிதையின் இயல்பு என்று ஒன்று இருக்கிறதல்லவா!' என்று பதிலுக்குக் கேட்க வேண்டியதுதான்! ஆமாம், ஆலமரம் சின்னஞ்சிறு விதைக்குள் தன் சூட்சுமம் அனைத்தையும் பொதிந்து வைத்திருப்பதுபோல, மொழியின் சகல சாத்தியங்களையும் தன் குறுவடிவத்துக்குள் பொதிந்து வைத்திருப்பதல்லவா கவிதை!

சமகாலத்தில் தமிழில் உரைநடைக் கவிதை எழுது கிறவர்கள் அநேகர் இருக்கிறார்கள். 'பல கவிதைகளே, உரைநடையளவுக்குத் தட்டையாகத்தானே இருக்கின்றன!' என்று வியக்க வேண்டியதில்லை! அது கைமீறிப்போன சரக்கு! ஆனால், 'உரைநடைக் கவிதை' என்ற வகைமை இன்னும் தமிழில் ஆழமாய் வேர்விடாதது; அதற்கான தமிழ்விதிகளைச் சமைக்கும்போது, நாம் நெருங்கிச் செல்ல வேண்டியது உரைநடைக்கு அருகிலா, கவிதைக்கு அருகிலா என்ற தெளிவு, எழுதுகிறவர்கள் மட்டத்திலாவது இருக்க வேண்டும் அல்லவா...

பிரக்ஞைபூர்வமான உரைநடைக் கவிதையொன்று:

யாத்ரீகன்

அத்திசையிலிருந்து இத்திசைக்குப் பாடலைப் பறவைகள் அழைத்து வருகின்றன. இலைகள் உதிர்வதைப் பூமிக்குள் இருக்கும் வேர்கள் அறிவதேயில்லை. இப் பூமியில் சருகுகளோடு நிழல்களும் புதைவதை இம் மரமும் அறியப் போவதில்லை. அதன் நிர்வாணத்தைத் தத்தம் சிறகுகளால் பறவைகள் மறைக்கின்றன. வாள்போன்ற புற்கள், இன்னும் பனி நீராடவில்லை. அவ் வேளை, ஏரியின் நேசன், எவனோ ஒருவன், தன் உள்ளங்கையைக் கோப்பையாக்கி உறிஞ்சுகிறான். சூரியனை, சிள்வண்டுகளிடம் கடிபடாத ரீங்காரத்தை, மின்மினிகள் சுமந்து காட்டும் வைரங்களை, பறவையின் பாடலை உறிஞ்சுகிறான். மறையும் சூரிய வெளிச்சத்தில், அவன் தேகம் சிவப்படைகிறது. யாருக்கும் தெரியாமல், மரங்கொத்தி செதுக்கும் பொந்தில் வாழும் இருளைப் போன்ற, நிழலான, அந்தியுள் அவன் தன்னை மெல்லக் கரைத்துக்கொள்கிறான்.

ராணி திலக், நாகதிசை, உயிர்மை, பக்.80

எந்த ஒரு வரியும், முந்தைய வரிக்கு விளக்கமாகவோ, மறுகூறலாகவோ இல்லாமல், அடுத்தடுத்து வேறுவேறு காட்சித் துணுக்குகளுக்கு நகர்வதாலேயே, உரைநடைத் தன்மையை முழுக்க இழந்துவிட்டதாகவும்; சிக்கனமான மொழி, ரகசிய மடிப்புகள் கொண்ட 'நிதானமான' ஆனால் முழுமையான காட்சி விவரிப்பு ஆகியவற்றின் காரணமாகக் கவிதையின் இயல்பை அனுசரித்தும் திகழ்கிற கவிதை இது.

ஒட்டுமொத்தமாகக் கவிதையை வாசித்து முடித்தபிறகு, கருத்தாகத் திரள்வதற்கான செய்தி எதுவும் இல்லை என்பதால் கவிதையெனவும்; முற்றுவாக்கியங்களின்வழி நகர்வதால் உரைநடையெனவும் தென்படும், முன்னுதாரண உரைநடைக் கவிதை.

மேற்சொன்ன கவிதை முழுக்கவே, கவிதைக்குரிய ஓங்கார மனநிலை நிலவுவதைப் பார்க்க முடிகிறது. இந்த அம்சம்கூட இல்லாது, மிக சகஜமான உரைநடையில் எழுதப் பட்ட ஒரு கவிதை. எழுதியவர் **சார்லஸ் ஸிமிக்**. டுஸான் ஸிமிக் என்ற இயற்பெயர் கொண்டவர். பிறப்பால் செர்பியர். அமெரிக்காவில் வசிப்பவர். 1938இல் பிறந்தவர். 1990இல் அவருக்கு புலிட்ஸர் பரிசை ஈட்டிக்கொடுத்த, '**உலகம் முடிவதில்லை**' என்ற தொகுப்பில் உள்ள கவிதை இது:

> அன்புள்ள ஃப்ரட்ரிக், உலகம் இன்னமும் பொய்யானதாக, குரூரமானதாக, அழகானதாகத்தான் இருக்கிறது...
>
> இன்று முன்னிரவில், சீன சலவைக்காரனைக் கவனித்துக்கொண்டிருந்தேன். நம்முடைய மொழியை எழுதவோ, படிக்கவோ அறியாதவன். வாடிக்கையாளர் அவசரத்தில் மறந்து விட்டுச்சென்ற புத்தகத்தைப் புரட்டிக்கொண்டிருந்தான். அது எனக்கு மகிழ்ச்சி தந்தது. அந் நூல் ஒரு கனவுப்புத்தகமாகவோ, அசட்டு மிகையுணர்ச்சிச் செய்யுள்களின் தொகுதியாகவோ இருக்கவேண்டும் என்று விரும்பினேன். ஆனால், நெருங்கிப் போய்ப் பார்க்கவில்லை.
>
> இப்போது கிட்டத்தட்ட நள்ளிரவாகிவிட்டது. அவனுடைய விளக்கு இன்னமும் எரிந்து கொண்டிருக்கிறது. அவனுக்கு ஒரு மகள் உண்டு; இரவுணவு கொண்டுவந்து தருவாள். குட்டைப் பாவாடை அணிந்து, எட்டி நடைபோட்டு வருகிறவள். அவள் வரத் தாமதமாகி விட்டது. மிகமிகத் தாமதம். எனவே, அவன் இஸ்திரி போடுவதை நிறுத்திவிட்டு, தெருவைப் பார்த்துக்கொண்டிருக்கிறான்.

நாங்கள் இருவர் மட்டும் இல்லையென்றால்,
தெருவிளக்குகளுக்கும் இருண்ட மரங்களுக்கும் இடையே
தங்கள் வலைகளைத் தொங்கவிட்ட சிலந்திகள் மட்டுமே
இருந்திருக்கும்.

கவிதைக்கான இடநெருக்கடி ஏதும் இன்றி, சாவகாசமாக நகரும் வரிகள். ஓசையற்ற சலனப்படம்போல, நிதானமாகத் தன்னை விரித்துக்கொள்ளும் சூழல். தன்னளவில் முழுமையாக இருக்கும் காட்சி. கவிதைசொல்லி தனியாய் இருக்கிறான். சலவைக்காரன், இன்னும் வந்து சேராத அவன் மகள், அவரவர் வலையில் தொங்கும் சிலந்திகள் எல்லாருமே தனிமைக்குள் அமிழ்ந்திருக்கிறார்கள். ஆரம்பத்தில் விளிக்கப்படும் ஃப்ரட்ரிக்குமே கூட, தனியனாக இருக்க வாய்ப்பிருக்கிறது. இன்னும், தெருவிளக்குகளும், இருண்ட மரங்களும் தனியாக இருக்கின்றன. அல்லது, தனிமையை அதிகமாக உணர வைக்கின்றன.

ஆக, வெளிப்படையாய்க் குறிப்பிடப்படாமலே, தனிமை ஒரு ஒற்றைப்புடைப்பாக எழுந்து வருவது புலப்படுகிறது. அதனாலேயே இது முழுமையான கவிதையாகிறது. தனியாக இருக்கும்போது தென்படும் உலகத்தின்மீது தீர்மானகரமான அபிப்பிராயம் ஏதும் உதிப்பதற்கில்லை என்று கூடார்த்த மாகச் சுட்டும் முதல் இரண்டு வரிகள் இன்னமும் சிறப்புச் சேர்க்கின்றன.

உணர்வுச்சம் என்று எதையும் தான் நிர்ணயிப்பதில்லை – வாசக அனுமானத்துக்கு விட்டுவிடுகிறது என்பதால், நவீனயுகக் கவிதையாய் ஆகிறது.

ராணி திலக்கின் ‘யாத்ரீகன்’ கவிதையில் நிரவியிருக்கும் அலங்கரிக்கப்பட்ட தனிமை, அலங்காரங்கள் சகலத்தையும் உதறிவிட்டு, தன் நிர்வாணத்தின்மீது எழுந்து நிற்கிறது இந்தக் கவிதையில் என்பதையும் குறிப்பிட வேண்டும்...

36

குழந்தைமை என்னும் கவிதை

'பொம்மை தயாரிப்புத் துறையின் முக்கியமான சவால், தாம் உற்பத்தி செய்யும் பொம்மைகள் குழந்தைகளுக்குப் பிடித்திருக்குமா என்பதல்ல; பெரியவர்களுக்கு, குறிப்பாக பெற்றவர்களுக்குப் பிடித்திருக்குமா என்பதைக் கணிப்பதுதான்' என்று எங்கோ வாசித்திருக்கிறேன். குழந்தைகளுக்கான எழுத்திலக்கியத்துக்கும் இந்த விதியைப் பொருத்திப் பார்க்கத் தோன்றுகிறது. ஆனால், குழந்தைகளுக்கான நீதிகளைப் பெரியவர்களால் சகித்துக்கொள்ள முடியுமா? நீதியின்மீதும் நீதிபோதனைமீதும் வெறுப்பு உருவாவது அடுத்த பிராயத்தில் நுழைந்ததற்கான விசேஷச் சான்று அல்லவா!

தமிழில் குழந்தைப் பாடல்கள் மிகப் பரவலான வகைமை. சிறுவர் பத்திரிகைகளிலும், பெரியோருக்கான இதழ்களின் சிறுவர் பகுதியிலும் எண்ணற்ற பாடல்கள் இடம்பெற்று வந்துள்ளன. ஆனால், திரைப்பாடல்கள் பெரியவர்களுக்குத் தரும் கிளுகிளுப்பையாவது குழந்தைப் பாடல்கள் குழந்தைகளுக்கு அளிக்குமா என்பது கேள்விக்குரியது. இத்தனைக்கும் அவற்றில் பெரும்பாலானவை, குழந்தைகள்மட்டுமே வாசிப்பதற்கானவை—பெரியவர்களின் கவனத்தைக் கொஞ்சமும் தீண்டாதவை.

தட்டு நிறைய லட்டு –
விட்டு விட்டுக் கொட்டு

என்கிற மாதிரி வெற்றோசை நிரம்பிய சந்த அடுக்குகள்.

குழந்தைகளை நோக்கி அசட்டுத்தனமாகப் பேசும் படைப்புகளுக்கான சமகாலத் தமிழ் உதாரணங்கள் ஏகப்பட்டவை இருக்கின்றன; நினைவு வரவும் செய்கின்றன – வாழ்நாள் விரோதத்தை எதற்காகச் சம்பாதிக்க வேண்டும்!

எழுத்து காலக் கவிஞர் **ஷண்முக சுப்பையா** எழுதிய கவிதை ஒன்று:

செம்மறி ஆடு

அம்மா அம்மா
அந்தச் செம்மறி ஆடு
சும்மா சும்மா
முட்டிட வருது.
கொம்பின்னும் முளைக்கவில்லை
ஆயினும் அதற்கு
தெம்பிற்கொரு குறைவுமில்லை.
குட்டி ஆடது
என்ன பாடு படுத்துது.
ஆதலாலே
அம்மா நீயே
அதன் உடையவர் யாரோ
அவரிடம் உடனே
அதைக் கட்டிடச் சொல்லு.
இல்லாவிட்டால்
இனி நான்
போகவே மாட்டேன்
வெளியே!

ஷண்முக சுப்பையா, சிறுவர் மணி, ஜன 01, 2011

பெரியவர்களின் மொழியில், குழந்தைகளை உத்தேசித்து எழுதப்பட்ட இந்தக் கவிதை இரண்டு தரப்புக்குமே உவப்பாக இருந்திருக்குமா என்பது சந்தேகம்தான்! என் சிறு வயதில்,

'செந்தமிழ் நாடெனும் போதினிலே – இன்பத்
தேன் வந்து பாயுது காதினிலே'

என்ற பாரதி பாடலுக்கு அமைந்த அதே மெட்டில் அப்பா பாடிக்காட்டிய பாடல் ஒன்று உண்டு. ஆரம்பப் பள்ளிப் பாடப்பகுதியில் இடம்பெற்ற பாடல். **கவிமணி தேசிக விநாயகம் பிள்ளையின்,**

தோட்டத்தில் மேயுது வெள்ளைப்பசு – அங்கே
துள்ளிக்குதிக்குது கன்றுக்குட்டி
அம்மா என்றது வெள்ளைப்பசு – உடன்
அண்டையில் ஓடுது கன்றுக்குட்டி
நாவால் நக்குது வெள்ளைப் பசு – பாலை

நன்றாய்க் குடிக்குது கன்றுக்குட்டி
முத்தம் கொடுக்குது வெள்ளைப் பசு – மடி
முட்டிக் குடிக்குது கன்றுக்குட்டி

என்ற பாட்டு. முழுமையான குழந்தைக் கவிதைக்கு முன்னுதாரணப் பாட்டு. இந்த எட்டு வரிகளில், முழுமையான காட்சி இருப்பதோடு, அது ஒரு காணொலிபோல இயங்கவும் செய்கிறது. மெட்டமைக்கவும், திரும்பத் திரும்பப் பாடவும் வாகான சந்தம் உள்ள பாட்டு. வாசிக்கும் குழந்தை ஏதோவொரு மின்னற்கணத்தில், தன்னைக் கன்றுக்குட்டியாகவும், தன் அம்மாவை வெள்ளைப் பசுவாகவும் கற்பித்துக்கொள்ளும் வாய்ப்பும் இருக்கிறது!

வெள்ளை நிறத்தொரு பூனை – எங்கள்
வீட்டில் வளருது கண்டீர்

என்று குழந்தைப் பாடல்போலத் தொடங்கும் பாரதியின் பாடல், குழந்தைகளுக்கான மொழியில் பெரியவர்களைப் பார்த்துப் பேசுவது. ஷண்முக சுப்பையாவின் இன்னொரு கவிதை:

வீட்டைச் சுற்றித் தோட்டம் போட்டேன்
தோட்டத்தைச் சுற்றி வேலி போட்டேன்
வேலியைச் சுற்றிக் காவல் போட்டேன்
காவலைப் பற்றிக் கவலைப்பட்டேன்.

வாசித்த முதல் நாளிலேயே எனக்குள் மிக அழுத்தமாகப் பதிந்துவிட்ட, எனக்கு மிகப் பிடித்த கவிதை. ஒரே வாசிப்பில் யாருக்கும் மனப்பாடமாகிவிடக் கூடியது. மிகமிகப் பிரபலமான இந்தக் கவிதையைக் கடக்காத தமிழ் நவீன கவிதை வாசகர் அநேகமாக இருக்கவே மாட்டார்! குழந்தைகளுக்கான எளிய மொழியில், தாளத்தில், தொனியில் எழுதப்பட்டிருந்தாலும், அதன் உட்பொருள் முழுக்க முழுக்கப் பெரியவர்களுக்கானது – குழந்தைகளுக்கு எந்தவிதத்திலும் தொடர்புடையது அல்ல.

குழந்தைக் கதைகளிலும் இதே நிலவரம்தான். பெரும்பாலும் மந்திரவாதிக் கதை; கற்பனையூரில் நடக்கும் கற்பனாதீதக் கதை *(fantasy)*; தவறுக்கு தண்டனை பெற்றோ, தானே மனம் திருந்தியோ, நல்வழிக்குத் திரும்பும் சிறார் பற்றியவை; மனிதர்கள்போலவே நடந்துகொள்ளும் விலங்குகள் புழங்குபவை என்கிற மாதிரிப் பொதுக் கதைகள்; விலங்குகளையும் பறவைகளையும் முன்வைத்து நீதி புகட்டும் ஈசாப் கதைகள் போன்றவை. அந்துவாந் தெ எக்சுபரியின் ‘குட்டி இளவரசன்’, ரிச்சர்ட் பாக்ஹின் ‘ஜொனாதன் லிவிங்ஸ்டன் ஸீகல்’ போன்று

இலக்கிய உச்சம் தொட்ட அபூர்வ விதிவிலக்குகள் குழந்தை களைச் சாக்காக வைத்துப் பெரியவர்களிடம் பேசுகிறவை.

எனவே, குழந்தைகளை முன்னிருத்தி எழுதப்படும் படைப்புகள் பலவும், பல சமயங்களில், பெரியவர்களுக் கானவையேதான். பறவை, கடல், துயரம், தனிமை ஆகியவற்றைப் போல குழந்தைகளையும் ஒரு உபகரணமாகக் கொள்பவை. குழந்தைகளைக் குறியீடாக்கி, முதிரா மனம் கொண்ட பெரியவர்களிடம் ஒருவித விவேகத்தை விதைக்க முயல்பவை.

யதார்த்தவாதக் கதைகளிலும்கூட, உட்பிரதி உள்ள புனைகதைகளில் குறிக்கப்படும் எதுவொன்றுமே குறியீடாக மாறித் தெரியும் வாய்ப்பு இருக்கிறது. புனைகதைகளை விடவும், கவிதைக்குள் இயல்பாகவே நடைமுறையாகும் உருவக மொழி மற்றும் சாய்கோணத்தின் காரணமாக, கவிதையின் புலத்தில் நுழைந்துவிட்ட ஒவ்வொரு பொருளும் ஒவ்வொரு உணர்வும் தம்மளவிலேயே குறியீட்டுத் தன்மை கொள்கிறவை. கவிதையில் இடம்பெறும் காற்றும் கடலும் பறவையும் கொடியும் என அனைத்தும், தத்தமது அசல் இருப்பை விலக்கிவிட்டு, வேறொன்றாக ஆகின்றன – தாமறியாமலே!

இந் நிலையில், குழந்தைகள் உலகம் மட்டும் எப்படி விதிவிலக்காக முடியும்... பாடல்களைப் போலின்றி, கவிதை என்ற உருவமே பெரியவர்களுக்கானதாக உருப்பெற்று விட்டிருக்கும்போது, குழந்தைகளின் உலகத்தைச் சித்தரிக்கும் கவிதைகள், கொம்பு முளைத்த குதிரை என்பதுபோல அபூர்வமானவை; அசாத்தியமானவை.

இதனால்தான், பிரித்தானியரான **ஆலன் அஹ்ல்பெர்க்** (1938–)கின் இந்தக் கவிதை தனித்துத் தெரிகிறது:

ஒரு மீன் தொட்டி இருக்கிறது

எங்கள் வகுப்பறையில்
ஒரு மீன் தொட்டி இருக்கிறது
மீன்கள் இல்லாமல்

வெள்ளெலிக் கூண்டு இருக்கிறது
வெள்ளெலிகள் இல்லாமல்;
செயற்கை எறும்புப் புற்று இருக்கிறது
எறும்புகள் இல்லாமல்; அப்புறம்,
மிஸ் ஹாட்ஜின் அபிப்பிராயம்,
எங்களில் சிலர் தலைகளும்
காலியாய்த்தான் இருக்கின்றன.

சாமான்கள் வைக்கும்
அலமாரி ஒன்று இருக்கிறது
சாமான்களே இல்லாமல்;
பூக்கள் இல்லாத பூந்தொட்டிகள்,
உரிமையாளர் இல்லாத
ரப்பர் விளையாட்டுக் காலணிகள்
கடந்த ஒருவாரமாய்
சிநேகிதன் இல்லாத நான் –
அவன் விடுப்பில் போயிருக்கிறான்

முன்னம்பல் இல்லாத
சிறுமியொருத்தி இருக்கிறாள்
ஒட்ட வெட்டியதால்
தலைமுடியே இல்லாத சிறுவன்
விடைகள் இல்லாத கணக்குகள்
அரைகுறை ஓவியங்கள்
முடிவதற்கான அறிகுறியே இல்லாத
செய்முறைப் பாடங்கள்
மிஸ் ஹாட்ஜைப் பொறுத்தவரை
எங்கள் வகுப்பில்
கழுத்துவரை நிரம்பியிருப்பது
குப்பைக்கூடை மட்டும்தான்.

பள்ளி விட்டு வீடு திரும்பிய குழந்தை பெற்றவளிடம் சொல்லும் தொனி இயல்பாகவே இந்தக் கவிதையில் படர்ந்திருக்கிறது. குழந்தை அடுக்கும் பட்டியல் சாமர்த்தியமற்றது. வெகு இயல்பானது. நடைமுறைக்கு நெருக்கமானது.

இந்தக் கட்டுரைக்காக இன்னொரு தடவை வாசித்தபோது, குழந்தைகளைத் திட்டும் மிஸ் ஹாட்ஜுகளுக்கு அளப்பரிய நன்றியை உரித்தாக்க வேண்டும் என்று தோன்றுகிறது – இல்லாவிட்டால், இப்படியொரு கவிதை கிடைத்திருக்குமா!

37

மரணத்தைப் பேசுதல்

திருக்குறள் மேற்கோள் காட்டப்படாத பேச்சுப் போட்டிகள் நடந்ததுண்டா என்று தெரிய வில்லை! ஆனால், மீண்டும் மீண்டும் மேற்கோள் காட்டப்பட்ட குறள்கள் நூறு, நூற்றைம்பதுக்குள் தான் இருக்கும் என்றே தோன்றுகிறது. எனக்கு எட்டாம் வகுப்பில் பாடம் எடுத்த தமிழய்யா, குறள் காதலர். ஆனால், தம்முடைய காதலை, மேற்சொன்ன எண்ணிக்கைக்குள் சுருக்கிக்கொண்டவர் – அல்லது, எட்டாம் வகுப்பு மனங்களுக்கு அவ்வளவு போதும் என்று அவர் கருதியிருக்கலாம்.

தோராயமாக ஆறு வகுப்புகளுக்கு ஒருமுறை, அவர் எங்களுக்கு எடுத்துச் சொன்ன குறள் ஒன்று உண்டு. சில சமயம் அடுத்தடுத்த வகுப்புகளில்கூடச் சொல்லியிருக்கிறார் – அன்று ஏதாவது மரணச் செய்தி காதில் விழுந்திருக்கும் பட்சத்தில்.

நெருநல் உளனொருவன் இன்றில்லை என்னும்
பெருமை உடைத்துஇவ் வுலகு.

திருக்குறள், குறள் 336

அன்றாடப் புழக்கத்தில் இல்லாத 'நெருநல்' என்ற சொல் மற்றும் அதன் வேரடியை முன்னிட்டோ, நேற்று 'இருந்தவ'னை, நேற்று 'இருப்பவன்' என்று குறிப்பிட்டு, சிறு இலக்கண பேதத்தின்வழி, பேச்சுவழக்குக்கு வெகு அருகில் நெருங்கிவிடும் கவிமொழியின் மேன்மைக்காகவோ இந்தக் குறளை ஒருநாளும் சொன்னதில்லை அய்யா. 'பெருமை' என்ற சொல்லை வெறும்

எதுகைக்காக இல்லை; உயிர்வாழ்வின் தனித்தன்மையை, அநித்தியத்தைச் சுட்டுவதற்காக 'தெய்வப்புலவர்' பயன்படுத்தி யிருப்பதைச் சுட்டவே எங்களுக்கு எடுத்துக் கூறுவார். எட்டாம் வகுப்பு மாணவர்களுக்கு அதுவுமே அதிகம்தான்! மற்றபடி, அந்தச் சொல்லில் ஒளிந்திருக்கும் பகடியை பின்னாளில் நானாகக் கண்டுபிடித்துக்கொண்டேன்!

'பெருமை' என்ற சொல் உலக வாழ்வின் மகத்துவம் அல்லது அபத்தத்தைச் சொல்கிறதா; எத்தனை நெருக்கடிகள் வந்தால்தான் என்ன, நிச்சயம் விடிவு இருக்கிறது என்பதைப் பூடகமாய்க் காட்டி ஆறுதல் சொல்கிறதா; பௌதிக வாழ்க்கை தனது சிறப்பியல்புகளாக சொந்தம் கொண்டாடும் சகலத்தை யும் நையாண்டி செய்கிறதா; அல்லது பெருமை என்பதே அசட்டுத்தனம்தான் என்று தத்துவார்த்தம் கொள்கிறதா என்றெல்லாம் பின்னாட்களில் வியந்து தீர்த்திருக்கிறேன்!

ஆனால், ஒரு கவிதையாக மேற்படிச் செய்யுளை அணுகும்போது கவனத்தில் படுகிற சில அம்சங்கள் உண்டு.

1. முன்னரே பலதடவை குறிப்பிட்டதுதான். கவிதையில், அதிலும் சுருங்கச் சொல்லும் கவிதையில், இடம்பெறும் ஒவ்வொரு சொல்லும் எத்தனை அர்த்த கனம் கொண்டதாகிறது; எத்தனை விதமான கோணங்களுக்கு இடமளிக்கிறது என்பது. மிகமிகப் பிரபலமான கவிதையொன்று:

இல்லாமல் இருப்பது

இருப்பதற் கென்றுதான்
வருகிறோம்
இல்லாமல்
போகிறோம்.

நகுலன், கோட்ஸ்டாண்ட் கவிதைகள், ழ வெளியீடு, பக் 7

'இருத்தல்', 'வருதல் போதல்' என்ற சொற்களில் பொதிந்திருக்கும் அடுக்குமானம் எத்தகையது! பழமொழிக்கீடான நான்கே சொற்கள் கிளர்த்தும் விசாரம்தான் எத்தனை விரிவானது!

2. இன்றைய புழக்கத்தில் இருக்கும் ப்ளாஸ்டிக் டம்ளர், தொலைக்காட்சிப் பெட்டி, ஸ்மார்ட் ஃபோன் இவை யெல்லாம் இடம்பெற்றால் மட்டுமே சமகாலக் கவிதை என்று கொள்ள வேண்டியதில்லை; அல்லது, சமகால மனத்தின் மேலோட்டமான அவசங்களைச் சித்தரித்துவிட்டாலே கவிதையாகிவிடாது.

கவிதைக்குள் நிலவும் காலம் தனித்துவமானது; என்றுமே கடந்தகாலம் ஆகி விடமுடியாத நிரந்தர நிகழ்காலமாக அது திகழ்ந்தால் மட்டுமே சமகாலக் கவிதையாகும். உடனடியாய் நினைவுக்கு வரும் உதாரணம்: 'என்று ஆடை உரித்து அம்மணம் பற்றும் என் பார்வை?' என்ற சுந்தர ராமசாமியின் வரி. தத்துவ விசாரத்தை முன்னிருத்தி எழுதப்பட்ட வரியின் அடியோட்டமாக இருக்கும் ஆதங்கம், எழுதப்பட்ட காலத்தைத் தாண்டிய தீர்க்கமான உளவியல் புகாராகவோ, ஆன்மிகக் கவலையாகவோ பொருள்கொள்கிறது அல்லவா!

3. மனித ஆழ்மனத்தின் நிரந்தரக் கரிசனங்களுக்கும் கவலைகளுக்கும் விடுதலையுணர்வுக்கும் அணுக்கமான கவிதைகள் எல்லாக் காலகட்டத்திலும் புரியக்கூடியவையாகவும், எளிதில் வசீகரித்துவிடுபவையாகவும் இருப்பது. எத்தனையோ மொழிகளிலிருந்து தமிழுக்குப் பெயர்க்கப்பட்ட பழைய தலைமுறைக் கவிதைகள் இன்றும் அர்த்தமுள்ளவையாய்த் தெரியத்தானே செய்கின்றன. பாஷோ 'புலவரை' மேற்கோள் காட்டும் பாரதியின் வரிகள்:

வீடு பற்றியெரிந்தது
வீழு மலரின் அமைதியென்னே!

4. கவிதை தத்துவம் பேச வேண்டியதில்லை, நடைமுறைக் காலகட்டத்தின் உணர்வுச்சங்களைப் பேசினால் போதும் என்று கோரும் தரப்பும் உண்டு. அதற்காக, கவிதையை உருவாக்க ஒரு சொட்டுக் கண்ணீர் போதும் என்று அவசரமாக முடிவெடுக்க வேண்டியதில்லை – எந்தக் காலகட்டத்தின் கவிஞர்களும் வாசகர்களும் விமர்சகர்களும்.

மேற்சொன்ன குறளுக்கு நிகராக அய்யா மேற்கோள் காட்டிவந்த இன்னொரு குறளையும் குறிப்பிட்டு விடுகிறேன்:

உறங்குவதுபோலும் சாக்காடு உறங்கி
விழிப்பது போலும் பிறப்பு.

திருக்குறள், குறள் 339

இதை ஒப்பித்துவிட்டு, முன்பே பலதடவை சொன்ன அதே விளக்கத்தை வேண்டுமென்றேயோ, பழக்கவசத்தாலோ, ஞாபக மறதியாகவோ இன்னொரு தடவையும் சொல்வார். இரண்டு குறள் சந்தர்ப்பங்களிலும், நாட்டுப்பாடல் போன்ற இன்னுமிரண்டு வரிகளைத் தவறாமல் சொல்லி முடிப்பார்!

தூங்குகையில் வாங்குகிற மூச்சு
சுழிமாறிப் போனாலும் போச்சு.

துல்லியமான இலக்கண வரையறைகளுக்குட்பட்ட குறளுக்கும், தன்னிச்சையாக உதிர்க்கப்பட்ட, பகடியான தொனி கொண்ட எளிய வரிகளுக்கும் இடையே எத்தகைய சமத்தன்மை நிலவுகிறது!

இந்தப் பத்தியை எழுதி முடித்தவுடன், அய்யாவின் முகம் துல்லியமாக எழுந்து வருகிறது. நாங்கள் ஒன்பதாம் வகுப்பு சேர்ந்தபோது அவர் ஓய்வுபெற்றார்; அடுத்த மாதமே காலமாகிவிட்டார். இந்தக் குறள்களையும் வரிகளையும் அடிக்கடி குறிப்பிட்டதற்கு அவருடைய உள்ளுணர்வு அல்லது முன்னுணர்வு காரணமாய் இருந்திருக்குமோ என்றுகூடத் தோன்றுகிறது. அது ஒரு குறுங்கதை அல்லது சிறுகதைக்கான விஷயம் என்றும் படுகிறது.

இறுதியில்
இந்தச் சாலையில்தான்
வந்து சேர்வேன் நான் என
நன்றாகத் தெரியும்.
ஆனால்,
இன்றுதான் அந்த நாள் என்று
எனக்குத் தெரியாது நேற்று.

நாரிஹிரா, ஜப்பான், 825–880, பெயரற்ற யாத்ரீகன்,
மொ/பெ யுவன் சந்திரசேகர், நூல்வனம், பக்.151

அய்யாவின் மாணவன் நான் என்பதை எனக்கே உறுதிப் படுத்திக்கொள்ளும் விதமாக, ஏகப்பட்ட பேர்களிடம், ஏகப்பட்ட சந்தர்ப்பங்களில் இந்தக் கவிதையை எடுத்துரைத்திருக்கிறேன்! கேட்பவர் கவிதை வாசகரா என்பதெல்லாம் இரண்டாம் பட்சம். வாசித்த அல்லது சொல்லக்கேட்ட அனைவருக்குமே உடனடியாக இந்தக் கவிதை புரிந்துவிட்டது என்பதோடு, பிடிக்கவும் செய்திருக்கிறது!

பல ஆண்டுகளுக்குப் பின்பு, சில நாள் முன்பு, காலைநடை உரையாடலில் இந்தக் கவிதையைக் கேட்ட நண்பர் இன்னொரு கோணத்தை அறிமுகப்படுத்தினார்:

'இன்றுதான் அந்த நாள்' என்று அனுபவபூர்வமாக அறிந்துவிட்ட பிறகு, அதை எனக்கு எடுத்துச் சொல்வதற்கு அந்த நபர் இருப்பாரா!

எவ்வளவு தர்க்கபூர்வமான கேள்வி.

ஆனால், நடைமுறைத் தர்க்கத்தை அடிபிறழாமல் பின்பற்ற வேண்டிய நிர்ப்பந்தம் கவிதைக்கு, சற்று விரிவான

நிலவைச் சுட்டும் விரல்

அர்த்தத்தில் எந்தவொரு கலை முயற்சிக்குமே, கிடையாது; 'மிகப் பல சந்தர்ப்பங்களில் தர்க்கமீறலே கலையுணர்வின் ஆதார அம்சமாகவும் வசீகரமாகவும் இருக்கிறது அல்லவா' என்று பதிலுக்குக் கேட்டேன்...

ஆனாலும், மேற்படிக் கேள்வி வேறொரு திசையில் இழுத்துச் சென்றது... அப்படியானால், அந்தக் கவிதை பௌதிக மரணத்தைப் பற்றி மட்டுமே பேசவில்லையோ?

கனிவோ கரிசனமோ அங்கீகாரமோ கிடைக்காமல் போகும்போது ஒரு தனி மனம் எதிர்கொள்ளும் உளவியல் மரணத்தையும் கணக்கில் எடுத்துக்கொள்ள வற்புறுத்தும் கவிதை இது என்று பட்டது. அப்போது, அன்றாடத்தின் பல்வேறு கூரிய முனைகளில் குத்துண்டு, மரித்து மரித்துப் பிறக்கும் சாமானிய மனத்தின் கூற்றாக ஆகிவிடுகிறதல்லவா மேற்சொன்ன கவிதை...

உடனடி வாசிப்பில், இந்தக் கவிதை பௌதிக மரணத்தை மட்டும் பேசுகிறது என்று வாங்கிக்கொள்ளும் மனம், உள்மடிப்பு ஒன்றைப் பெற்றுக்கொள்ளும் கணத்தில் தானும் இறந்து, விசேஷமான புதிய அர்த்தத்தைப் பெற்றுக்கொள்ளும் கணத்தில், புதிதாகப் பிறந்துவிடுகிறதுதானே.

பாரதியின் வார்த்தைகளில், 'இன்று புதிதாய்ப் பிறக்க' வேண்டுமானால், 'வழக்கம்போல' நேற்று இறந்தாக வேண்டும் போல!

ஆக, இந்தக் கட்டுரையில் குறிப்பிடப்பட்ட கவிதை வரிகள் அனைத்துமே மரணத்தைப் பேசுகின்றன என்றாலும், அவை பேசும் மரணம் ஒன்றே அல்ல என்று ஆகிறது அல்லவா!

38

அறிவியல் கவிதை

உரைநடையின் வருகையையொட்டி, பிற அறிவுத் துறைகள் செய்யுளைவிட்டு விலகின. செய்யுள், இலக்கியத்துக்கான பிரத்தியேக உருவமானது. நவீன கவிதை தலையெடுத்தபின், உரைநடையை மிக நெருங்கிய கவிதை வரிகள் புழக்கத்துக்கு வந்துசேர்ந்தன. ஆனாலும், பேசுபொருள் அளவில், மெய்யியலும் தத்துவமும் மட்டும் தமிழ்க் கவிதையை விட்டு அகலமாட்டோம் என்று ஆவிசேர்த்துக் கட்டிக்கொண்டன! அறமின்மையின் சுதந்திரத்தைப் பேசும் கவிதைகளும், அறத்தையே நினைவூட்டுகின்றன! அறிவியலுக்கும் இதே ஆசை இருக்கலாம்! இணையத்தில் கிடைத்த ஒரு கவிதை. எகல் போஹன் என்பவர் எழுதியது:

> அறிவியலைக் கடவுளுடன்
> குழப்பிக்கொள்ள வேண்டாம்
> இருவரும் ஒன்றேதான்
> வெவ்வேறு பெயர்கொண்ட
> ஒரே வியக்தி.

கவிஞர் பற்றிய குறிப்பு கிடைக்கவில்லை.

தமிழ் நவீன கவிதையை விட்டுக் கடவுள் விலகிப்போன அதேவிதமாக, அறிவியலும் விலகியே நிற்கிறது. இயல்பாகவே அறிவியல் மனோபாவம் ஓங்கியிராத இந்திய/தமிழ்ச் சூழலில் கவிதைக்குள் அறிவியல் வருவதற்கான காலகட்டம் கனிவதற்கு

இன்னும் வெகுகாலம் பிடிக்கும் என்று தோன்றுகிறது. தமிழ்ப் புனைகதைக்குள் நுழைந்துவிட்ட அறிவியலும் இன்னும் காத்திரம் பெறவில்லை.

மெர்க்குரி என்றோ மோனாக்ஸைடு என்றோ சொற்களைப் புழங்கிய மாத்திரத்தில் அறிவியல் கவிதை எழுதிவிட்டதான பாவனையும் நிறைவும் தமிழ்ச் சூழலில் நிரம்பிவிடுவதைப் பார்க்கிறேன். சமகாலத்தில், அறிவியல் கருதுகோள்களை முன்னிருத்தி எழுதும் இளம் கவிஞர்களின் கவிதைகளை மேற்கோள் காட்ட ஆசைதான்; இன்னும் பொருத்தமாகவும் இருக்கும். ஆனால், அவற்றின் குறைபாடு களைப் பற்றியும் பேச வேண்டி வருமல்லவா! எதிர்மறையான கருத்துகளை எதிர்கொள்ள விரும்பாத பூஞ்சை மனங்களுடன் உரையாடத் தயக்கமாய் இருக்கிறது. தயக்கமும் பூஞ்சை மனத்தின் இன்னொரு குணாம்சம்தான்!

'கவிஞர்கள் வேறு; கவிதை எழுதுபவர்கள் வேறு' என்று பாரதி ஒரு கட்டுரையில் சொல்கிறார். அதே ரீதியில், தொழில்நுட்பவியலாளர் வேறு; அறிவியலாளர் வேறு. அறிவியலின் ஆதாரக் கேள்வியும் விசாரணையும், தத்துவ முனைகள் கொண்டவை. தொழில்நுட்பமோ பயன்பாட்டு மதிப்பையும் செய்நேர்த்தியையும் அக்கறைகளாய்க் கொண்டது.

அறிவியற் கோட்பாட்டை உரிய விதத்தில் கவிதை உபகரணமாகப் பயன்படுத்துகிறவருக்கு, அறிவியல் ஞானமும் கவிதை நுட்பமும் ஒருசேரக் கைவரப் பெற்றிருக்க வேண்டும். பிரமிளின் *E = Mc2* கவிதை நினைவு வருகிறது. முன்னிறுத்தும் கோட்பாட்டை மட்டுமின்றி, மொழியின் வேகத்தையும், பேசுபொருளின் கனத்தையும் ஒருங்கே சுமந்த கவிதை அது. அறிவியலாளர்கள் தமது உச்சபட்ச மனநிலையில் பேசும்போது, அறிவியலே கவிதையின் மொழியில் ஒலிப்பதையும் கேட்க முடிகிறது. முன்னரே மேற்கோள் காட்டப்பட்ட உலகப் புகழ்பெற்ற அறிவியலாளர், ரிச்சர்ட் ஃபெய்ன்மேனின் ஒரு வாசகம்:

> நான்... அணுக்களாலானதொரு பிரபஞ்சம்; பிரபஞ்சத்தில் ஓர் அணுத் துகள்.

கவிதைபோலவே ஒலிக்கவும் பொருள்கொள்ளவும் செய்கிறது அல்லவா!

ஜூலியோ கொர்த்தஸார் *(1914–1984)* எழுதிய இன்னொரு கவிதை:

முன்னேற்றமும் பின்னடைவும்

ஈக்கள் ஊடுருவக்கூடிய ஒருவகைக் கண்ணாடியைக் கண்டுபிடித்தார்கள். ஈ வரும், தலையால் லேசாக முட்டும், மறுபக்கம் சென்றுவிடும். அளப்பரிய குதூகலம் கொள்ளும்.

ஹங்கேரிய விஞ்ஞானி ஒருவரால் இது மொத்தமும் சிதைந்துபோனது. ஈயால் நுழைய முடியும்; ஆனால் வெளியேற முடியாது. அது ஒருவழிப் பாதை மட்டுமே என்று கண்டறிந்தார் அவர். நார்த்திசுக் கட்டிபோன்று இருக்கும் கண்ணாடியிலோ, அதன் இழைகளின் நெகிழ்வுத்தன்மையிலோ என்ன மாயம் ஒளிந்திருக்கிறது என்று அவருக்குப் புரியவில்லை.

உடனடியாக, ஈக்களைப் பிடிக்கும் பொறி ஒன்றை அவர்கள் உருவாக்கினார்கள். உள்ளே ஒரு சர்க்கரைக் கட்டி. பலப்பல ஈக்கள் பரிதாபமாக அழிந்தன. இந்த ஜீவராசிகளுடன் சாத்தியமாகியிருக்கக் கூடிய சகோதரத்துவம், உடனடியாய் முடிந்துபோனது. பாவம், அவற்றுக்கு இன்னும் கொஞ்சம் அதிர்ஷ்டம் இருந்திருக்கலாம்.

CCCO அனைத்துலகக் கவிதைத் தொகுப்பு, பக் 204

தொழில்நுட்பம் மனிதகுலத்தைத் தனிமைப்படுத்துவது பற்றிய கவலை ஒலிக்கும், நேரடியான உரைநடைக் கவிதை இது. ஒருபுறம் பிரபஞ்சத்தின் பல்வேறு மர்மங்களைத் துழாவியறிந்தவாறே, அபரிமிதமான பிரபஞ்சத் தனிமைக்குள் மனித குலத்தை ஆழ்த்துவதில், அறிவியலும் தொழில்நுட்பமும் கைகோத்துச் செயல்படுவதையும் சுட்டிக்காட்டுகிறது!

ஹைட்டியில் பிறந்த, சமகால, அமெரிக்கப் பெண்கவி **டேனியல் லெக்ரோஸ் ஜார்ஜஸ்** எழுதிய கவிதை:

எக்ஸ்-ரே

ஜனங்கள் அறியவேண்டிய முக்கியத் தகவல் என்ன?
நான் மனிதப் பிறவி என்பது.
மிகவும் வெளிப்படையாக ஆகிவருகிறேன் என்பது.
உடம்புக்குள் என்ன இருக்கிறது என்பதை
ஒரு எக்ஸ்-ரே தெளிவுபடுத்திவிடுகிறது.
பதிலைத் திறந்துவைக்கும்
ஒரு கேள்வி அது.
ஒரு அறிதல் முறை.
நுண்ணோக்கியின் அடியில்
நீங்கள் காணவியலும் பேரழகான
பிற பொருட்கள் நடுவே

புரதத் துகளையும் காண முடியும். அது
கூரியதாக, திரும்புவதாக,
பெண்ணின் சுருண்ட கேசம்போல சுருள்வதாக
இருப்பதையும் காணலாம்.
எக்ஸ் என்பதைச் சுட்டும் சாட்சியங்களை
தகவல்களின் இசையை
தேடி உழைக்கிறேன் –
அது வழங்கும் உணர்வை.

விஞ்ஞானியாய் இருப்பது என்பது
90 சதவீதம் தோல்வி. அது ஒரு சோதனை.
ஒரு பிசகு. 10 சதவீதம் அபாரமானது.

என் வாழ்க்கை ஒரு கண்ணாடி.
அறியப்படாததை எதிர்த்த போராட்டம் அது.
வளர்ந்துவரும் சான்று –
அறியப்பட்டவற்றுக்கு.

இணையத்திலிருந்து

தொழில்நுட்பத்தின் ஒரு முக்கியப் புள்ளியைப் பற்றிப் பேசத் தொடங்கி, அறிவியலின் ஆதார நிலைப்பாடு ஒன்றில் சென்று முடியும் கவிதை.

ஒட்டுமொத்தமாக மனிதகுலத்துக்கும் அறிவியலுக்குமான உறவுநிலை பற்றிப் பேசும் இன்னொரு கவிதை. முந்தைய கட்டுரையொன்றில் குறிப்பிடப்பட்ட **ஜேஸன் டானிகுச்சி** *யுடையது:*

ஒளியைவிட வேகமாக

நூறுநூறு ஆண்டுகள் தீவிர ஆராய்ச்சிக்குப் பிறகு,
ஒளியைவிட வேகமாக வெளியில் பயணம் செய்யும்
சூட்சுமத்தைக் கண்டறிந்துவிட்டது மனித குலம். ஆனால்,
முதல் வண்டி ஒளியின் வேகத்தைத் தாண்டியபோது,
முழுக்கமுழுக்க எதிர்பாராத ஒன்று நிகழ்ந்தது: ஒளியின்
வேகம் அதிகரித்தது. அதாவது, நம்பப்பட்டதுபோல, ஒளியின்
வேகம் நிலையானது அல்ல என்று தெரியவந்தது. தனக்கு
நிகரான போட்டியாளனுக்காகக் காத்திருந்திருக்கிறது ஒளி;
அவ்வளவுதான். மனிதகுலம் அறச்சீற்றம் கொண்டது.
மேலதிக வேகங்களால் பதிலடி தந்தது. தன் பங்குக்கு,
முந்தைய சாதனைகள் அனைத்தையும் உடைத்தெறிந்தது
ஒளி. மனிதர்கள் இன்னும் வேகமெடுத்தார்கள்; ஒளி
இன்னும் வேகமாய்ப் பாய்ந்தது. இறுதியில், மனிதகுலமும்
ஒளியும் படுவேகமாக விரைந்ததில், இருவரும் சேர்ந்து
பேரண்டத்தைவிட்டு வெளியேறிவிட்டனர். அதற்கப்புறம்
இருவரைப் பற்றியும் தகவல் இல்லை.

அண்டவியல் பற்றியும், அறிவியலின் ஊக்கியாகச் செயல்படும் மனித மனத்தின் ஆவலும் அகந்தையும் பற்றியும் பேசும் உரை நடைக் கவிதை. ஒளியும் மனித குலமும் அற்ற பேரண்டத்தைப் பற்றித் தகவல் சொல்ல எஞ்சியிருக்கும் மகாவியக்திதான் எது என்ற புதிரும் ஒருபோதும் தீராதது!

தத்துவார்த்தக் கவிதை தத்துவத்தைக் கவிதையின் மொழியில் பேச வேண்டும் என்றால், அறிவியல் கவிதை அறிவியலின் அறவியலைப் பேச வேண்டும் என்பதும் சரியான சமன்பாடுதானே!

39

கவிதையின் இருண்மை

தமிழ் நவீன கவிதைமீது உள்ள தீராப் புகார்களில் ஒன்று அதன் இருண்மை அல்லது புரியாத்தன்மை. 'இருண்மை' என்ற சொல்லே, நவீன கவிதைப் புலம் பிறப்பித்த கலைச்சொல்தான். இந்த இடத்திலேயே அந்தப் புலத்தின் தன்னியல்பான புரியாமையும் பிறந்துவிடுகிறது! மேலும், பிச்சமூர்த்தியின் காலத்துக்கு முன்னர்வரை எழுதப்பட்ட அத்தனை கவிதைகளையும் ஒன்றுவிடாமல் வாசித்து, தலைகீழ்ப்பாடமாக அறிந்து வைத்திருக்கும் ஒரு சமூகம் இப்படியொரு புகாரை முன்வைப்பது நியாயமே!

'என் தாய்மொழியில்தானே எழுதப்பட்டிருக்கிறது; நானும் உன்னிப்பாகத்தான் வாசிக்கிறேன்; பிறகு ஏன் எனக்குப் புரிய மறுக்கிறது' என்ற ஆதங்கமும் நியாயமானதுதான். செய்தித் தாள்கள், தொலைக்காட்சி, வானொலி, பத்திரிகைகள், பதிப்பகங்கள், மின்னியல் ஊடகங்கள் என எங்கெங்கும் இலக்கண சுத்தமாக, உச்சரிப்பு சுத்தமாகக் கொண்டாடப்படும் மொழியின் உடமையாளர்கள் என்ற அளவில் 'என் மொழி' என்ற கோரிக்கை மிகமிக நியாயமானது!

திரைப்பாடல்களிலேயே உச்சபட்ச கவிச்சுவையை உணர்ந்து திருப்திப்பட்டுவிடும் பொதுமனம், தான் இருக்கும் இடத்தை விட்டு ஒரு இம்மிகூட விலகாமலே, நவீனகவிதை தனக்குப் புரிந்தாக வேண்டும் என்று கோருவது தமிழ்ச் சமூகத்தின் தனித்துவமான விந்தை!

யுவன் சந்திரசேகர்

நான் வாசிக்க ஆரம்பித்து, நவீன கவிதைகளுடன் ரகசியப் போராட்டம் ஒன்றை ஓயாமல் நிகழ்த்திக்கொண் டிருந்த காலத்தில், யதேச்சையாக வானொலியில் ஒலித்த திரைப்பாடலை, விருந்தாளியாக வந்திருந்த உறவினர் கொண்டாடித் தீர்த்தது நினைவில் வருகிறது:

ஞாயிறு என்பது கண்ணாக
திங்கள் என்பது பெண்ணாக
செவ்வாய் கோவைப்பழமாக

இந்த வரிகளைக் கேட்ட மாத்திரத்தில் அவர் அடைந்த பரவசமும், மலர்ந்த முகத்துடன் 'என்னமா எழுதியிருக்காண்டா, என்னமா எழுதியிருக்கான்' என்று புளகித்ததும்கூடத்தான்!

சிக்கல் உருவாகும் முதன்மையான இடம் இது. பொது ஓட்டக் கவிதைகள் ரஞ்சகமான சாமர்த்தியம் கொண்டவை; சமூகப் பொதுமனத்தைக் கிளுகிளுக்க வைக்கும் விதமாகப் பேசுகிறவை; அதன் தொகுப்பில் ஏற்கனவே பதிந்திருக்கும் அபிப்பிராயங்களை உறுதிப்படுத்த உழைக்கிறவை. முன்னரே தெரிந்திருப்பவற்றை, இன்னும் கொஞ்சம் அழகுற, நயம்பட உரைத்துவிட்டாலே போதும், கவிதை நிகழ்ந்துவிடும் என்ற நம்பிக்கையை வளர்ப்பவை.

இரண்டாவது, நவீன கவிதை சொற்களைக் கோக்கும் விதத்தை, அதற்குப் பின்புலமாய் இயங்கும் உத்தேசத்தை, சொற்களுக்கும் வரிகளுக்கும் இடையில் இலங்கும் இடை வெளியை, புரிந்துகொள்வதில் உருவாகும் சிக்கல். கவிதையில் செயல்படும் கண்ணிகள் ஒவ்வொன்றும் துலாம்பரமாகத் தெரியும்போதும், அவற்றைக் கோக்கும் சரடு வெளிப்படையாக இல்லாதிருப்பது நவீன கவிதையை மர்மமானதாக்கு கிறது. 'எனக்குப் புரியாத ஒரு சொல்லும் இல்லை; ஆனாலும் புரியவில்லை – அதாவது, இது ஏன் கவிதை என்றுகூடப் புரியவில்லை' என்பது.

ஒரு முனையைப் பற்றிவிட்டால் முழுச் சரமும் ஆரமாகும். குறைந்தபட்சக் கவிதை ஆர்வமும், நவீன வெளிப்பாட்டின் வரலாறு தொடங்குமிடத்தை அறிந்துகொள்ளும் அக்கறையும் இருக்கும் பட்சத்தில் சிக்கல் பெருமளவு குறைந்துவிடும் என்றே படுகிறது. வெறும் பாவனையாக மொழியைப் பயன் படுத்தி யாக்கப்படும் கவிதைகளை விட்டுவிடலாம் – நவீன கவிதையின் மொழியில், சாயலில் எழுதப்படும் பொது ஓட்டத் தக்கைகளுக்கும் குறைவில்லாத காலகட்டம் இது!

நிலவைச் சுட்டும் விரல்

கவிதைக்கென்றே ஒருவிதச் சாய்வுமொழி இருக்கிறது. அலங்காரம் சார்ந்து, பொருள்நயம் சார்ந்து; விவரிப்பின் தீவிரம் சார்ந்து; பெறுபொருளின் அக்கறைகள் சார்ந்து; வாசகருக்கும் கவிஞருக்குமான விளையாட்டின் இன்பம் சார்ந்து; கவிதைக்குள் பொதிந்த ரகசியத்தை தானே கண்டுபிடித்து மகிழ்வதற்கான சுதந்திரத்தை வாசகருக்கு அளிக்கும் பொருட்டுக் கவிஞர் விடுக்கும் இடைவெளிகள் சார்ந்து; மொழியால் அத்தனை சுலபமாகச் சுமக்க முடியாத தீவிரமான சிந்தனையைத் தரித்த கவிஞர், அதேவிதமாகப் பதிவுசெய்வதையொட்டி; சிந்தனையின் தீவிரத்தைச் சுருக்கமாகவும் கச்சிதமாகவும் சொல்ல முற்படும்போது; நேரடியான சொல்முறையின் அலுப்பை விலக்கி அழகாகச் சொல்ல முனையும் அவரது ஆர்வத்தால்; அல்லது தமக்கே தெளிவில்லாததை மொழிக்குள் நடத்த முனையும் அவரது அவசரத்தால்; மொழியின்மீது முழுமையான பிடிப்பு கவிஞருக்கோ வாசகருக்கோ இல்லாமல் போகும்போது...

அல்லது, மேலே அடுக்கிய பட்டியலில் விடுபட்ட பிரத்தியேகக் காரணம் எதையோ முன்னிட்டு – கவிதையின் மொழி நடைமுறை மொழியிலிருந்து விலகிவிடுகிறது.

ஒன்றைச் சொல்ல முனையும்போது சிறு இடைவெளியை உருவாக்கும் மரபு தமிழ்க் கவிதையில் இருந்தே வந்திருக்கிறது. இன்பத்துப்பால் குறள் ஒன்று,

> செல்லாமை உண்டேல் எனக்குரை மற்றுநின்
> வல்வரவு வாழ்வார்க் குரை.

திருக்குறள், குறள் 1151

என்கிறது.

'பிரிந்துபோகப் போவதில்லை என்றால் மட்டும் என்னிடம் சொல்; போய்த்தான் ஆக வேண்டுமென்றால், நீ திரும்பிவரும் போது உயிரோடிருப்பார்களே, அவர்களிடம் சொல்லிக்கொள்' என்று மிரட்டும் இணை ஆண்பாலா, பெண்பாலா என்பது கவிதைக்குள் இல்லை. பிரிவாற்றாமை தாளாது உயிரை விட்டுவிடுவேன் என்ற நேரடியான பிரகடனம் இல்லை. தானே இல்லாதபோதும் தனது இணை திரும்பிவரக்கூடும் என்ற நம்பிக்கையையும்; அவ் வருகை, 'நல்வரவு' அல்ல, 'வல்வரவு' என்று குறிப்பிடும் பூடகத்தையும் ஒருங்கே கொண்டிருக்கிறது கவிதைசொல்லியின் மனம்!

இவ்வளவும் முதல் வாசிப்புக்கு ஒரு சாதாரண மனத்திலேயே உதித்துவிடக்கூடிய அவதானங்கள். உரையாசிரியர்கள்

எப்படியெல்லாம் விரித்துரைத்து இதைச் சிக்கலான செய்யுளாக்கி யிருக்கிறார்கள் என்பதை சாவகாசமாக இருக்கும் போது வாசித்துப்பார்க்க வேண்டும்!

கண்ணனின் மனநிலையை விசாரித்து வருமாறு தோழியிடம் கண்ணம்மா வேண்டுவதாக எழுதப்பட்ட பாரதியின் பாடலில் ஒரு வரி இப்படிச் சொல்கிறது:

> தீர ஒருசொல் இன்று கேட்டுவந்திட்டால் – பின்பு
> தெய்வம் இருக்குதடீ தங்கமே தங்கம்.

‘முடிவாக என்னதான் சொல்கிறான் என்று விசாரித்து வந்துவிடு’ என்று கறாராகச் சொல்லிய மாத்திரத்தில், நிச்சயம் எதிர்மறையாகத்தான் பதில்வரும் என்ற ஆதங்கமோ என்னவோ, அந்த பதில் தன்னை என்ன செய்யும், தான் என்ன செய்வாள் என்று நகராமல், ‘பின்பு கடவுள் விட்டவழி’ என்று சுய சமாதானமாகவோ, அல்லது ‘கடவுள் தண்டிக்கட்டும் அவனை’ என்ற சாபமாகவோ நிற்கும் அடுத்த வரிக்கும் முந்தைய வரிக்கும் இடையில் இடம் பெற்றிருக்கும் பெருமூச்சும் சேர்ந்ததுதானே கவிதை! அதன் உஷ்ணம், எந்தக் காலத்தைய, எந்தத் தலைமுறையைச் சேர்ந்த வாசகரானாலும் உணரக்கூடியது தானே...

உணர்வுச்சம் ததும்பும் இடைவெளிகளை நிறுவுவது கவிதை எனும் மகாவடிவத்தின் ஆதார சூத்திரங்களில் ஒன்று. எனவே, கவிதையை அணுக வேண்டியது ‘புரிந்து’ கொள்வதற்காக அல்ல; ‘உணர்ந்து’ கொள்வதற்காக என்று ஆகிறது!

எண்பதுகளில் எஸ் வி ஆரின் ஆசிரியத்துவத்தில் வெளிவந்து, சிறு பத்திரிகைப் பாரம்பரியத்துக்கேற்ப, சில இதழ்களோடு நின்றுவிட்ட ‘**இனி**’ இதழில் வெளியான வாசகர் கடிதம் ஒன்று, கவிதை வாசிப்பில் இன்றுவரை எனக்கு உதவி வருகிறது. அதன் ஒரு பகுதி, மூன்றுவிதமான மௌனங்களை விவரிக்கிறது – உதாரணங்களோடு. சாரத்தை மட்டும் இங்கே தருகிறேன்:

1. **பொருள் மௌனம்:** ஒரு சொல்லோ, வரியோ அகராதி அர்த்தத்தை மீறிய அர்த்தத்தை விளைவிப்பது. ‘கடலோரம் காலடிச் சுவடு’ என்கிற, சுந்தர ராமசாமியின் கவிதை வரி, ‘நிலையற்ற, எளிதில் அழிந்துவிடக்கூடிய’ என்ற பொருளைத்தானே குறிக்கிறது. ஆனால், தான் சொல்கிற அர்த்தத்தைப் பற்றி மௌனமாக இருக்கிறது இந்த வரி.

2. **இட மௌனம்:** உணர்ச்சி மிகுதியால் அடுத்த வரிக்குச் செல்ல முடியாமல் வாசகரைப் பீடிக்கும் மௌனம். பாரதியின்

‘எந்த நேரமும் நின் மையல் ஏறுதடீ’ என்ற வரி, படிப்பவனையும் சரி, பாடுபவனையும் சரி தான் வெளிப்படுத்தும் உணர்ச்சியின் ஆழத்தினால் மேலே செல்லவிடாமல் கட்டி இறுக்கி நிறுத்துகிறது.

3. **தூண்டுதல் மௌனம்**: ஒரு குறிப்பிட்ட வார்த்தை, குறிப்பிட்ட சூழலில் பயன்படுத்தப்படும்போது வாசக அடிமனத்தில் கலாசார ரீதியாக எழுப்பும் மௌனம். கலாப்ரியாவின் ‘எட்டயபுர’த்தில், சாதாரண மக்களின் சாதாரணச் செயல்கள் கவிதை வரிகளாக உருப்பெறும்போது, மண்சார்ந்த பல்வகை உணர்வுகளைத் தூண்டி, புதிய தரிசனங்களைத் தந்துவிடுகின்றன.

இந்தக் கடிதத்தை எழுதியவர், நண்பர்களால் எம் டி எம் என்று அழைக்கப்படும் திரு. எம் டி முத்துக்குமாரசாமி!

சுந்தர ராமசாமி மொழிபெயர்த்த கவிதையொன்று. **வில்லியம் கார்லோஸ் வில்லியம்ஸ்** எழுதியது.

இவ்வளவுதான் சொல்ல

ஐஸ் பெட்டியில் இருந்த
ப்ளம் பழங்களை
நான் தின்றுவிட்டேன்

ஒருக்கால்
காலை உணவுக்காக
நீ வைத்திருந்ததோ
என்னவோ

என்னை மன்னித்து விடு
ரொம்ப ருசி அவை
ஒரே தித்திப்பு
சில்லென்று

காலச்சுவடு, இதழ் 8, அக்டோபர்–டிசம்பர் ‘89

இந்தக் கவிதையில் நிகழும் மௌனம் எத்தகையது என்று பரிசீலிக்கலாம்.

என் வரையில், ‘உணவுக்காக’, ‘தின்பது’ என்ற இரண்டு சொற்களுக்குமான இடைவெளியில் கவிதை நிகழ்கிறது என்று தோன்றுகிறது. பழங்களின் சுவையை, குற்றவுணர்வின் ருசியாகவும் வனைந்துகொள்ள முடியும்! அவற்றின் தித்திப்பு ‘சில்லென்று’ இருப்பது, ஐஸ்பெட்டியில் இருந்ததனால் மட்டும்தானா!

40

புரியாத்தன்மையின் தலைமகன்

முந்தைய கட்டுரையில் குறிப்பிட்டதுபோல, நவீன கவிதையின் மீதான ஆகப் பெரிய புகார் அது புரிவதில்லை என்பது. விதிமுறை, தெளிவானது; எல்லாக் கலைகளையும்போலவே கவிதையும் 'உணரப்பட' வேண்டிய ஒன்றுதான். வாசக மனம் தனக்குத் தெரிந்ததையெல்லாம் கவிதைக்குள் நிரப்பிப் பார்க்க முனையும்போது கவிதை மேலும் சிடுக்காகிவிடுகிறது. திறந்த மனத்துடன், வெறுங்கைகளுடன் நெருங்கும் மனத்துக்குத் திறக்காத கவிதைகள் அநேகமாக இருக்காது என்றே சொல்வேன்.

ஆனால், வழக்கமான, அவசர வாசிப்பைத் தவிர்த்துவிட்டு, ஒவ்வொரு வரியையும் ஒவ்வொரு வார்த்தையையும் பிரத்தியேக கவனத்துடன் அணுகினால் மட்டுமே, கவிதை ஒரு உணர்வாக வாசகரிடம் தொற்றும். இதன் உபவிதி ஒன்றும் இருக்கிறது; கவிதையில் உணர வேண்டியது – சொல்லப்பட்டவற்றின் ஊடே ஒளிந்திருக்கும் சொல்லப்படாதவற்றை. ஒருவேளை, எதுவும் புரியாத திகைப்பை வாசகரிடம் உருவாக்குவதே கவிஞரின் உத்தேசம் என்னும் பட்சத்தில், புரிந்துகொள்ளும் முயற்சி, அந்தக் கவிதையை இன்னும் தொலைதூரத்துக்கு நகர்த்திவிடாதா!

பெரும்பாலான சந்தர்ப்பங்களில், கவிதையில் வெளிப்படையாகச் சொல்லப்பட்டவை கருத்து சார்ந்தும், சொல்லப்படாதவை உணர்வு சார்ந்தும் இருப்பது ஒரு சுவாரசியம்தான்!

சுந்தர ராமசாமியின் பிரபலமான கவிதை வரியை மீண்டுமொருமுறை நினைவுகூரலாம்.

சிலையை உடை என் சிலையை உடை

என்ற நேரடி வாக்கியத்தில் தொனிப்பது, பிம்பங்களை உருவாக்குவதும், மிகுந்த பக்தியோடு அவற்றைப் பின்தொடர்வது மான மானசீகச் சீட மனோநிலையை நோக்கிய எச்சரிக்கை. 'போதிப்பவன், கற்பவன், போதனை என்ற மூன்று புள்ளிகளும் ஒன்றே' என வாழ்நாள் முழுக்க வாதித்து வந்த ஜே. கிருஷ்ண மூர்த்தியுடைய வலியுறுத்தலின் சாரமான ஒற்றைவரி இது. சிலையை உடைக்க வேண்டியதன் அவசியத்தை அடுத்த வரியில் விளக்குகிறது கவிதை:

கடலோரம் காலடிச் சுவடு

இரண்டு வரிகளுக்கும் இடையே ஒளிந்திருக்கும் 'ஏனென்றால்' என்ற சொல்லை அகழ்ந்தெடுக்காவிட்டால், ஒன்றுக்கொன்று தொடர்பற்ற, சிதறலான இரண்டு வாக்கியங்களாகவே இவை புலப்படக்கூடும். ஆமாம், வரிகள்தோறும் தாவிச்செல்லும் நவீன கவிதையின் இயல்பை அறிந்துகொள்ள இயலாத பட்சத்தில், கவிதைக்குள் இருப்பதாகத் தென்படும் இருள் அதிகரிக்கத்தான் செய்யும்.

ஜே. கிருஷ்ணமூர்த்தி காலம் முழுக்கப் போதித்ததன் சாரத்தை, ஒரேயொரு உதாரணக் காட்சியில் நிறுவிவிடும் சூத்திர நிலை, கவிதை என்ற வடிவத்தின் மகத்தான பெருமிதம்.

இதில் வாசகருக்கு இருக்கும் செய்தி, வரிகள் தாவும் அதே கதியில் தானும் எவ்விக் கடந்தால் மட்டுமே கவிதையின் அந்தரங்கம் புலப்படும் என்பது...

புரியாத்தன்மை என்ற சொற்றொடரோடு பின்னிப் பிணைந்திருக்கும் ஒரு பெயர் **பிரம்மராஜன்**. ஆமாம், பொதுவான அபிப்பிராயத்தில், சரளமான வாசிப்புக்கு இடம் தராதவர்; தமது கவிதைகளைக் குறுக்கெழுத்துப் புதிர் போன்று அமைப்பவர் என்று கருதப்படுகிறவர்.

> அவருடைய கவிதைகளுக்கு வியாக்கியானம் எழுத வந்தவர்கள், தீவிரமான கவிதை வாசகனிடமிருந்தும் அவற்றை வெகுதொலைவுக்கு நகர்த்தும் பெரும் சேவையைச் செய்தனர்...

என்று பின்னிரவு உரையாடலில் ஒரு நண்பர் சொன்னார்:

...மேற்கத்தியக் கவிதைகளின் ரகசியங்களைத் தமிழ்க் கவிதையில் ஈடுபடுத்திப் பார்த்தவர் பிரம்மராஜன்

என்று தொடர்ந்தார். அவர் சொன்னதை மறுக்க முடியாது; க.நா.சு.வுக்குப் பிறகு, மேற்கத்திய இலக்கியத்தை, குறிப்பாகக் கவிதைகளை, தமிழுக்கு அதிகமாக அறிமுகம் செய்தவர் பிரம்மராஜனே. இவருடைய அறிமுகங்களால், தமிழ் நவீன கவிதை மேலும் நவீனமடைந்தது!

என்னைப் பொறுத்தவரை, நவீன தமிழ்க் கவிதைக்குள் தனித்துவமான கூறுமுறையை அறிமுகம் செய்த நால்வரில் ஒருவர் என்றே பிரம்மராஜனைக் கருதுகிறேன். மற்ற மூவர், நகுலன், பிரமிள், தேவதச்சன். அவர்கள் பேசப்பட்ட அளவு பேசப்படாதவர் பிரம்மராஜன்.

ஒரே காரணம்தான். மற்ற மூவரையும்விட அதிகமான இருண்மை கொண்ட கவிதைகளை எழுதியவர். வாசகரைச் சாக்குச் சொல்லி, எளிமையான மொழியை, எளிய சொல் முறையைக் கடைப்பிடித்து வந்திருந்தது நவீன தமிழ்க் கவிதை – உட்பொருள் அளவில் சிடுக்கு நிரம்பியிருந்தாலும். வரிகள் அளவிலும்கூட சிடுக்காக இருக்கலாம் என்ற சலுகையை அது ஈட்டிக்கொண்டது பிரம்மராஜனின் வருகைக்குப் பிறகுதான் என்றே சொல்வேன். உண்மையில், இவரது வருகை அடுத்த தலைமுறைக் கவிஞர்களுக்கு அளித்த தைரியம் அலாதியானது.

பிரம்மராஜனின் ஆரம்பத் தொகுப்புகளைவிடவும், பிந்தைய தொகுப்புகளில் இறுக்கம் மேலும் அதிகரித்திருந்தது என்பது என்னுடைய வாசக அனுபவமும்கூட – ஆனால், எனக்குப் புரியவில்லை என்பதற்காக, தமிழ்க் கவிதையின் கூறுமுறையில் நூதனமான மாற்றத்தை ஏற்படுத்திய; அதன் ரகசியங்களின், மர்மத்தின் அளவை கணிசமாகக் கூட்டிய ஒரு கவிஞரைக் கணக்கிலெடுக்காததுபோல பாவனை செய்து நகர்ந்துவிட முடியாது என்றே கருதுகிறேன்.

...ஆனால், உலகக் கவிதைப் பரப்பில், புரியாத கவிதை என்ற ஒன்றே இருந்ததில்லை...

என்றார் அதே நண்பர். சற்று மிகையான கூற்றோ என்று நான் யோசித்துக்கொண்டிருக்க,

...கவிதையைத் திறப்பதற்கான சாவியை அந்தந்தக் கவிதைக்குள்ளேயே பொதிந்து வைத்திருப்பார்கள், எழுதியவர்கள்

என்று முடித்தார். சரி என்று பட்டது எனக்கு. பிரம்மராஜனின் அநேகக் கவிதைகளில், சாவியை வைக்க மறந்துவிடுகிறார் அல்லது

நிலவைச் சுட்டும் விரல்

மறுத்துவிடுகிறார் என்று தோன்றியது. இதை எழுதும்போது 'இல்லை, இல்லை; மிகக் கவனமாக ஒளித்துவைக்கிறார்' என்றும் தோன்றுகிறது.

ஞானக்கூத்தன் எழுதிய ஒரு மதிப்புரையில், 'பிரம்மராஜனுக்கு வாசகர்மீது கரிசனம் இருப்பதாகத் தெரியவில்லை' என்று ஒரு கனத்த வாக்கியத்தை வாசித்தது நினைவு வருகிறது. அப்படியல்ல என்பதற்கு நிரூபணமாக ஒரு கவிதையைப் பார்க்கலாம்.

பிரயாணத்திலிருந்து ஒரு கடிதம்

. . . மகளுக்கு

கோடிட்ட இடத்தில் எனக்கான குணச் சொல்லை
நீ நிரப்பிக்கொள். ரயில் மாற வேண்டும்.
தங்களை அனுப்பக் காத்திருப்போருடன் நான்.
மனிதப் புழுக்கமும் புழுதியும் பிரதேசமும்
மொழியும் பிரயோகமும் புரியாதது புதிது.
காலொடிந்த பெஞ்சில் என் கால் தாங்கி எழுதுகிறேன்:
உன் பதினாலாவது பிறந்த தினம் மறந்து போய்
சூர்யக் கதிர்கள் பிளக்கும் நெடுமரக்காடுகளை
அனுப்ப மறந்தேன்.
பால் வெலேரியை நினைத்துக் கொண்டிருந்தேன்
அவனின் பதினெட்டு வருட எழுத்து மௌனத்தை.
பேதார் கணவாயில் பிரதியின் பிரதியிலிருந்து
பிரதியான புத்தரின் சிலையை வாங்கினேன் பளிங்கில்.
61/2" உயரம். விலை ரூ132/–
சத்னா ரயில் நிலையத்தில் தூசி தட்டி பெட்டி திறந்து
பணம் தந்தேன்.
என் ப்ரௌன் நிற சட்டையில் (உன் பாஷையில் மெரூன் கலர்)
வெண் பளிங்கு மாவுத் தூசி.
கல் முற்றவில்லை. கல் பழுக்கும் காலத்தில்
நர்மதையில் நகரும் மனித வியர்வைப் படகுகள்
மறைந்துவிடும்.
அணுத்துடுப்பிலோ அதற்கடுத்தென்னவோ அதிலோ எதிலோ
நீ செல்வாய் –
ஆற்றின் அடிவயிற்று முனகல் உனக்குக் கேட்காமல் போகும்.
மட்கும் மண் கனவுகள் கறைந்துவிடும்.
மரத்தில் கிடைத்த புத்த முகத்தை
வான்கோவின் சுய போர்ட்ரெய்ட்டின்
பதற்றக் கோடுகளுடன் ஒப்பிடு: இரண்டிற்குமிடையில் நான்.
வருகிறேன் கொண்டு
கவிதையின் முட்டாள் வரிகள் நீலப் பூச்செண்டு
நிறையும் மறதி
தெருக்களின் விதிவழிகள்

கோதுமை வயல்களில் வளைந்து வந்த குவாலியர் சங்கீதம்
காலாவதியான ரயில் டிக்கட்டுகள்
கண்ணில் வழியும் உறக்கமின்மை
தேய்ந்து போன காலணிகள் காந்தி தகர்க்கச் சொன்ன
கஜ்ரஹோவின் கல்சிற்பங்களின் கண் பதிவுகள்
கடல்
எல்லையின்மை
மற்றும்

பிரம்மராஜன், ஞாபகச்சிற்பம், தன்யா & பிரம்மா, பக் 4

இளகிய வாசகங்கள் கொண்ட, எளிதில் புரிகிற, கவிதை.

பூதங்களும், பறவை விலங்குப் பொம்மைகளும், கடவுளரின் சிற்பங்களும் இருக்க, கவிதைசொல்லி, புத்தரை ஏன் தேர்ந்தான், குடும்பத்தைவிட்டு விலகியிருக்கும்போது இயல்பாகவே புத்தநிலை சித்தித்து விடுகிறதா, ஒருமுறை விட்டு விலகிவந்த பின்னர், ஒருபோதும் புத்தனைத் திருப்பி இழுக்காத வேர் தன் காலடியில் பற்றி இருப்பதை உணர்ந்ததாலா, 'பிரதியின் பிரதியிலிருந்து பிரதியான' புத்தரின் ஆதிச்சிலை எங்கே இருக்கும், யார் வடித்திருப்பார், கவிதைக்குள் இடம்பெறும் பாத்திரம் மகனாக இல்லாமல் மகளாக இருப்பதற்கு விசேஷ முக்கியத்துவம் ஏதும் உண்டா என்றெல்லாம் அடுக்கிக் கொண்டே போகலாம். பிழைதிருத்த வேண்டி இன்னொருமுறை வாசித்தபோது புலப்படுகிறது – கவிதைசொல்லியின் பாலினமும் கவிதைக்குள் குறிப்பிடப்படவில்லை! இத்தனை காலமும் அது ஒரு தாயாகவும் இருக்கலாம் என்று எனக்கு ஏன் தோன்றிய தில்லை என்று வியப்புத் தட்டுகிறது!

ஆகப் புதிய ஒன்றில் தென்படும் ஆகப் பழைய ஒன்றின் சாயல் அல்லது மறைமுகத் தொடர்ச்சியே புதிய பாய்ச்சலுக்கான காரணமாகவும் நியாயமாகவும் இருக்கும் அல்லவா. கவிதையின் உள்ளோட்டமாக நிலவும் வாஞ்சை கவிதைக்கும், பெற்ற மனத்துக்கும் மட்டுமே உரியது. பார்க்கக் கிடைத்த, அனுபவிக்கக் கிடைத்த சகலத்தையும் மகளிடம் ஒப்பிக்கும்போதே, படகுகள் மறைந்து அணுத்துடுப்புகளின் காலத்திலும் மகள் இருக்க வேண்டும் என்று மறைமுகமாய் ஆசிவழங்கும் பெற்றபாசம் எந்தவொரு குறிப்பிட்ட காலத்துக்கும் மட்டுமே உரியதா என்ன!

இப்படி, இக் கவிதையின் ஒவ்வொரு வரியையும் வார்த்தை களையும் பற்றி எழுதுவதற்கு ஊறிக்கொண்டே இருக்கிறது. பிரக்ஞைபூர்வமான கவிஞர் என்பதால், அச்சுப் பிழைபோலத் தென்படும் 'கறைந்துவிடும்' என்ற சொற்றொடருக்குக்கூட விசேஷ அர்த்தம் கற்பித்துக்கொள்கிறது மனம். அப்படியானால், அது உத்தேசபூர்வமான பிரயோகம் அல்லவா!

படிமம் பற்றிய கட்டுரையில், பிரம்மராஜனுடைய 'ஜிம் கார்பெட்டின் புலி' கவிதையை மேற்கோள் காட்டியிருக்கிறேன். ஆகச் சிடுக்கான கவிதைகள் கொண்ட **புராதன இதயம்** தொகுப்பில் உள்ள கவிதை அது. முழுக் கவிதையாகப் புரியாத சந்தர்ப்பங்களிலும், தனித்தனியாகப் புரிகிற, முழுமையான கவியுணர்வை வழங்குகிற வரிகள் பிரம்மராஜனிடம் அநேகம் உண்டு.

இன்னொன்றும் சொல்ல வேண்டும் – மேலே உள்ள கவிதை, தமிழ் நவீன கவிதையின் பொது இலக்கணத்துக்கு ஒத்துப்போவது. ஒத்துப்போகாத கவிதைகள், அவர் தமது கவிதைகளுக்கென பிரத்தியேகமான உருவாக்கிக்கொண்ட இலக்கணம் சார்ந்தவை. வாசகருக்கு இரண்டே தெரிவுகள்தாம் – பிரம்மராஜன் முன்வைக்கும் இலக்கணத்தைக் கற்க முயலலாம்; அல்லது, புகாரின்றி விலகிச் செல்லலாம்...

பிரம்மராஜன் கவிதைகளுடன் மட்டுமல்ல, எந்தவொரு கவிஞரின் கவிதைகளுடனும், போராடித் தோற்கும் ஒவ்வொரு சந்தர்ப்பத்திலும், எனக்கு நானே சொல்லிக்கொள்வது இது:

எல்லாக் கவிஞர்களின் எல்லாக் கவிதைகளும் எனக்குப் புரிந்தாக வேண்டும் என்று ஒரு வாசக மனம் கோருவதற்கு எந்த நியாயமுமே கிடையாதுதானே !

பின்னுரை

தோராயத்தின் பதிவுகள்

இந்தக் கட்டுரைகள் காலச்சுவடு இதழில் தொடர் பத்தியாக வெளியானவை. நூலாக்கும் சமயத்தில் மேலும் பல சேர்ந்திருக்கின்றன. பிரசுரமான கட்டுரைகளும்கூட, நூலாகத் தொகுக்கும்போது, சிற்சில மாற்றங்களையும் சில இடங்களில் விரிவாக்கத்தையும் எட்டியிருக்கின்றன.

வெளியான சமயத்தில் பரபரப்பான கவனத்தைப் பெற்றதற்கான தடயம் ஏதும் இல்லை; ஆனால், நேரில் சந்திக்கும்போது இந்தப் பத்தியைப் பற்றிக் குறிப்பிட்டவர்கள் உண்டு. பாராட்டாக ஓரிரு சொற்கள் கூறி, என்னைக் கூச்சத்தால் நெளியவைத்த முன்னோடிகளும் உண்டு. போதும். ஒரு ஆரோக்கியமான சூழலில், கவிதை பற்றிய பேச்சு குறைவாகத்தான் இருக்கும்; கவிதை பற்றிய பேச்சைப் பற்றிய பேச்சு இன்னும் குறைவாக இருப்பதுவும் நல்லதுதான்! நிறையப் பேசப் பேச, கவிதையின் மர்மம் குறைந்துகொண்டே போவதோடு, தர்க்க ஆதாரமற்ற புனைகருத்துகள் அதிகமாக உலவவும் வாய்ப்புண்டு. மாற்றுக் குறைவான கவிதைகளைவிட, மாற்றுக் குறைந்த, தர்க்க பலமற்ற கருத்துகள் சூழலுக்கும், கவிதைக்குமே, விளைவிக்கும் விபத்து அதிகமானது!

ஓரிரு நண்பர்களுக்கு, இப்படியொரு தொடரை நான் எழுதியிருக்கவே கூடாது என்று அபிப்பிராயம். ஒருவர் வெளிப்படையாய்ச் சொன்னார்:

கவிதையைப் பத்தி இப்பிடியெல்லாம் எளுதக் கூடாதுங்க.

நியாயம். நானுமே கிட்டத்தட்ட அதே கருத்து உள்ளவன்தான்.

கவிதைகளை விளக்கக் கூடாது; விளக்கும் பட்சத்தில், கவிதை காணாமல்போய், விளக்கம் மட்டுமே எஞ்சும். தவிர, கவிதை அனுபவம் பயிற்சியால் வருவது; ஆனால், பயிற்றுவிக்க முடிவது அல்ல. அவரவர் நோக்கில் அவரவர் போக்கில் எட்ட வேண்டியது. கவிதைப் பயிலரங்குகளில் தொடர்ந்து இதே கருத்தைத்தான் நானும் வலியுறுத்திவருகிறேன். ஆனால், ஏதோவொரு முனையிலிருந்து இன்ன விதமாக ஒரு நபருக்குத் திறக்க முடிந்திருக்கிறது என்பது தெரியவரும்போது, மற்றவர்களும் தத்தமது முறைகளை உருவாக்கிக்கொள்வது கொஞ்சம் எளிதாகிவிடாதா என்றும் தோன்றுகிறது.

இரண்டாவது நண்பர் சொன்னதும் முக்கியம்தான்.

பல கவிதைகளைப் பத்தி, நீங்க சொல்லியிருக்கிற மாதிரி எதுவுமே எனக்குத் தோணலே. ஆனா, அந்தக் கவிதையைப் பத்தி எனக்கு என்ன தோணுச்சுன்னா...

இருவருக்கும் நேரில் ஏதோவொரு பதில் சொல்லிச் சமாளித்தேன். உண்மையான பதில் இதுதான்:

இந்தப் பத்திகளில், நான் எப்படி அணுகியிருக்கிறேன் என்பதை மட்டுமே விவரித்திருக்கிறேன். இப்படியொரு அணுகுமுறையும் இருக்கக்கூடும் என்று சுட்டுவது மட்டுமே நோக்கம். எந்த ஒரு கலைப்படைப்புக்கும் அறுதியான வியாக்கியானம் என்று ஏதும் இருக்க முடியுமா என்ன!

இன்னொரு விஷயத்தையும் கூறிவிட வேண்டும். குறிப்பிட்ட விதமான கவிதைக் கோட்பாட்டையோ, அரசியல், சமூகவியல் பார்வையையோ முன்னிட்டு எழுதப்பட்டவை அல்ல இக் கட்டுரைகள். முழுக்க முழுக்க ரசனை சார்ந்தவை. ரசிக்கும் மனத்தின் பறத்தலுக்கும் வரையறைகளுக்கும் உட்பட்டவை.

என்னுடைய ரசனை சார்ந்து, எனது வாசிப்புப் பழக்கம் சார்ந்து, நான் அணுகிய விதமாக இவை உருக்கொண்டிருக் கின்றன. கவிதை எழுத முற்படும்போதும், இதேவிதமான கவிதானுபவம் மட்டுமே முதன்மையாய் இருக்கிறது எனக்கு.

ஒருவேளை, நவீன கவிஞர்கள் பலரும் இதேபோன்ற நம்பிக்கை கொண்டவர்கள்தாமோ என்னவோ – எந்த

மொழியிலுமே நவீன கவிதை அல்லது தீவிர கவிதை பொது வாசிப்பின் புலத்துக்கு அந்நியமாகவே இருப்பதற்கு உபரியான காரணம் ஒன்று கிடைத்துவிட்டது!

முக்கியமான கேள்விகளை எழுப்பும் நண்பர்கள் எல்லாருக்கும் கிடைத்துவிடுவார்களா என்ன! எதிர்மறைக் கேள்விகளுக்குப் பேர்போனவரான மூன்றாவது நண்பர் எளிமையான கேள்வியொன்றைக் கேட்டார் – மிக முக்கியமான கேள்வி அது.

இதையெல்லாம் யாருக்காக எளுதுறீங்க?

கேள்வியில் இருந்த அறச்சீற்றம் திக்குமுக்காடச் செய்தது. சமாளித்துக்கொண்டு பதில் சொன்னேன்:

எனக்காகத்தான்!

முகத்தைத் திருப்பிக்கொண்டார். மேலதிகச் சீற்றமா, ஆத்திரமா அல்லது புன்னகையேதானா என்று கணிக்க முடிய வில்லை.

நிஜமாகவே, எனக்குள் கவிதைகள் தொடர்பாக என்ன விதமான குழப்பம் அல்லது தெளிவு இருக்கிறது என்பதை வெளிப்படையாக, சொல்வடிவாகத் தெரிந்துகொள்ளவும் தொகுத்துக்கொள்ளவுமே இவற்றை எழுதியிருப்பேன் என்று தோன்றுகிறது.

அந்தக் கேள்விக்கான இன்னொரு பதில், இப்போது, இந்தப் பின்னுரையை எழுதும்போது தோன்றுகிறது.

தோராயமான ஒரு வாசகருக்காக.

பார்க்கப்போனால், கருத்துகள் அத்தனையுமே தோராயம்தான். பல கருத்துகள், விதிவிலக்குகளைக் கணக்கி லேயே எடுக்காத தோராயம். தான் நம்புவது மட்டுமே அறுதியானது என்ற அசட்டுத்தனம் கொண்ட தோராயம். அப்புறம், கவிதை தொடர்பான பேச்சுகள் மட்டுமல்ல, கவிதை என்பதே மகத்தான தோராயம்தான். தான் உணர்ந்ததை முழுமையாகக் கடத்தி விட்ட நிறைவு எந்தக் கவிஞருக்காவது இருக்குமா என்று தெரிய வில்லை. வாசகருக்குமேகூட, முழுமையாக அடைந்துவிட்ட உணர்வு கிடைக்கக்கூடுமா!

ஆக, துல்லியமாக வெளிப்பட வாய்ப்பேயற்ற அனுபவத்தை, அதாவது, அதன் தோராயத்தை, பரஸ்பரப் பரிவர்த்தனையின்

பேரில், பொதுவாக ஆக்கிக்கொள்கிறது இரு தரப்பும் – மாட்டுத்தாவணியில், மூடிய துண்டுக்கடியில் விரல்களைத் தொட்டுப் பேரம் பேசும் தரகரையும், வாங்க வந்தவரையும்போல!

என் பங்குக்கு நான் கொஞ்சத்தைக் கொட்டியிருக்கிறேன். அவ்வளவுதான்.

இன்னும் துல்லியமாகச் சொல்வதென்றால், கவிதை வாசிக்கும்போதோ, வாசித்த கவிதைகள் பற்றி யோசிக்கும் போதோ, நினைவுக்கு வந்தவை அனைத்தையும் ஏதோ ஒரு விதத்தில் கோத்துத் தர முனைந்திருக்கிறேன் என்றுகூடச் சொல்லலாம். இன்னொரு சந்தர்ப்பத்தில், இதே கவிதைகளும், கவிதை வரிகளும் வேறொரு விதமாகத் திரண்டெழுந்து வேறு கோணங்களில் நகர்ந்து சென்றிருக்கவும்கூடும்...

என்னைப் பீடித்த ஒரே கவிதையின் வரிகள் வெவ்வேறு கட்டுரைகளில் மீண்டும் வெளிப்படும்போது வெவ்வேறு தருணங்களுக்குப் பொருந்திப்போவதும் நடந்திருக்கிறது. நீர்ப்பரப்பில் எழும் சிற்றலைகள் அவ்வப்போதைய காற்றின் திசைக்கு ஆட்படுகிறவைதாமே!

இவற்றில் சில கட்டுரைகள் ஆரம்பநிலை வாசகர்களை முன்னிட்டுப் பேசுகிறவை; அதன் காரணமாகவே, மிகவும் பிரபலமான, அநேகத் தடவைகள் மேற்கோள் காட்டப்பட்ட கவிதைகளை முன்னிருத்திப் பேசும்போதும், அவற்றை முழுவடிவத்திலேயே கொடுத்திருக்கிறேன். பத்தியாக வெளியானபோது சில வரிகளாக மட்டுமே மேற்கோள் காட்டிய கவிதைகளையும் முழுசாகக் கொடுத்திருக்கிறேன்.

வேறு சில கட்டுரைகள், முதிர்ந்த வாசகர்களை நோக்கிப் பேசுகின்றன. முதல் வாசிப்பில் கடினம்போலத் தென்படும் சங்கதிகளையும் பேச முயன்றிருக்கிறேன்.

சில சமயங்களில், கவிஞர்களை நோக்கியும் பேச முற்பட்டிருக்கிறேன் என்று தோன்றுகிறது. ஆனால், எந்தக் கட்டுரையுமே கவிதைக் கோட்பாடுகள் பற்றிய நேரடி உரை அல்ல. ஏற்கனவே சொன்னபடி, நினைவுகளின் தொடர்சங்கிலி மட்டுமே.

ஆமாம், அனைத்துக் கட்டுரைகளுமே **கவிதை** பற்றிப் பேசுபவை; **கவிதையியல்** பற்றியவை அல்ல. கவிதையை அளக்கவும் நிறுவவும் எல்லாக் காலகட்டத்துக்கும், எல்லா மொழிக்கும் பொதுவான சமச்சீரான அளவுகோல்கள் இருக்க முடியுமா என்ன!

மேற்சொன்ன வேறுபாடுகள் காரணமாக, சில கட்டுரை களில் தூய எளிமையும், சிலவற்றில் பூடகம் அதிகம் கொண்ட சிடுக்கும் நிலவுகின்றன. ஆரம்ப நிலை வாசகரும் ஒருநாள் முதிர்ந்த வாசகர் ஆவார்தானே! என்றாலும், பிரசுரமான கட்டுரைகளிலும்கூட, தற்போதைய வாசிப்புக்குக் கெடுபிடியாய் இருப்பதாகத் தென்பட்ட வரிகளை, வாக்கியங்களை எளிமைப்படுத்த முயன்றிருக்கிறேன்; கனத்த சொற்களை அகற்றியிருக்கிறேன். சில இடங்களில் அவற்றை விளக்கவும் முயன்றிருக்கிறேன்.

கட்டுரை என்ற வடிவத்துக்கு மட்டுமல்ல; புனைகதை, கவிதைகளுக்குமே 'வாசக இலக்கு' பற்றிய கவனம் அவசியம்தான். என்ன, இந்தக் கவனம் அதிகரிக்க அதிகரிக்க, எழுதுகிறவரின் கூர்மையும் தன்னிச்சையும் மழுங்குவதற்கான வாய்ப்பும் இருக்கவே செய்கிறது. ஆனாலும், நண்பருடைய கேள்வியின் தார்மீகம் மறுக்கக்கூடியது அல்ல.

எளிமையான பதில், எனக்குப் பிடித்த கவிதைகளைப் பற்றி, அவை குறித்து எனக்கு என்னவெல்லாம் தோன்றுகிறது என்பது பற்றிய பதிவுகள் இவை. ஒருவகையில் எனக்கு நானே பேசிக்கொண்டதைக் கோத்து வைத்திருக்கிறேன்.

மற்றபடி, தொடர்ந்து கவிதை வாசிக்கும் பழக்கம் உடைய யாருக்கும் தோன்றக்கூடிய விஷயங்கள்தாம் இவை. தொகுத்து எழுதும் வேலையை மாத்திரமே நான் உபரியாகச் செய்திருக்கிறேன்.

தொடர்ந்து பல வருடங்கள் கவிதை பற்றிய உரையாடலில் ஈடுபட்டிருந்தபோது, கருத்துகளாலும் கேள்விகளாலும் கேலிகளாலும் அவ்வப்போது கிளர்த்தி உதவிய நண்பர்கள் அனைவருக்கும் இந்தச் சந்தர்ப்பத்தில் நன்றியைத் தெரிவித்துக் கொள்கிறேன்.

முன்னரே சொன்னபடி, இதை ஒரு ஆரம்ப மாதிரியாக வைத்து, அவரவருக்குப் பிடித்த கவிதைகள் பற்றி அவரவர் நோக்கில் பேசத் தொடங்குகிறவர்களின் எண்ணிக்கை அதிகரிக்கும்போது, தமிழ்ச் சூழலில் நவீன கவிதையின் இருண்மை பற்றி நிலவும் மிரட்சி கணிசமாகக் குறைய வாய்ப்பிருக்கிறது.

காரணம் எதுவாக வேண்டுமானாலும் இருக்கட்டுமே, கவிதை வாசிப்பதுபோலவே, அதைப் பற்றிப் பேசுவதும்

சுவாரசியமானதுதான். கேட்கிறவர்களுக்கு எப்படியோ, பேசுவது எனக்கு மிகவும் பிடித்திருந்தது!

தொகுப்பை முன்னிட்டு விரிவாக்கம் செய்யும்போது, முதன்முறை எழுதியபோது இருந்த அதே கிளர்ச்சியை அடைந்தேன் என்பதையும் சொல்ல வேண்டும்! கவிதையுடனான சகவாசம், எந்த அளவிலுமே கிளர்ச்சி தரக்கூடியதுதான்.

கவிதை என்னும் மகாவடிவம், காலம் தாண்டியது. ஆனால், அது வழங்கும் அனுபவம் எப்போதுமே தற்கணத்துக்குரியது – எந்தக் காலத்தைய கவிதையாய் இருந்தாலும். உண்மையில், உரைநடையும் கவிதையும் வேறுபடும் இன்னொரு அம்சமாக இதைக் குறித்துக்கொள்ளலாம்!

சில கட்டுரைகளை, நீளம் கருதி, இரண்டு பகுதிகளாகப் பிரித்திருக்கிறேன். இன்னொரு கட்டுரையாக எழுதும்போது, இன்னும் ஓரிரண்டு கவிதைகளை மேற்கோள் காட்டலாம்; அதை முன்னிட்டு, இன்னும் கொஞ்சம் கவிதைகளை வாசிக்கலாம் – அவை பழையவையோ, புதியவையோ. கவிதையின் **உருவத்துக்கு** மட்டும்தானே கால வித்தியாசம்.

முன்பே பிரசுரமான கட்டுரைகளில், ஞாபகத்திலிருந்து தவறாக மேற்கோள் காட்டப்பட்ட கவிதைகளின் சரியான வடிவத்தைச் சேர்த்திருக்கிறேன். பத்தியின் இடநெருக்கடியை முன்னிட்டு ஓரிரு வரிகளாகக் குறிப்பிடப்பட்டவற்றின் முழு வடிவத்தைக் கோத்திருக்கிறேன். குறிப்பிட்ட கவிதையை வாசிக்கும் ஒருவர், அந்தக் கவிஞரின் பிற கவிதைகளையும் வாசிக்க விழையலாம் என்று எண்ணி, மேற்கோள் கவிதையின் பிரசுர விவரங்களையும் சேர்த்திருக்கிறேன் – பத்தியாக வெளியானபோது செய்யாத காரியம் இது.

ஆனால், என் வசமிருக்கும், அல்லது இத்தொகுப்பை முன்னிட்டுத் தேடும்போது கிடைத்த நூல்களையே குறிப்பிட்டிருக்கிறேன். அவற்றில் பலவும், வேறு தலைப்புகளில் வெளியாகியிருக்கலாம். அல்லது, பரவலாகக் கிடைக்காதவையாய்க்கூட இருக்கலாம். தமிழ்ச் சூழலில் இயல்பாக நடக்கிற விஷயம்தானே இது! இதில் இடம்பெற்ற மூத்த கவிஞர் ஒருவருடைய முழுத்தொகுப்பைத் தேடி, கிட்டத்தட்டப் பத்துப் பேரிடம் கேட்டும், இணையத்திலும் நேரிலும் துழாவி, அங்காடிகளில் விசாரித்தும் தோற்றபோது, வாழ்வின் நிலையாமை பற்றியும் கொஞ்சம் ஞானம் சித்தித்தது! இத்தனைக்கும், அவர் இப்போதும் எழுதிக்கொண்டிருக்கிறவர்; நான் மிகவும் மதிக்கிற ஆளுமை!

அயல் கவிதைகளைப் பொறுத்தவரை, பிறர் மொழி பெயர்த்தவற்றைக் குறிப்பிட்டே சேர்த்திருக்கிறேன். நான் மொழிபெயர்த்தவை, இந்தக் கட்டுரைத் தொடருக்காக மொழிபெயர்த்த முதல் படிவங்கள். மூலக் கவிதையை ஏற்கனவே வாசிக்கக் கிடைத்தவர்கள் திருத்தம் ஏதும் சொன்னால், பின்னர் திருத்திவிடுவேன்.

இறுதியாக, இன்னொன்றையும் சொல்ல வேண்டும். என்னைக் கவர்ந்த, என்னைப் பீடித்த கவிதைகள் பற்றி மட்டுமே பேசியிருக்கிறேன். ஏமாற்றமளித்த, அல்லது தமிழ் நவீன கவிதைப் போக்கு எதனுடனும் இணைத்துப் பார்க்க முடியாத 'கவிதை'கள் அநேகம் எழுதப்பட்டிருக்கின்றன! என்னைக் கவர்ந்தவற்றைவிடவும் பலமடங்கு அதிக எண்ணிக்கை யிலானவை. இந்தக் கட்டுரைகளின் அடிப்படையிலோ, அல்லது சுயமாகவே கண்டடைந்த உபகரணங்கள் மற்றும் அனுபவம் வழியோ பதர்களைக் கண்டறிவது வாசகரின் பொறுப்பு! பார்க்கப்போனால், மோசமான கவிதையை விலக்க அறிவது, வாசகப் பரிணாமத்தின் மிக முக்கியமான கட்டம்... கைப்பிரதியாகப் படித்த நண்பர்,

சமகாலக் கவிஞர்களில் பலருடைய கவிதைகளைப் பற்றிக் குறிப்பிடவேயில்லையே...

என்று ஆதங்கப்பட்டார்.

ஒன்று, தமிழ்க் கவிதை வரலாற்றுக் கட்டுரைத் தொடர் அல்ல இது. இரண்டாவது, ஒரு தலைப்பை வரித்துக்கொண்டு, அதற்கு வாகாக இருக்கும் கவிதைகளைப் பற்றி மட்டுமே பேசியிருக்கிறேன். என்னைக் கவர்ந்த கவிதைகள் அனைத்தையும் பட்டியலிட்டுத் தொகுப்பதென்றால், ஆயிரம் பக்கங்களுக்குக் குறையாத தொகைநூல்தான் உருவாக்க வேண்டும். அவை ஏன் பிடித்தன என்பதையும் எழுதுவதென்றால், இன்னும் ஓரிரு ஆயிரம் பக்கங்கள் வேண்டும்.

இதில் எந்த ஒரு கட்டுரையிலும் இடம்பெறக் கூடிய வேறு கவிதைகளோ கவிஞர்களோ யாருக்காவது நினைவு வந்தால், அவர்களே சேர்த்துக்கொள்ளலாம். உண்மையில், இந்தத் தொடரின் மெய்யான நோக்கம் அப்போது நிறைவேறிவிடும்...

யதேச்சையான ஓர் உரையாடலில், 'இப்படிச் சிலவற்றை எழுதும் உத்தேசம் இருக்கிறது' என்று தெரிவித்த மாத்திரத்தில், உற்சாகமான மறுமொழி அளித்து, இவற்றைத்

தன் ஆசிரியத்துவத்தில் பிரசுரித்தவர் நண்பர் சுகுமாரன். இந்தத் தொடருக்கும், சில தனிக்கட்டுரைகளுக்கும் தலைப்புச் சூட்டியவரும் அவர்தான். மெல்லமெல்ல, அவரை முழுக்கச் சார்ந்திருப்பவனாக நான் உருமாறியிருக்கிறேன். ஆமாம், எந்தப் படைப்பாய் இருந்தாலும் சரி, கரட்டு வடிவத்தையோ முழுமையான முதல் படிவத்தையோ அவருக்கு அனுப்பி, ஒப்புதலைப் பெற்ற பிறகே பிரசுரத்துக்கு அனுப்புகிறேன். மேலும், படைப்புருவாக்கத்தில் நான் தடுமாறி நிற்கும் இடங்களிலெல்லாம் உடன் நின்று இடுக்கண் களைகிறவரும் அவரே. என் பிரிய சுகுமாரனுக்கு எவ்வளவு நன்றி சொன்னாலும் போதாது; அதற்காகச் சொல்லாமல் இருக்கலாமா என்ன! இது இன்னொரு சந்தர்ப்பம்.

மனமார்ந்த நன்றி சுகுமாரன்!

என்னுடைய முயற்சிகள் பலவற்றுக்கும் மேடை அளித்துத் தந்து, இன்றுவரை உறுதுணையாக இருக்கும் 'காலச்சுவடு' இதழுக்கு என் மனமார்ந்த நன்றி.

நவீன இலக்கியத்தின் வாசகனாக நுழைந்து, சிறுகச் சிறுக, எழுதுபவனாக மாறிவந்த காலத்திலேயே அறிமுகமானவர்; அதிராத குரலும், நிதானமான அணுகுமுறையும் கொண்டிருப்பவர்; முதல் நாளிலிருந்து இன்றுவரை என்மீது ஒரே விதமான வாஞ்சையை, அபிமானத்தை வெளிப்படுத்திவருகிறவர். எனது மொழிபெயர்ப்பு முயற்சிகளில் மேலான ஆலோசனைகளை வழங்கிவருபவர். அவரது ஆலோசனையொன்றை நான் ஏன் ஏற்க மறுக்கிறேன் என்பதற்கான காரணத்தை விளக்கினால் திறந்த மனத்தோடும், நடுநிலையுணர்வோடும் எதிர்கொள்கிறவர். நான் உருப்படியாக எதையாவது செய்துவிடும்போது தாராள மான பாராட்டுகளைப் பொழிவார். முன்னுதாரணமான பேராசிரியராகவே பணிக்காலம் முழுவதும் திகழ்ந்திருப்பார் என்று எப்போதும் எனக்குத் தோன்றும். கல்விக்காலத்தில் இருக்கட்டும், இப்படி ஒரு மூத்த சகோதரன் என் தாய்க் குடும்பத்திலும் வாய்த்திருக்கக் கூடாதா என்ற ஏக்கத்தை எனக்குள் எழ வைப்பவர்.

எல்லா விதத்திலும் ஆதரிசமாக விளங்கும் திரு ஆர் சிவகுமாருக்கு இந்த நூலைச் சமர்ப்பிப்பதில் பெரும் நிறைவு எனக்கு. நன்றி சார்!

சென்னை
18-04-2023

யுவன் சந்திரசேகர்